ஹென்றி ஃபோர்ட்

ஒரு கார் ஒரு ஊர் ஒரு பேர்

ஹென்றி ஃபோர்ட்

ஒரு கார் ஒரு ஊர் ஒரு பேர்

இலந்தை சு. இராமசாமி

கிழக்கு

ஹென்றி ஃபோர்ட்: ஒரு கார் ஒரு ஊர் ஒரு பேர்
Henry Ford: Oru Car Oru Oor Oru Per
by *Ilandhai S. Ramasamy* ©

First Edition: December 2006
224 Pages

ISBN 978-81-8368-242-8
Kizhakku - 185

Kizhakku Pathippagam
177/103, First Floor,
Ambal's Building, Lloyds Road,
Royapettah, Chennai - 600 014.
Ph: +91-44-4200-9603

Email : support@nhm.in
Website : www.nhm.in

kizhakkupathippagam
kizhakku_nhm

Author's Email: subbaierramasami@yahoo.com

Photo Courtesy: www.neville1.com

Kizhakku Pathippagam is an imprint of New Horizon Media Private Limited.

கற்பதை நிறுத்துபவன் இருபது வயதுக் காரனாக இருந்தாலும் முதியவனே! கற்றுக் கொண்டே இருப்பவன் எண்பது வயதுக் காரனாயினும் இளையவனே!

- ஹென்றி ஃபோர்ட்

முன்னுரை

'அய்யா, உங்களுக்கு நான் உதவட்டுமா?' என்று கேட்டார் அம்மனிதர்.

'இந்தக் காரோடு பெரிய போராட்டம்தான். நானும் என்னவெல்லாமோ செய்து பார்க்கிறேன். சரியாகவில்லை. முப்பது மைல் சென்றால்தான் மெக்கானிக் யாராவது கிடைப்பார். உங்களுக்கு இந்தக் காரைப் பற்றித் தெரியுமா?' என்று கேட்டார் காருக்குச் சொந்தக்காரர்.

'எனக்கு கார்களைப் பற்றிக் கொஞ்சம் தெரியும். சற்று விலகுங்கள். நான் பார்க்கிறேன்.'

'இது சற்று விலை அதிகம் உள்ள கார். கவனமாகப் பாருங்கள். நீங்கள் வைத்திருப்பதைப்போல நானும் ஃபோர்ட் மாடல் டி வைத்திருக்கிறேன். அது அவ்வளவாகப் பழுதாவதில்லை. பழுதானாலும் கவலையில்லை, எளிதாகச் சீர் செய்துவிடலாம்.'

'அய்யா, இந்தக் காரில் ஸ்பார்க் ப்ளக் பழுதுபட்டிருக்கிறது. நல்லவேளையாக என்னிடம் உதிரியாக இரண்டு வைத்திருந்தேன். அதில் ஒன்றை வைத்துச் சரி செய்து விட்டேன். இன்னொன்றையும் நீங்கள் வைத்துக்கொள்ளுங்கள். பின்னால் தேவைப்படலாம்.'

அந்தக் கார் சரியாயிற்று.

'அய்யா, சரியான சமயத்தில் உதவினீர்கள். உங்களுக்குக் கூலி எவ்வளவு கொடுக்கவேண்டும்?'

'எதுவும் தேவையில்லை.'

'நீங்கள் அப்படிச் சொல்லக் கூடாது. அந்தப் புண்ணியவான் ஃபோர்ட் தயவில் மாடல் டி கார்களை ஏழைகளும் வாங்க முடிகிறது. நீங்கள் ஃபோர்ட் டி காரில் வந்திருக்கிறீர்கள். நீங்கள் பணக்காரராக இருக்க முடியாது. எனவே தயவு செய்து இந்த ஒண்ணரை டாலரை வாங்கிக்கொள்ளுங்கள். ஸ்பார்க் ப்ளக் வேறு கொடுத்திருக்கிறீர்கள்' என்றார் காரின் சொந்தக்காரர்.

'அய்யா அந்தப் புண்ணியவான் ஃபோர்ட் என்று சொன்னீர்களே, அந்தப் பாராட்டு ஒன்றே எனக்குப்போதும். நான்தான் அந்த ஃபோர்ட்!'

காரின் சொந்தக்காரரான அந்த விவசாயிக்கு பேச்செழவில்லை.

'இதோ என் பக்கத்தில் நிற்கிறாரே, இவர் யார் தெரியுமா? இவர்தான் ஹார்வி ஃபயர்ஸ்டோன். டயர் தயாரிப்பாளர்.'

'இவரா, ஏ அப்பா! எவ்வளவு பெரிய ஆள்!' விவசாயியின் கண்கள் மலர்ந்தன.

'இவர் ஜான் பர்ரோஸ்.'

'யாரு, பறவைகளைப் பற்றிப் புத்தகம் எழுதியிருக்கிறாரே, அவரா?'

'அவரேதான். இதோ தள்ளி நிற்கிறாரே, இவர்தான் தாமஸ் ஆல்வா எடிசன்.'

'அய்யா! என்ன இது அதிசயத்துக்கு மேல் அதிசயமாக அள்ளிப்போட்டுக் கொண்டிருக்கிறீர்கள். எல்லோர் வீட்டிலும் விளக்கேத்தி வச்சவராச்சே! நீங்க நாலுபேரும் எங்க வீட்டுக்கு வரவேண்டும்' என்றார் விவசாயி.

'இல்லை அய்யா. ஒவ்வொரு வருஷமும் ஒரு வாரம் யாருக்கும் தெரியாமல் நாங்கள் காட்டுக்குள் சென்றுவிடுவோம். அங்கே நாடோடி வாழ்க்கை வாழ்வோம். எங்கள் இயந்திர வாழ்க்கையின் மன அழுத்தத்தில் இருந்து விடுபட்டு ஒரு வாரம் மனத்தை

இளமையாக்கிக் கொள்வோம். நாங்களே மரம் வெட்டுவோம், சமைப்போம், சுதந்தரமாகத் திரிவோம்' என்றார் ஃபோர்ட்.

'இந்தக் காட்டுக்குள்ளே நீங்கள் தங்க வேண்டும் அவ்வளவு தானே? அதற்கு வேண்டிய ஏற்பாடுகளையெல்லாம் நான் செய்து கொடுக்கிறேன்' என்றார் விவசாயி.

'இந்தக் காட்டுக்குள் ஒரு வாரம் எங்களைத் தங்க அனுமதித்தால் போதும்' என்றார் ஃபோர்ட்.

இன்னொரு நிகழ்ச்சி -

1914-ம் ஆண்டு. முன்னாள் அமெரிக்க ஜனாதிபதி தியோடர் ரூஸ்வெல்ட் (அப்பொழுது அவர் ஓய்வு பெற்றிருந்தார்.) ஒரு பொதுக்கூட்டத்தில் சொன்னார்: 'யாரிந்த ஃபோர்ட்? ஜனாதிபதி உட்ரோ வில்சனைவிடப் பெரிய ஆளா? அவரை விட அதிகமாக ஃபோர்டின் பெயர் பத்திரிகைகளில் அடிபடுகிறதே?'

அதோடு நிறுத்தாமல் தொடர்ந்து பல இடங்களில் தேவைக்கு அதிகமாக ஃபோர்டுக்கு விளம்பரம் கொடுக்கப்படுவதாகக் குற்றஞ்சாட்டினார்.

சில பத்திரிகைகள் அதற்கு மறுப்பு எழுதின. 'அதெப்படி? மணவீட்டில் தான்தான் மணமகனாக இருக்கவேண்டும், பிண வீட்டில் தான்தான் பிணமாக இருக்கவேண்டும். அப்பொழுது தான் முழுக்கவனமும் தன்மேல் இருக்கும் என்று பேசிய டெட்டி ரூஸ்வெல்ட்டா இப்படிச் சொல்வது? பாவம் தன்னைவிட வேறொருவர் முன்னிறுத்தப்படுவது அவருக்குப் பிடிக்க வில்லை. ஃபோர்ட் மக்களுக்கு நன்மை செய்கிறார். எனவே மக்களுக்கு அவரைப் பிடித்திருக்கிறது' என்று ஒரு பத்திரிகை தலையங்கம் எழுதியது.

இவ்விரண்டு நிகழ்ச்சிகளிலிருந்தும் ஹென்றி ஃபோர்ட் என்ற மாமனிதனை ஓரளவு புரிந்துகொள்ள முடியும். 'உலகில் மிக அதிகமாக விளம்பரப்படுத்தப்பட்ட மாமனிதர்' என்று அஸ்ஸோ ஸியேட்டட் அட்வெர்ட்டைஸிங் க்ளப்ஸ் ஃஆப் தி வோர்ல்ட் என்ற நிறுவனம் அவரைத் தேர்வு செய்தது

'ஃபோர்ட் சொன்னதாகச் சொல்லப்படும் சில கூற்றுகளை வேறு எவராவது சொல்லியிருந்தால் அவரை ஒரு பைத்தியம் என்று

சொல்லியிருப்பார்கள். ஆனால் ஃபோர்ட் சொன்னார் என்றால் அதில் ஏதோ இருக்கும் என்று அவரது செய்திகளைச் சுமந்துவந்த பத்திரிகைகளை மக்கள் வாங்கினார்கள்' என்றது இன்னொரு பத்திரிகை.

ஃபோர்ட் அதிகம் படித்தவரல்ல. ஆனால் செய்து முடித்தவர். லாபத்துக்காக வியாபாரம் என்ற நிலையை மாற்றி நுகர்வோருக்காக வியாபாரம் என்ற நிலையை உருவாக்கியவர். விலையை ஏற்றிக்கொண்டே இருக்க வேண்டும் என்ற எண்ணத்துக்கு எதிராக விலையைக் குறைத்துக்கொண்டே இருக்கவேண்டும் என்று சொன்னவர்.

எட்டமுடியா உயரத்தில் இருந்த ஆடம்பரங்களை, கைக்கெட்டும் அவசியங்களாக மாற்றியவர். வியாபாரம் என்பது ஒரு சேவை என அறிவித்தவர். சேவையாகச் செய்யப்படும் வியாபாரமே லாபத்தைக் கொண்டுவந்து தள்ளும் என்பது அவரது சித்தாந்தம்.

சாலைகள் அவர் தயாரித்த கார்களின் டயர்களால் தேய்ந்தன. அவரது ஊர்திகளின் தாக்கத்தால் இடங்களுக்கிடையே இருந்த தொலைவு குறைந்தது.

உறவுகளுக்கிடையே நெருக்கம் மிகுந்தது. ஊர்களுக்கிடையே கார்கள் சென்றன.

வாணிகம் வளர்ந்தது. பொருள்கள் தாராளமாகக் கிடைத்தன. அதுவரை உன்னதமாகக் கருதப்பட்டுவந்த சில வியாபாரக் கொள்கைகள் தகர்ந்தன. ஒரு புதிய மாற்றத்துக்கு அமெரிக்கப் பொருளாதாரம் தயாரானது.

ஃபோர்ட் ஊழியர்களின் வேலை நேரத்தைக் குறைத்தார். அதே சமயம் அவர்களின் சம்பளத்தை இரட்டிப்பாக்கினார். இதனால் இவர் எந்த நேரம் என்ன அறிவிப்பு செய்வார் என்று தெரியாமல் பணமுதலைகள் பதறினர்.

சாலைகளின் சந்திப்பில் போக்குவரத்து நெருக்கடி ஏற்பட்டால், அங்கே நின்றிருக்கும் கார்களில் முக்காலுக்கும் மேல் ஃபோர்டின் மாடல் டி கார்களாகவே இருந்தன.

பெற்றோரைப் புறக்கணிப்போர் அவர் நிறுவனத்தில் பணிபுரிய முடியாது.

கடன்வாங்கி, குடித்து, வீட்டைக் கவனியாத ஊழியர்களுக்கு அங்கே இடமில்லை. ஊழியர்களுக்குக் கல்வி கற்றுத்தரப் பட்டது.

சரித்திரம் தேவையற்றது என்று கருதிய ஃபோர்ட், சரித்திரம் படைத்த பெரியோர்கள் வாழ்ந்த இல்லங்களையும் அவர்கள் தொடர்புடைய கட்டடங்களையும் பாதுகாத்தார். அவரைப் பொருத்தமட்டில் பழைமை வேறு, சரித்திரம் வேறு.

விவசாயத்தில் புதுமை, நடனத்தில் ஆய்வு, வானொலி நிகழ்ச்சி, பத்திரிகை என எத்தனையோ துறைகளில் அவரது கவனம் சென்றது.

அவர் ஒரு சர்வாதிகாரி.

ஆனால் சேவை மனப்பான்மை கொண்ட சர்வாதிகாரி.

வாழ்க்கையில் அவர் எதிர்கொண்ட சவால்கள் ஏராளம்.

அவற்றை எதிர்த்து நின்றார்.

அதனால் வென்றார்.

அந்த வெற்றிக்கதையைப் பார்க்க வேண்டாமா?

ஃபோர்டின் மாடல் டி-யில் ஏறுங்கள்.

நமது பயணப் பாதை எங்கும் போதிமரங்கள்தாம்!

- இலந்தை சு. இராமசாமி

1

நாம் செய்யும் தவறுகள் கூடப் பெரிய சாதனைகள் செய்வதற்கு அவசியத் தேவைகளாக இருக்கலாம்.

'மேரி, மேரி' என்று கத்தினார் வில்லியம் ஃபோர்ட்.

'என்னங்க, என்ன விஷயம்?' என்று கேட்டுக் கொண்டே சமையலறையில் இருந்து வந்தார் அவரது மனைவி மேரி.

'உன் செல்லப் பையன் செய்திருக்கிற வேலையைப் பார். மைக், பள்ளிக்கூடத்தில் என்ன நடந்தது என்று மேரியிடம் சொல்.'

'வேலியில் தீப்பிடித்துவிட்டது' என்றான் மைக்.

'அதற்கும் என் செல்லப்பையனுக்கும் என்ன சம்பந்தம்?' என்று கேட்டார் மேரி.

'அவனாலேதானே வேலியில் தீப்பிடித்தது!' என்றார் வில்லியம்.

'அவன் என்ன செய்தான்?'

'ஸ்டீம் இன்ஜின் செய்தானாம். வீட்டிலிருந்து பழைய எண்ணெய் கேன் ஒன்றை எடுத்துக்

கொண்டு போய் ஸ்டீம் இன்ஜின் செய்திருக்கிறான். அதைச் சூடாக்கியபோது வெடித்து அங்கிருந்த பையன்களுக்கெல்லாம் காயம். ஹென்றிக்கும் காயம். அடுப்புத் தீ சிதறி வேலியில் பற்றிக்கொண்டது' என்றார் வில்லியம்.

'வேலியைச் சரிசெய்ய அதிகம் செலவாகுமோ?' என்று கேட்டார் மேரி.

'செலவை விடு. அந்த ஆசிரியர் வார்ட், ஹென்றியைப் பள்ளிக் கூடத்தை விட்டு நிறுத்திவிட்டால் என்ன செய்வது? ஹென்றி வரட்டும். அவனை என்ன செய்கிறேன் பார்' என்றார் வில்லியம்.

'குழந்தையை ஒன்றும் செய்யவேண்டாம். அவனுக்குச் சின்னச் சின்ன கருவிகள் செய்வதிலே ஆர்வம். அவன் ஒரு மெக்கானிக். நீங்கள் அவனுக்கு ஊக்கம் கொடுப்பதில்லை. அதனாலேதான் அவன் வெளியிலே இந்த மாதிரி நடந்துகொள்கிறான்' என்றார் தாய்.

'இங்கே பார். நான் ஒரு விவசாயி. என் மூத்த மகனும் விவசாயி யாகத்தான் இருக்கவேண்டும். நமக்கு நிறைய நிலம் இருக்கிறது. அதைப் பண்படுத்தினாலே போதும். வேறு வேலை ஒன்றும் செய்ய வேண்டாம். மெக்கானிக் மெக்கானிக் என்று அவனைத் தூக்கி வைத்துக் கொண்டாடாதே!' என்றார் வில்லியம்.

அவர்கள் பேசிக்கொண்டிருக்கும் போதே ஹென்றியை அழைத்துக்கொண்டு வந்தார் பள்ளி ஆசிரியர் வார்ட்.

'மிஸ்டர் வார்ட். கேள்விப்பட்டேன். வேலியை நான் சரிசெய்து கொடுத்துவிடுகிறேன்' என்று சொல்லிக்கொண்டே ஹென்றியைப் பிடித்து இழுத்து அடிக்கக் கையை ஓங்கினார் வில்லியம்.

அவரைத் தடுத்தார் வார்ட்.

'மிஸ்டர் ஃபோர்ட், உங்கள் மகன் மேல் புகார் கொடுப்பதற்காக இங்கே வரவில்லை. அவனைப்போல இயந்திரங்களில் ஆர்வம் உள்ள மாணவர்கள் மிகவும் குறைவு. ஸ்டீம் இன்ஜின் உருவாக்க அவனுக்கு அவனது தோழர்கள் உதவியதைப் பார்த்தால் அவன் பலரையும் வேலைவாங்குவதில் வல்லவன் என்று தெரிகிறது' என்றார் வார்ட்.

‘ஆனால் என் மகன் விவசாயியாகத்தான் இருக்கவேண்டும் என்பது என் விருப்பம்’ என்றார் வில்லியம்.

‘விவசாயத்துக்கு உதவுகிற இயந்திரங்களை அவன் கண்டு பிடிக்கலாமே?’ என்றார் வார்ட்.

‘இவன் செய்வதெல்லாம் மற்றவர்களுக்கு இடைஞ்சலாகத் தானே இருக்கிறது! அன்றைக்குப் பாருங்கள். அவனது சகாக் களோடு சேர்ந்து அணை கட்டுகிறேன் என்று சொல்லி ஒரு சிறு கால்வாயை அடைத்தான். ஆனால் என்ன ஆயிற்று? அதில் கசிவு ஏற்பட்டு அதற்குக் கீழ்ப்புறம் இருந்த விவசாயியின் நிலம் முழுவதும் நீர் தேங்கிவிட்டது. அவரைச் சமாதானம் செய்வதற் குள் போதும் போதும் என்றாகிவிட்டது. இப்படித் தவறுகள் செய்யலாமா?’ என்றார் வில்லியம்.

வார்ட் சிரித்தார். ‘நாம் செய்யும் தவறுகள் கூடப் பெரிய சாதனை கள் செய்வதற்கு அவசியத் தேவைகளாக இருக்கலாம். நீங்கள் பாருங்களேன், ஹென்றி பெரிய ஆளாக வருவான். அவனது ஆர்வத்தைக் கட்டுப்படுத்தாதீர்கள்.’

‘ஆமாங்க, ஹென்றியின் பேண்ட் பாக்கெட்டைப் பாருங்கள். போல்ட், நட், ஆணி எல்லாவற்றையும் அவன் அதற்குள்தான் போட்டு வைக்கிறான். ஆணி, பாக்கெட்டைக் கிழித்து விடுகிறது. தினமும் அதைத் தைப்பதே எனக்கு வேலையாகப் போய்விட்டது. அவனுக்குச் சிறியதாக ஒரு பட்டறை ஏற்பாடு செய்து கொடுங்கள்’ என்றார் மேரி.

‘கத்தி, சுத்தியெல்லாம் இவன் பள்ளிக்கூடத்துக்கும் கொண்டு செல்வதாகக் கேள்விப்பட்டேன். மிஸ் நார்ட்டின் வகுப் பெடுத்துக் கொண்டிருந்த போது அவருக்குத் தெரியாமல் ஹென்றியும் அவனது நண்பன் எட்செல் ருடிமேனும் கத்தி யினாலே தன் பெயரை டெஸ்கில் செதுக்கினார்களாம். மிஸ் நார்ட்டின் என்னிடம் சொன்னார்’ என்றார் வில்லியம்.

‘ஆமாம். அந்த டெஸ்க் இன்னமும் அப்படியேதான் இருக்கிறது. என்ன அழகாகச் செதுக்கியிருக்கிறார்கள் தெரியுமா?’ என்று வியந்து சொன்னார் வார்ட். (பின்னாளில் அந்த டெஸ்கைத் தேடிப்பிடித்து வாங்கி, தான் உருவாக்கிய கிரீன்ஃபீல்ட் கிராமத் தில் பத்திரமாக வைத்தார் ஹென்றி ஃபோர்ட். இன்றும் அது அங்கே இருக்கிறது.)

‘அவன் கருவிகளை வைக்க ஒரு சிறிய பட்டறை செய்து கொடுங்கள். அவன் பள்ளிக்கூடத்துக்கு அவற்றைக் கொண்டு செல்ல மாட்டான்’ என்றார் மேரி.

ஹென்றிக்கு ஒரு சிறிய பெஞ்சும் அவனது கருவிகளை வைப் பதற்கு அதில் சில அறைகளும் அமைத்துக் கொடுத்தார் வில்லியம். அவன் இயந்திரங்களை இயக்கவேண்டும் என்பதற் காக அவர் அதை அமைத்துக்கொடுக்கவில்லை. அவனுடைய பேண்ட் கிழிந்துவிடக் கூடாது என்பதுதான் அதற்குக் காரணம். அவன் கருவிகளையும் நட், போல்ட் போன்றவற்றையும் பேண்ட் பாக்கெட்டில் போட்டுக்கொண்டு செல்லாக் கூடாது என்று தாய் கடுமையாக உத்தரவு போட்டிருந்தாலும் பள்ளிக் கூடத்தில் சில வேலைகளைச் செய்வதற்காக அவற்றை அன்னைக்குத் தெரியாமல் கொண்டு செல்வதும் உண்டு.

அவனுடைய வீட்டில், மக்காச்சோளத்தை அதன் கதிரிலிருந்து பிரிப்பதற்காக ஓர் கருவி இருந்தது. ஒரு சக்கரத்தைச் சுற்றிக் கொண்டே மக்காச்சோளக் கதிரை அந்தக் கருவியில் நுழைத்தால் அது சோளமணிகளைப் பிரித்துக் கீழே உள்ள கொள்கலத்தில் கொட்டும். எவ்வளவு நேரம்தான் கையால் சுற்றிக்கொண்டே இருப்பது? எனவே ஹென்றி யாருக்கும் தெரியாமல் அதில் ஒரு மாற்றம் செய்தான்.

சக்கரத்துக்குப் பதிலாகக் காலினால் தையல் இயந்திரத்தில் மிதிப்பதுபோல ஒரு அமைப்பை ஏற்படுத்தினான். நின்று கொண்டோ, அமர்ந்து கொண்டோ அதை மிதித்து சோளக் கதிரைக் கருவியில் நுழைத்தால் மணிகள் பிரிந்து விழுந்துவிடும். அதைப் பார்த்த தந்தைக்கு உள்ளூர மகிழ்ச்சி என்றாலும் அதைப் பாராட்டினால் எங்கே அந்தப் பக்கம் சாய்ந்துவிடுவானோ என்ற எண்ணத்தில் அதைப் பாராட்டவில்லை.

‘எதற்கும் குறுக்குவழி கண்டுபிடிப்பதில் நீ கெட்டிக்காரன்’ என்றார்.

தந்தை பாராட்டுகிறாரா அல்லது திட்டுகிறாரா என்று ஹென்றிக்குப் புரியவில்லை. தந்தையை எப்படித் திருப்திப் படுத்துவது என்று தெரியவில்லை. தனது தந்தை தனக்கு ஆதரவாக இல்லை என்ற எண்ணம் அவன் பெரியவனான பிறகும் அவனிடம் நிலைபெற்றிருந்தது.

அவனுக்கு ஏதாவது விளையாட்டுப் பொம்மை வாங்கிக் கொடுத் தால் அது கைக்கு வந்த மறுநிமிடமே தனது பட்டறைக்குக் கொண்டு சென்று அதைத் தனித்தனியாகப் பிரித்துப் பின்னர் ஒன்றாக இணைத்துவிடுவான். சில சமயங்களில் அதில் சிறு மாற்றங்களைச் செய்து இயங்கச் செய்வான். அவனது தங்கை தம்பிகளின் பொம்மைகளும் திடீர் திடீரெனக் காணாமல் போய்விடும். பிறகு மாற்றப்பட்டோ அல்லது இணைக்கப் பட்டோ அவர்கள் கைக்கு வந்து சேரும்.

ஓர் இரவுப் போதில் எல்லோரும் சாப்பிடுவதற்காக அமர்ந்திருந் தர்கள். ஹென்றியை மட்டும் காணவில்லை. அவனது தம்பி ஜானின் வண்ணத்துப்பூச்சி பொம்மையை சற்றுத்தொலைவில் இருந்த கட்டிலின் அடியில் அமர்ந்துகொண்டு பிரித்துப் பார்த்துக் கொண்டிருந்தான் ஹென்றி. அந்தப் பொம்மையில் உள்ள ஒரு பல்சக்கரம் அதன் இழுகம்பியிலிருந்து விடுபட்டதால் பறந்து வந்து தங்கை மார்க்கரட்டின் காலடியில் வந்து விழுந்தது. அதைப்பார்த்த ஜான் அது தனது பொம்மை எனக் கத்தினான்.

இதையெல்லாம் கவனித்துக்கொண்டிருந்த வில்லியம், ஹென்றியை அதட்ட அவன் உண்மையை ஒப்புக்கொண்டான்.

'நாளைக்குக் காலையில் அதைச் சரிசெய்து கொடுத்துவிடு கிறேன்' என்றான் ஹென்றி.

'உன் பொம்மையை நீ என்ன வேண்டுமானாலும் செய்துகொள். ஆனால் மற்றவர்களின் பொம்மைகளை நீ தொடக் கூடாது. சரி, சரி, அதை அந்த மேஜையில் வை. காலையில் பார்க்கலாம்' என்றார் வில்லியம்.

அன்று இரவு எல்லோரும் படுக்கச் சென்றபிறகு யாருக்கும் தெரியாமல் ஹென்றி மெதுவாக எழுந்துவந்து கொழுந்துவிட்டு எரிந்து கொண்டிருந்த கணப்பின் அருகில் வந்து அமர்ந்து அந்த வெளிச்சத்தில் வண்ணத்துப்பூச்சி பொம்மையைச் சீர்செய்து கொண்டிருந்தான். பக்கத்திலே காலடி ஓசை கேட்டது. நிமிர்ந்து பார்த்தான். அவனது தாய் நின்று கொண்டிருந்தார்.

'திருட்டுப்பயலே, எனக்கு உன்னைப் பற்றித் தெரியாதா? இதைச் சீர் செய்யவில்லையென்றால் உனக்குத் தூக்கம் வராதே. சரி நானும் இங்கேயே இருக்கிறேன். சீக்கிரம் செய்துமுடி' என்றார் மேரி.

இந்த ஆதரவும் அரவணைப்பும் அவனுக்கு மிகவும் பிடித்திருந் தது. தாய் எதைச் சொன்னாலும் செய்வதற்கு அவன் தயாராக இருந்தான்.

'நான் எப்படி வாழவேண்டுமென்று என் தாய் நினைத்தாரோ அப்படியே வாழ்கிறேன்' என்று ஹென்றி ஃபோர்ட் அடிக்கடி சொல்வதுண்டு.

ஹென்றியின் தந்தை வில்லியம் ஃபோர்ட் அமெரிக்காவில் உள்ள மிஷிகன் மாகாணத்துக்கு அவருடைய உறவினர்களோடு வந்த போது, நிலம் வாங்கி அங்கே தங்குவதற்குப் பெரும்பாடு படவேண்டியிருந்தது.

மிஷிகன் மாநிலத்தில் டெட்ராய்டு நகருக்கு அருகில் உள்ள டியர்பார்ன் என்ற இடத்தில் முதலில் ஒரு தச்சுத் தொழிலாளி யாகத்தான் வில்லியம் தன் வாழ்க்கையைத் தொடங்கினார். அதன்பிறகு படிப்படியாக முன்னேறி நிலம் வாங்கி, காட்டுப் பகுதியில் இருந்த மரங்களை வெட்டி நிலத்தைச் சீர்படுத்தி ஒரு சிறந்த விவசாயியாகத் திகழ்ந்தார். 1861-ம் ஆண்டு மேரி லிடோகாட் என்ற பெண்மணியை மணந்தார்.

1862-ல் ஒரு குழந்தை பிறக்கும் போதே இறந்து பிறந்தது. அதன் பிறகு அவர் கர்ப்பமானபோது அந்தக் குழந்தை நன்றாகப் பிறக்க வேண்டுமே என்று கவலைப்பட்டார். ஆனால் நல்ல திடகாத்திர மான குழந்தையாக 1863-ம் ஆண்டு ஜூலை மாதம் 30-ம் தேதி ஆண் குழந்தை பிறந்தது. அதற்கு ஹென்றி என்று பெயர் சூட்டினர்.

ஹென்றி பிறந்த மறு ஆண்டுக்குள் வில்லியம் 120 ஏக்கர் நிலம் வாங்கி விவசாயத்தை விரிவுபடுத்தினார். அந்தப் பகுதியின் முக்கிய புள்ளிகளுள் ஒருவராகத் திகழ்ந்தார்.

சொல்லிவைத்தாற்போல அடுத்து வந்த ஆண்டுகளில் இரண் டாண்டுக்கு ஒரு குழந்தையாக வில்லியம், மேரிக்கு ஐந்து குழந்தைகள் பிறந்தனர். ஜான், மார்கரெட், ஜேன், வில்லியம் ஜூனியர், ராபர்ட் என்ற ஐவரோடு ஹென்றியையும் சேர்த்து அந்த வீடு எப்பொழுதும் கலகலப்பாக இருந்தது.

அந்தக் குடும்பப் பொறுப்பு முழுவதையும் மேரிதான் கவனித்து வந்தார். விக்டோரியன் கலாசாரம்தான் அவர்களை வழி

நடத்தியது. வாழ்க்கையில் உணர்ச்சிகளுக்கு அடிமையாகாமல் கட்டுப்பாட்டோடு வாழ்வதுதான் விக்டோரியன் கலாசாரம்.

'வாழ்க்கையிலே விரும்பத்தகாத வேலைகள் பல செய்ய நேரலாம். அவை மனத்துக்கு ஒவ்வாததாக இருக்கலாம். ஆனால் நீ அவற்றைச் செய்துதான் ஆகவேண்டும்' என்பதுதான் தாய் மேரியின் அறிவுரை.

அதே போல உணவு விஷயத்திலும் தாய் கண்டிப்பானவர். 'உன்னுடைய ஆரோக்கியம்தான் முக்கியம். சுவைக்காக உண்ணாமல் உடல் நலத்துக்காக உண்ணவேண்டும்' என அறிவுறுத்தினார். அடித்து வளர்ப்பதைவிட அவமானத்தை உணரவைப்பதே சிறந்த முறையாகக் கருதி குழந்தைகளை வளர்த்தார்.

'எங்கள் தவறுகளுக்காக எங்களை வெட்கப்படச் செய்தார் எங்கள் தாய். வெட்கம், சாட்டை அடியைவிட ஆழமாகத் தாக்கும்' என்றார் ஹென்றி.

'வாழ்க்கை என்பது வெறும் விளையாட்டல்ல. விளையாட உங்களுக்கு உரிமை உண்டு. ஆனால் அந்த உரிமையை நீங்கள் சம்பாதிக்க வேண்டும். அந்த உரிமையை உங்களுக்குக் கொடுப்பது உங்கள் உழைப்பு' என்று மேரி தன் குழந்தைகளிடம் -குறிப்பாக ஹென்றியிடம் - சொல்வதுண்டு. 'விளைவு இல்லாத வெற்று உழைப்பு பயனற்றது' என்றார் மேரி.

'பேசிப் பயனில்லை, ஒழுங்காகத் திட்டமிட்டு வேலைசெய்ய வேண்டும், வேலை வாங்க வேண்டும்' என்றும் மேரி அடிக்கடிச் சொல்வதுண்டு.

ஹென்றி ஃபோர்டின் வாழ்க்கையைச் செம்மைப் படுத்தியதில் பெரும்பங்கு வகித்தவை, அவர் படித்த காலத்தில் பள்ளிகளில் பாடப்புத்தகமாக வைக்கப்பட்டிருந்த மெக்கஃபி எக்லெக்டிக் ரீடர்ஸ் (McGuffey Eclectic Readers) என்ற புத்தகங்கள்தாம். அக்கால அமெரிக்கக் கலாசாரத்துக்கேற்ப மாணவர்களை நல்ல நெறியில் செலுத்துவதற்கும் முறைப்படி கல்வி பயிலுவதற்கும் ஏற்ற பாடத்திட்டங்களைக் கொண்டு வெளிவந்த மெக்கஃபி ரீடர்ஸ் எட்டுத்தொகுதிகள் கொண்டவை. ரெவெரெண்ட் வில்லியம் ஹோம்ஸ் மெக்கஃபி (Rev. William Holmes McGuffey) என்பவரால் எழுதித் தொகுக்கப்பட்டவை.

இந்தப் புத்தகங்களை, பெற்றோர்களும் ஆசிரியர்களும் மாணவர்களும் பெரிதும் வரவேற்றனர். அவற்றில் வரும் பாடல்களும் படங்களும், பெரியவர்களுக்கும் மனப்பாடமாகத் தெரியும். முதல் ரீடர் புத்தகம் 1841-ல் வெளிவந்தது. 75 ஆண்டுகள் தொடர்ந்து வெளியாகி வந்த அப்புத்தகங்கள் 12 கோடி தொகுதிகள் விற்பனையாயின. 19-ம் நூற்றாண்டில் அமெரிக்க மாணவர்களில் 80% மாணவர்கள் அப்புத்தகங்களைப் படித்தார்கள். அக்காலகட்டத்தில் அமெரிக்காவில் பைபிளுக்கு அடுத்தபடியாக அதிகம் விற்பனையானவை அப்புத்தகங்கள்தாம் என்று சொல்லப்படுகிறது.

பள்ளிக்குச் செல்லுவதற்கு முன்பே மெக்கஃபி புத்ததகங்களை ஹென்றியின் தாயார் அவனுக்குக் கற்றுக்கொடுத்தார். அதன் பிறகு பள்ளியில் சேர்ந்து படித்தான் ஹென்றி. அவற்றில் பல பாடங்கள் அவனுக்கு அத்துப்படி. பெரியவனான பிறகும் அவனால் அவற்றை மனப்பாடமாக ஒப்பிக்க முடிந்தது. மெக்கஃபி வாசகர் வட்டத்தில் யார் அதிகம் ஒப்பிப்பது என்ற போட்டியில் ஹென்றி பலமுறை வென்றதுண்டு.

(பிற்காலத்தில் மெக்கஃபியின் புத்தகங்கள் வழக்கொழிந்து போனாலும் ஹென்றி ஃபோர்ட் அவற்றைத் தேடிப்பிடித்து வாங்கித் தொகுத்தார். பல இலட்சம் படிகள் அச்சிட்டு மாணவர்களுக்கு வழங்கினார். மெக்கஃபி வாழ்ந்த மரவீட்டை அவரது ஊரிலிருந்து பெயர்த்துவந்து அதைச் சீர்படுத்தி அதே அமைப்பிலேயே தந்து கிரீன்ஃபீல்ட் கிராமத்தில் நிறுவினார்.)

தாயின் அறிவுரைகளும் மெக்கஃபி ரீடர்ஸ் அளித்த நீதி போதனைகளும் பண்பாட்டுப் பயிற்சிகளும் மாணவப்பருவத்தில் விளைவித்த தாக்கம் ஹென்றியின் வாழ்நாள் முழுதும் வழிகாட்டியாக அமைந்தது.

1875-ம் ஆண்டு மேரி மீண்டும் கருவுற்றார். எல்லா வேலைகளையும் தானே செய்துகொண்டுவந்த மேரி சற்றுத் தளர்ந்திருந்தார். ஹென்றி தாய்க்குப் பல உதவிகளைச் செய்தான். மார்க்கரெட் தானே முன்வந்து பல வேலைகளைச் செய்தாள். புதிய வரவை எல்லோரும் மிக ஆவலோடு எதிர்பார்த்தனர். ஆனால் பிரசவம் சற்றுச் சிக்கலாகிவிடவே தாயையும் சிசுவையும் காப்பாற்ற முடியவில்லை. 1876 மார்ச் 29-ம் தேதி மேரி மறைந்தார்.

தந்தை தனக்கு ஆதரவாக இல்லாதபோது தன்னை அரவணைத்துச் சென்ற அன்னையின் மறைவு ஹென்றியை வெகுவாகப் பாதித்தது. தாயின் மரணத்துக்குத் தந்தையும் ஒரு காரணம் எனும் எண்ணம் ஏனோ ஹென்றியின் உள்ளத்தில் ஆழமாகப் பதிந்துவிட்டது. தன் வாழ்வின் கடைசிவரை தன் தந்தையை மன்னிக்கவில்லை. அந்தக் கோபம்தான் பின்னாளில் தான் வாழ்ந்த வீட்டைப் பத்திரிகைக்காரர்களுக்குச் சுற்றிக்காட்டிய போது 'இது என் அன்னையின் வீடு, இங்கே என் தந்தையும் வாழ்ந்தார்' என்று சொல்ல வைத்தது.

வெகு நாள்கள் அன்னை மறைந்த துயரத்திலிருந்து ஹென்றி மீளவில்லை. 'என் தாயில்லாத வீடு மெயின்ஸ்பிரிங் இல்லாத கடிகாரம் போல் ஆகிவிட்டது' என்றான் ஹென்றி.

அந்தச் சூழ்நிலையிலிருந்து அவனைச் சற்று மாற்றுவதற்காக அவன் தந்தை அவனை டெட்ராய்ட்டுக்கு அழைத்துச் சென்றார்.

2

கற்பதை நிறுத்துபவன் இருபது வயதுக்காரனாக இருந்தாலும் முதியவனே! கற்றுக்கொண்டே இருப்பவன் எண்பது வயதுக்காரனாயினும் இளையவனே! உன் மனத்தை என்றும் இளமை யாக வைத்துக்கொள்வதுதான் சிறந்தது.

'அப்பா, அப்பா, அதோ பாருங்கப்பா, ஒரு ஸ்டீம் ரோட் இன்ஜின் வருகிறது' என்று தன் தந்தையிடம் சொன்னான் ஹென்றி. அவனும் அவனது தந்தை யும் அவர்களது குதிரை வண்டியில் டெட்ராய்ட் சென்று கொண்டிருந்தார்கள்.

'ஸ்டீம் இன்ஜின் வந்துவிட்டுப் போகட்டுமே, அதனால் நமக்கென்ன?' என்று கேட்டார் தந்தை. அவன் ஏன் அதில் வியப்பு காட்டுகிறான் என்று அவருக்குத் தெரியும்.

'அப்பா, அதை ஓட்டுபவர் நமது பக்கத்து வீட்டுக் காரர் மிஸ்டர் க்ளீசனின் டிரைவர் மிஸ்டர் ரெடென்' என்று சொல்லிக்கொண்டே குதிரைவண்டியில் இருந்து குதித்து ஸ்டீம் இன்ஜினை நோக்கி ஓடினான் ஹென்றி.

'அப்பா, இன்னமும் அரை மணி நேரம் கழித்து இங்கிருந்து என்னைக் கூட்டிச் செல்லுங்கள்' என்றான்.

ரெடெனுக்கு ஹென்றியைப் பற்றி நன்கு தெரியும். எனவே அவனை ஸ்டீம் இன்ஜினில் ஏறிக்கொள்ளச் சொன்னார். 'ஹென்றி, இதை நிறுத்தி மீண்டும் கிளப்புவது மிகவும் சிரமம். அதிக பட்சம் மணிக்கு 5 மைல் வேகத்தில்தான் செல்கிறது, எனவே நீயே தொத்தி ஏறிக்கொள்' என்றார் ரெடென்.

'மிஸ்டர் ரெடென், இதை எங்கே கொண்டு செல்கிறீர்கள்?'

'மக்காச்சோளம் போரடிக்கக் கொண்டு போகிறேன். ஹென்றி, எனக்குக் கொஞ்சம் உதவி செய். அதோ அங்கிருக்கும் நிலக் கரியை எடுத்து நெருப்பில் போடு.'

ஹென்றிக்கு அந்த இன்ஜின் எப்படி இயங்குகிறது என்று தெரிந்து கொள்ளவேண்டும். அதற்காக அவர் சொல்வதையெல்லாம் கேட்கத் தயாராயிருந்தான்.

'இந்தச் சக்கரத்தின் சுழற்சி ஒரு நிமிடத்துக்கு எவ்வளவு?'

'அடேடே, உனக்குச் சுழற்சி பற்றியெல்லாம் தெரிந்திருக் கிறதே!'

'படித்திருக்கிறேன்.'

ஜேம்ஸ் வாட்டின் வாழ்க்கை வரலாற்றிலிருந்து தொடங்கி அந்த இன்ஜின் எப்படி இயங்குகிறது என்ற முழு விவரத்தையும் அவனுக்குப் போதித்தார் ரெடென்.

அவர் சொல்லிக்கொண்டிருக்கும் போதே ஹென்றியின் மனம் வேறெங்கோ சென்றது.

'இந்த ரோட் இன்ஜினை இந்த ஸ்டீம் இன்ஜின் இயக்கக்கூடு மென்றால் நாலுசக்கர வாகனத்தையும் அதனால் இயக்க முடியாதா?'

'ஆனால் அப்படி இயக்க முயற்சி செய்யும் போது எடை மிகப் பெரிய பிரச்னையாக இருக்கும்.'

அந்தச் சிறுவனின் மனத்தில் பெரிய சிந்தனைகள் ஓடின!

'ஹென்றி நீ கற்றுக்கொண்டே இருக்கவேண்டும். கற்பதை நிறுத்துபவன் இருபது வயதுக்காரனாக இருந்தாலும் முதிய வனே! கற்றுக்கொண்டே இருப்பவன் எண்பது வயதுக்காரர்

ஆயினும் இளையவனே! உன் மனத்தை என்றும் இளமையாக வைத்துக்கொள்வதுதான் சிறந்தது' என்றார் ரெடென்.

'அப்படியே செய்கிறேன்' என்ற ஹென்றியின் மனம் சிந்தனையில் ஆழ்ந்துவிட்டது.

'ஹென்றி, அதோபார், உன் தந்தை வந்துவிட்டார்' என்றார் ரெடென்.

ஹென்றியின் காதில் அவர் சொன்னது விழவில்லை. அவனைப் பிடித்து அசைத்துத்தான் சுயநினைவுக்குக் கொண்டுவர வேண்டியிருந்தது.

'என்ன, அவனுக்கு ஏதாவது புரிந்ததா?' எனக்கேட்டார் தந்தை.

'அவன் எனக்கே கற்றுக்கொடுப்பான் போல் தெரிகிறது' என்றார் ரெடென்.

'ஹூம், இந்த ஆர்வம் விவசாயத்தில் இருந்தால் எவ்வளவு நன்றாக இருக்கும்?' என்றார் வில்லியம்.

வீட்டுக்குத் திரும்பிச் சென்ற பிறகும் அந்த ரோட் இன்ஜின் நினைவாகவே இருந்தான் ஹென்றி. அவன் பிற்கால வாழ்வுக்கு அந்த நிகழ்ச்சி வித்திட்டது.

●

அவனது வீட்டில் பணி புரிந்துவந்த மைக், ஹென்றியிடம் ஒரு பாக்கெட் கடிகாரத்தைக் கொடுத்தான். 'ஹென்றி, இது ஓடவில்லை. இதைத் திறந்து பார்த்துக் கற்றுக்கொள்' என்றான் மைக்.

'இதைச் சரிசெய்ய முடிந்தால் நீ கடிகாரத்தைத் திரும்பக் கேட்பாயா?' என்றான் ஹென்றி.

'கேட்கமாட்டேன், அது உனக்குத்தான்' என்றான் மைக்.

ஹென்றி அதைப் பிரித்துப் பார்த்தான். அதில் உள்ள திருகாணிகளைத் திறக்கவேண்டிய திருப்புளி அவனிடம் இல்லை. ஒரு சிறிய ஆணியை எடுத்துத் தட்டி, தானே ஒரு திருப்புளி தயார் செய்தான்.

அந்தக் கடிகாரம் ஓடத் தொடங்கியது.

அவனது தந்தையுடன் டெட்ராய்ட்டில் உள்ள மிஸ்டர் ஃப்ளவர் என்பவரின் இயந்திர சாலைக்கு அவன் சென்றிருந்த போது ஃப்ளவரிடம் தான் சரிசெய்த கடிகாரத்தைக் காட்டினான். அதைக் கவனித்த ஃப்ளவர் மிகவும் சிக்கலான அந்தக் கடிகாரத்தை அவனால் எப்படிச் சரிசெய்ய முடிந்தது என எண்ணி வியந்தார்.

'மிஸ்டர் ஃபோர்ட், ஹென்றியைச் சாதாரணமாக நினைக்கா தீர்கள். அவன் ஒரு பிறவி மெக்கானிக். அவனை எப்பொழுது என்னிடம் தொழில் கற்க அனுப்பப்போகிறீர்கள்' என்று கேட்டார் ஃப்ளவர்.

'பார்க்கலாம்' என்றார் வில்லியம்.

ஹென்றியின் இயந்திர ஆர்வம் வில்லியத்துக்குப் பிடிக்க வில்லை; என்றாலும்கூட அவனுக்காகச் சில கருவிகளை வாங்கிக்கொடுத்தார். கற்றுக்கொள்ளாமலேயே கடிகாரங் களைப் பழுதுபார்க்கும் திறன் எப்படியோ ஹென்றிக்கு வாய்த் தது. அதைப் பற்றிப் பின்னாளில் ஹென்றி குறிப்பிடும்போது, 'கடிகாரத்தைப்பற்றி எனக்கு ஒன்றும் தெரியாது. ஆனால் முதன்முதலில் பழுதுற்ற கடிகாரத்தைப் பிரித்தபோது அதன் இயக்கம் பற்றிய முழு விவரமும் எப்பொழுதோ எங்கோ கற்று அறிந்ததைப்போல என் மனக்கண்முன் விரிந்தன. இது பூர்வ ஜென்மத் தொடர்போ என எண்ண வைத்தது' என்று சொன்னார்.

தனது சிறு வயதிலேயே தனது பள்ளித்தோழர்களின் கடிகாரங் களைப் பழுதுபார்த்துக் கொடுத்தான் ஹென்றி. இதை அறிந்த அவ்வூரார் பலரும் அவனிடம் கடிகாரம் பழுது பார்க்கக் கொடுத்தனர். அவன் இலவசமாகச் சரிசெய்து கொடுத்தான். 'ஒரு கலை கைவந்திருக்கும் போது அதை இலவசமாகச் செய்யக் கூடாது. காசு வாங்கிக்கொண்டுதான் செய்யவேண்டும்' என்றார் வில்லியம்.

'அவர்கள் கடிகாரத்தைப் பழுது பார்ப்பதன்மூலம் நான் மேலும் நுணுக்கங்களைக் கற்றுக்கொள்கிறேன். அவர்கள் என்மேல் நம்பிக்கை வைத்துக் கொடுப்பதற்கு நன்றியாக நான் பழுது பார்த்துக் கொடுக்கிறேன்' என்றான் ஹென்றி. ஆனாலும் தந்தை ஏற்றுக்கொள்வதாக இல்லை.

தந்தை உறங்கச் சென்ற பிறகு கடிகாரங்களைப் பழுது பார்த்தான். இது தந்தைக்குத் தெரியவந்தபோது அவனது படிப்பு கெட்டு விடுவதாகவும், தனக்கு விவசாயத்தில் உதவாமல் அவன் ஊராருக்கு இலவசமாக உதவுவதாகவும் குற்றஞ்சாட்டினார். தந்தைக்கும் மகனுக்கும் வாக்குவாதம் முற்றியது. அடிக்கடி சிறு சிறு சச்சரவுகள் நிகழ்ந்தன. இளமைப்பருவத்தை நோக்கி அடியெடுத்து வைத்துக்கொண்டிருந்த ஹென்றி சுதந்தரமாக இயங்க விரும்பினான்.

வில்லியம் ஒரு விவசாயிதான் என்றாலும் அவரும் இயந்திரத் தொழிலில் ஆர்வம் உள்ளவர்தான். அவரது வாழ்க்கையை ஒரு மரத்தச்சராகத்தான் தொடங்கினார். அவர் வீட்டில் அவருக் கென்று ஒரு பட்டறை வைத்திருந்தார். பல கருவிகள் இருந்தன. அறுவடைக் காலத்தில் அவரிடம் பலர் தமது கலப்பைகளையும் வண்டிகளையும் பழுது பார்க்கக் கொடுப்பதுண்டு. அவர் தான் வாழ்ந்த ஊருக்கு குதிரைவண்டிகளுக்குப் பதிலாக மின்சாரத்தில் இயங்கும் ஊர்திகளைக் கொண்டுவர முயற்சி செய்தார்.

ஆனால், அவரது எல்லா முயற்சிகளும் விவசாயத்தைச் சார்ந்தே இருந்தன. தனது மகனும் விவசாயத்துக்குத் தேவையான இயந் திரங்கள் செய்வதில் முனைந்திருந்தால் அவர் மகிழ்ந்திருப்பார். அவனது ஆர்வமெல்லாம் கடிகாரத்திலும் ஸ்டீம் இன்ஜினிலும் மின்சாரத்திலும் இருந்ததுதான் அவருக்குப் பிடிக்கவில்லை.

அந்த ஊரில் தொடர்ந்திருந்தால் தனது வளர்ச்சிக்குத் தந்தையே இடைஞ்சலாக இருப்பார் என்று எண்ணிய ஹென்றி ஊரை விட்டுப்போவது என்று முடிவு செய்தான். 1879-ம் ஆண்டு, தனது பதினாறாவது வயதில், தன்னந்தனியாக டெட்ராய்ட் நோக்கி நடந்தான். யாரிடமும் சொல்லவில்லை.

ஒன்பது மைல் நடந்து சென்று அங்கே ஒரு சிறு அறையை வாடகைக்கு எடுத்தான். மிஷிகன் கார் கம்பெனியில் பணிக்கு அமர்ந்தான். அங்கே ஒருவாரம்தான் வேலை செய்தான். பின்னர் அவன் மிகவும் விரும்பிய ஃப்ளவர் சகோதரர்களின் மெஷின் ஷாப்பில் வேலைக்குச் சேர்ந்தான். வாரத்துக்கு இரண்டரை டாலர் சம்பளம்.

அந்தத் தொழிற்பட்டறையில் பித்தளையிலும் இரும்பிலும் பலவிதமான வால்வுகள் தயாரிக்கப்பட்டன. பலவகையான

இயந்திரங்கள் அங்கே இருந்தன. பித்தளை வால்வுப் பிரிவில் ஹென்றி பணி புரிந்தாலும் ஆர்வம் காரணமாக எல்லா இயந்திரங் களைப் பற்றியும் தெரிந்துகொண்டான். யாரேனும் வரவில்லை என்றால் அவர்களது இயந்திரத்துக்குச் சென்று பணிபுரிந்தான்.

உடல் உழைப்பை அவன் அவ்வளவாக விரும்புவதில்லை என்றாலும் கற்றுக்கொள்ள வேண்டும் என்ற ஆர்வம் அதைப் பின்னுக்குத் தள்ளியது. அந்தக் காலத்தில் ஒருவன் பயிற்சி யாளனாக மூன்று ஆண்டுகள் பணிபுரிந்தால்தான் தகுதிபெற்ற மெக்கானிக்காகச் சுயமாகச் செயல்படமுடியும். ஒரே இடத் தில் இருந்தால் அங்குள்ள செயல்பாடுகளை மட்டும்தான் அறிய முடியும். அதிலும் எல்லா முதலாளிகளும் எல்லா வற்றையும் கற்றுக்கொடுக்கமாட்டார்கள். எனவே வெவ் வேறு பணிமனைகளில் தொழில்செய்தால்தான் வேலை கற்றுக்கொள்ள முடியும்.

ஒன்பது மாதங்கள் ஃப்ளவர் சகோதரர்கள் மெஷின் ஷாப்பில் வேலை செய்த பிறகு டெட்ராய்ட் ட்ரை டாக் கம்பெனிக்கு (Detroit Dry Dock Company) மாறினான். அங்கே வாரம் ஒன்றுக்கு 2 டாலர் மட்டும்தான் சம்பளம். அவன் ஏற்கெனவே வாங்கிக் கொண்டு இருந்ததைவிட அரை டாலர் குறைவு. என்றாலும், புதிய இயந்திரங்களைப் பற்றித் தெரிந்து கொள்ளவேண்டும் என்ற ஆர்வத்தில் அங்கே பணியில் சேர்ந்தான்.

ஒரு தொழிலை முழுமையாகக் கற்றுக்கொள்ள நினைப்பவர்கள் பணிபுரியும் வாய்ப்பு தனக்குக் கிடைத்திருக்கிறதே என்று மகிழவேண்டுமே தவிர கிடைக்கிற ஊதியத்தைக் கருதக் கூடாது. ஆரம்ப காலத்தில் எப்படியேனும் சமாளித்து எல்லாவற்றையும் கற்றுக்கொண்டு விட்டால் ஊதியத்தில் தான் இழந்துவிட்டதாகக் கருதியதையெல்லாம் சேர்த்துப் பல மடங்கு சம்பாதிக்கமுடியும். திறமையாளன் என்று பெயர் பெறுவதுதான் ஆரம்பத்தில் முக்கியம்.

ஹென்றிக்கு வாரம் 2 டாலர்தான் சம்பளம். ஆனால் தங்கியிருந்த அறைக்கும் சாப்பாட்டுக்கும் சேர்த்துக் கட்டணம் வாரம் மூன்றரை டாலர். வீட்டை விட்டு ஓடிவந்துவிட்டதால் தந்தை யிடம் சென்று பணம் வாங்க முடியாது. அதற்குத் தன்மானம் இடம் கொடுக்காது. டெட்ராய்ட்டுக்குப் புதியவன் என்பதால் கடன் வாங்கவும் முடியாது. வேறு என்னதான் செய்வது?

தனக்குத் தெரிந்த கடிகாரத்தொழிலை அதற்குப் பயன்படுத்தலாம் என்று ஹென்றி நினைத்தான்.

ஒருநாள் அருகில் இருந்த பேக்கர் தெரு வழியாக நடந்து கொண்டிருந்தபோது ராபர்ட் மாகில் என்பவரின் நகைக்கடையில் கடிகாரம் பழுது பார்க்கும் பிரிவும் இருப்பதைப் பார்த்தான். நேராகக் கடை முதலாளியிடம் சென்று தனக்குக் கடிகாரம் பழுது பார்க்கத் தெரியும் என்று சொன்னான். அவன் சொன்னதை அவர் நம்பவில்லை.

'அய்யா வேலை கொடுத்துப்பாருங்கள். நான் சரியாகச் செய்கிறேனா, இல்லையா என்று' என்றான்.

'தம்பி. உன்னை வேலைக்குச் சேர்த்துக்கொள்வதிலே எனக்கு இரண்டு விதமான இடைஞ்சல்கள். நீயோ இன்னமும் மீசை முளைக்காத இளைஞன். கடிகாரங்களின் விலையோ அதிகம். உன்னைப்போல ஓர் இளைஞன் தனது கடிகாரத்தைப் பழுது பார்ப்பதை யாரும் விரும்பமாட்டார்கள். கடிகாரம் விலை அதிகம் என்பதால் நீ சரியாகச் செய்யவில்லை என்றால் நஷ்டம் எனக்குத்தான்' என்றார் முதலாளி.

'நீங்கள் வேலை கொடுத்துப்பாருங்களேன்!' என்றான் ஹென்றி.

'சரி, எனக்கும் எடுபிடிக்கு ஆள் தேவைப்படுகிறது. ஆனால் மாலை வேளைகளில்தான் கூட்டம் அதிகம். அப்பொழுதுதான் எனக்கு ஆள் தேவை.'

'அய்யா, அப்பொழுதுதான் என்னாலும் வேலைக்கு வரமுடியும். நான் ஏற்கெனவே டெட்ராய்ட் ட்ரை டாக் கம்பெனியில் பகலில் வேலை செய்துகொண்டிருக்கிறேன்' என்றான் ஹென்றி.

'இரவு நீண்ட நேரம் விழித்திருக்க வேண்டியிருக்குமே?'

'பரவாயில்லை.'

'ஆனால் கடிகாரங்களைச் சுத்தம் செய்யும் வேலையை மட்டும் தான் நீ செய்யவேண்டும். பிரித்துப்பார்க்கவோ ஒக்கிடவோ கூடாது. ஓர் இரவுக்கு அரை டாலர் கூலி' என்றார் ராபர்ட்.

ஹென்றி நிபந்தனைகளுக்கெல்லாம் ஒப்புக்கொண்டான். வாரத்தில் ஆறு நாள்கள் வேலை. கம்பெனியில் பத்துமணி

நேரவேலை. அது முடிந்து இரவில் கடிகார வேலை. வாரத்துக்கு இரண்டு இடத்திலும் சேர்த்து 5 டாலர் கூலி கிடைத்தது.

●

ஒரு நாள் ஒரு விலையுயர்ந்த கடிகாரம் பழுதுபார்க்கக் கொடுக்கப் பட்டது. அதைப் பார்த்த முதலாளிக்கு அதை எப்படிப் பழுது பார்ப்பது என்று தெரியவில்லை. எவ்வளவோ முயற்சி செய்து பார்த்துவிட்டு அதை அப்படியே வைத்துவிட்டுச் சென்று விட்டார். அதைப் பார்த்தான் ஹென்றி. அதில் என்ன பழுது என்று அவனுக்குத் தெரிந்துவிட்டது. என்ன ஆனாலும் ஆகட்டும் என்று அந்தக் கடிகாரத்தைக் கையில் எடுத்தான். சிறிது நேரத்தில் அதைப் பழுது பார்த்து முடித்தான். அது மிக நன்றாக இயங்கியது. எடுத்த இடத்திலேயே அதை வைத்தான்.

அந்தக் கடிகாரத்தைப் பற்றி வேறொரு கடிகார நிபுணரிடம் சென்று கேட்டுவரத்தான் முதலாளி சென்றிருந்தார். அந்த நிபுணரும் தனக்கு அதைப்பற்றி ஒன்றும் தெரியாது என்று சொல்லிவிட்டார். கவலையோடு திரும்பிவந்தார் ராபர்ட். அந்தக் கடிகாரத்தைப் பார்த்தார். அது நன்கு ஓடிக்கொண்டிருந் தது. அதை எந்தப் பூதம் சரி செய்தது என்று அவருக்குத் தெரிய வில்லை.

'ஹென்றி, இங்கே யாராவது வந்தார்களா?'

'இல்லை அய்யா.'

'பின் எப்படி இந்தக் கடிகாரம் ஓடுகிறது? யார் சரிசெய்தார்கள்?'

'என்னை மன்னித்துவிடுங்கள். உங்கள் உத்தரவை மீறி நான்தான் சரிசெய்தேன். அதை எப்படிச் சரிசெய்வது என்று தெரிந்தபிறகு என்னால் சும்மா இருக்க முடியவில்லை.'

'சத்தம் போட்டுச் சொல்லாதே, யாருக்கும் கேட்டுவிடப் போகிறது. போனால் போகட்டும் உன்னை மன்னித்து விடுகிறேன். ஆனால் நாளையிலிருந்து உனக்கு இந்த இடத்தில் வேலையில்லை.'

'அய்யா, என்னை மன்னித்துவிடுங்கள். நான் தெரியாமல் செய்துவிட்டேன்.'

'இல்லை, இல்லை, நீ தெரிந்துதான் செய்தாய், அதாவது எப்படிச் சீர்செய்வது என்று தெரிந்துதான் செய்தாய். உனக்கென்று இந்தக் கடையின் பின்புறத்தில் ஓர் அறையை ஏற்பாடு செய்கிறேன். இனி நீ அங்கேயிருந்து கடிகாரங்களைப் பழுது பார்க்கலாம். இந்த இடத்தில் உனக்கு வேலையில்லை. ஒரு சின்னப் பையன் கடிகாரத்தைப் பழுதுபார்ப்பதைப் பார்த்தால் என்னிடம் யாரும் கடிகாரம் பழுதுபார்க்கக் கொடுக்க மாட்டார்கள்.'

அதிலிருந்து ஹென்றியை நம்பி எல்லாவிதக் கடிகாரங்களையும் அவனிடம் ஒப்படைத்தார். கடிகாரம் பழுதுபார்ப்பதில் ஹென்றி வல்லவனாகிவிட்டான். கடிகாரங்களைப் பற்றிய அத்தனை நுணுக்கங்களும் அவனுக்கு அத்துப்படி.

தாமே ஏன் கடிகாரத் தொழிற்சாலை தொடங்கக் கூடாது என்ற எண்ணம் அவனுள் எழுந்தது. ஒருநாள் அவனது நண்பனிடம் சொன்னான். 'ஒரு நல்ல கடிகாரத்தை என்னால் 30 சென்ட் விலைக்கு உற்பத்தி செய்து தரமுடியும்.'

நண்பனுக்கு ஒன்றும் புரியவில்லை.

'நான் ஏற்கெனவே இதைப்பற்றி யோசித்து வைத்துவிட்டேன். என் திட்டப்படி ஒரு நாளைக்கு 1,000 கடிகாரங்கள் உற்பத்தி செய்ய முடியுமென்றால் ஒரு கடிகாரத்தின் அடக்கவிலை 25 சென்ட் ஆகும். மற்றச் செலவெல்லாம் போக எனக்கு ஒரு கடிகாரத்துக்கு 2 சென்ட் கிடைத்தாலும் ஒரு நாளைக்கு 20 டாலர் கிடைக்கும். ஒரு வருடத்துக்கு ஐந்நூறாயிரம் (ஐந்து லட்சம்) கடிகாரங்கள் விற்க வேண்டும் என்பது என் திட்டம். அதிக அளவில் உற்பத்தி செய்தால் விலையை மிகமிகக் குறைக்க முடியும்.'

'பைத்தியக்காரத்தனமாகப் பேசாதே! முப்பது சென்ட்டுக்குக் கடிகாரம் என்றால் சிரிப்பார்கள்' என்றான் நண்பன்.

'இப்பொழுது அப்படித்தான் தெரியும். என்னிடம் கொஞ்சம் பணம் சேரட்டும். செய்து காட்டுகிறேன் பார். எப்படி இவனால் இவ்வளவு மலிவாகக் கொடுக்க முடிகிறது என்று மக்கள் மூக்கில் விரலை வைப்பார்கள்.'

'கடிகாரத்தை விடு. வேறு ஏதாவது பெரிதாகச் செய்' என்றான் நண்பன்.

‘செய்கிறேன், செய்கிறேன். அதிக உற்பத்தி, குறைந்த விலை. இதுதான் என் கொள்கை’ என்றான் ஹென்றி.

●

அவன் பணிபுரிந்து வந்த டெட்ராய்ட் ட்ரை டாக் கம்பெனி டெட்ராய்ட் நதியை ஒட்டி மிக அழகான சூழலில் அமைந்திருந்தது. இயந்திர சாலை, படகுத் துறை, பித்தளை, இரும்புப் பட்டறை, கொதிகலன் உற்பத்தியகம் எனப் பல பிரிவுகளை உள்ளடக்கியிருந்தது. பலவித இயந்திரங்களைப் பற்றியும் தொழில் நுணுக்கங்களைப் பற்றியும் அறிந்துகொள்ள அது வாய்ப்பாக அமைந்தது. அங்கே நீராவிப் படகுகளும், சிறு சிறு கப்பல்களும் உற்பத்தி செய்யப்பட்டன. அவற்றை இயக்கும் சக்திவாய்ந்த - 600-லிருந்து 3000 குதிரை சக்திகொண்ட - இயந்திரங்களும் தயாரிக்கப்பட்டன.

ஹென்றி இயந்திரப் பிரிவில் பணிபுரிந்ததால் மிகச் சக்திவாய்ந்த இயந்திரங்களின் உற்பத்தி பற்றியும் அவற்றின் இயக்கம் பற்றியும் நன்கு அறிந்துகொள்ள முடிந்தது. அவனுடைய அபாரத் திறமையால் விதிக்கப்பட்ட பயிற்சிக்காலத்துக்கு முன்பே இயந்திரப் பொறியாளர் தேர்வில் ஹென்றி வெற்றிபெற்றான். அந்த நிறுவனத்தில்

அவனுக்கு மேலதிகாரியாக இருந்த ஃப்ராங்க் கெர்பி என்பவர் அவனுக்கு மிகுந்த ஆதரவளித்தார். அவன் தளர்வுறும் போதெல்லாம், ‘தளராதே, உன்னால் முடியும்’ என்று சொல்லி ஊக்கப்படுத்தினார்.

அவன் பெற்றுவந்த கூலியும் உயர்ந்தது. அவன் பணிபுரிந்துவந்த கடிகார நிறுவனத்தை ராபர்ட் விற்றுவிட்டார். தின வேலையில் கூலி உயர்ந்ததால் மாலை வேளைகளில் ஹென்றிக்கு வேலைக்குச் செல்லவேண்டிய அவசியம் நேரவில்லை.

●

வீட்டை விட்டு ஓடிவந்துவிட்டாலும், பின்னர் ஒவ்வொரு வருடமும் அறுவடைக் காலத்தில் தந்தையின் பண்ணைக்குச் சென்று தந்தைக்கு உதவிசெய்து வந்தான் ஹென்றி.

பணிபுரிந்துகொண்டே பல அறிவியல் புத்தகங்களை வாங்கிப் படித்தான். மைக்கேல் ஃபாரடே எழுதிய ‘தி ட்ரீட்டீஸ் ஆன் தி

ஸ்டீம் இன்ஜின்' என்ற புத்தகம் அவனை மிகவும் கவர்ந்தது. 'அறிவியல் உலகம்' என்ற பத்திரிகையில் விளக்கெரிக்கப் பயன்படும் வாயுவைப் பயன்படுத்தி ஆட்டோ இன்ஜின் என்ற பெயரில் ஒற்றை சிலிண்டர் இயந்திரம் ஒன்று தயாரிக்கப் பட்டிருப்பதை அறிந்தான். அந்த வாயுவுக்குப் பதில் கேஸோ லினை (பெட்ரோல்) எரித்து வரும் வாயுவைப் பயன்படுத்தி னால் எடையைக் குறைக்கமுடியுமே எனச் சிந்தித்தான்.

சின்னச் சின்ன இயந்திரங்களைத் தானே உருவாக்கினான். தான் தங்கியிருந்த வீட்டுக்குப் பின்புறம் இருந்த தண்ணீர்க் குழாயை அவனே தயாரித்த ஒரு டர்பைனுடன் இணைத்தான். டர்பைனை ஒரு லேத்துடன் இணைத்தான். அதில் தனக்கு வேண்டிய சாதனங் களை உருவாக்கினான். டெட்ராய்டிலேயே மிகச் சிறந்த இயந் திரப் பொறியாளன் என்று பெயர் பெற்றான்.

ஆனால் தந்தையின் வற்புறுத்தலால் அவனால் டெட்ராய்ட்டில் தொடர்ந்து பணியாற்ற முடியவில்லை.

1882-ம் ஆண்டு வேண்டாவெறுப்பாகத் தந்தையின் பண்ணையில் மீண்டும் பணியாற்ற வந்தான் ஹென்றி. அங்கே அவனுக்கு ஒரு வாய்ப்பு காத்திருந்தது. டியர்பானில் வாழ்ந்த விவசாயி ஜான் க்ளீசன் என்பவர் வெஸ்டிங்ஹவுஸ் நிறுவனத்தின் நீராவி இயந்திரம் ஒன்றை விலைக்கு வாங்கியிருந்தார். அது சிறிய இயந்திரம். ஆனால் திறன் மிக்கது. அதைக்கொண்டு கதிரடிக்க வும் மரமறுக்கவும் முடியும். ஆனால் அதை இயக்குவதற்கு நியமிக்கப்பட்டவர் அதை இயக்குவதற்கு அஞ்சினார். எனவே ஹென்றியை கிளீசன் அணுகினார்.

தனது மகன் அனுபவம் அதிகமில்லாதவன் என்று சொல்லி வில்லியம், ஹென்றிக்கு அனுமதி கொடுக்க மறுத்தார். உள்ளுக்குள்ளே ஹென்றிக்கும் அச்சம்தான். ஆனால் அனுபவம் போதாது என்று சொல்லி, தந்தை அனுமதி மறுத்தது அவனுக்குப் பிடிக்கவில்லை. அவனுள்ளே உறங்கிக்கிடந்த சிங்கம் உசுப்பி விடப்பட்டது. தந்தை மறுத்ததாலேயே அந்த இயந்திரத்தை ஓட்டிப்பார்க்கவேண்டும் என்று நினைத்தான். பெரிய போராட்டத்துக்குப் பிறகு தந்தையும் சம்மதித்தார்.

அதிக வேகம் கொண்ட அந்த இயந்திரத்தின் அருகில் ஹென்றி பயந்துகொண்டே சென்றான். அதை இயக்கினான். அது ஓடத்

தொடங்கியதும் பயம் விலகியது. அதன் நுணுக்கம் முழுதும் அறிந்தான். அவன் கைக்குக் கட்டுப்பட்டு அது இயங்கியது.

'அந்த இயந்திரம் எனக்கு என்மேலேயே ஒரு புதிய நம்பிக்கையைக் கொடுத்தது.

அந்த இயந்திரத்தை இயக்குமுன் பயமாக இருந்தது. கை நடுங்கியது. ஆனால் துணிந்து இயக்கியபின் என் பயம் பறந்து விட்டது. நான் எதை அடையவேண்டுமென்று நினைத்தேனோ அதை அடைந்த மன நிறைவு ஏற்பட்டது' என்றான் ஹென்றி.

'எனக்கு நாள் ஒன்றுக்கு மூன்று டாலர் சம்பளம். 83 நாள்கள் வேலை. பண்ணைக்குப் பண்ணை சென்று கதிர் அறுப்பது, போரடிப்பது, மரம் அறுப்பது போன்ற வேலைகளைச் செய் தேன். கடின உழைப்புதான். அந்த இயந்திரம் எனக்கு அடிமை போல் நடந்துகொண்டது. அதன்மேல் எனக்கும் அளவுகடந்த பற்றுதல். கிராமப்புறத்துக் கரடுமுரடான சாலைகளில் அதை ஓட்டிக்கொண்டு சென்றபோது நான் பெற்ற மகிழ்ச்சியை என் வாழ்நாளில் மறக்க முடியாது' என்றான் ஹென்றி.

ஹென்றி தானே சுயமாக ஓர் இயந்திரத்தைத் தயாரிக்க வேண்டு மென்று நினைத்தான். தனது தந்தையின் பண்ணையில் பயன் படுத்தப் படாமல் கிடந்த புல்வெட்டும் இயந்திரம் ஒன்றைச் சீர் செய்து தானே தயாரித்த ஒரு நீராவி இயந்திரத்தோடு இணைத் தான். அதை இயக்கியபோது அது நாற்பது அடி ஓடியபின் உடைந்துவிட்டது. அந்தத் தோல்வி அவனைப் பாதித்தாலும் அது ஒரு பாடமாக அமைந்தது.

அத்தகைய இயந்திரங்களுக்கு எடை ஒரு பிரச்னை என்பதை ஹென்றி புரிந்து கொண்டான். எனவே நீராவி இயந்திரங்களை உற்பத்தி செய்யாமல் கேஸோலினைப் பயன்படுத்த முனைய வேண்டும் என்று தீர்மானித்தான். அந்தத் தோல்வி அவனுக்கு ஒரு புதுப் பாதையைத் திறந்தது.

வெஸ்டிங்ஹவுஸ் நிறுவனத்தின் கிளை நிர்வாகியை ஹென்றி சந்திக்க நேர்ந்தது. ஹென்றியின் திறமையை அறிந்த அவர் தனது நிறுவன இயந்திரங்களைச் செயல்படுத்திக்காட்டிப் பராமரிக்கும் பணியில் ஹென்றியை நியமித்தார். 1883-ம் ஆண்டில் இருந்து 1885-ம் ஆண்டு வரை ஹென்றி அந்தப் பணியில் இருந்தான். அந்த நிறுவனத்தின் இயந்திரங்கள் மட்டுமன்றி மில்ஸ் அண்ட்

டைம்லர் நிறுவனத்தின் இயந்திரங்களைப் பற்றியும் கற்றுத் தேர்ந்தான்.

குளிர்காலத்தில் வெளியில் வேலைக்குச் செல்ல முடியாது என்பதால் கோல்ட்ஸ்மித் ப்ரியன்ட் அண்ட் ஸ்ட்ரேட்டன் பல்கலைக் கழகத்தில் (Goldsmith, Bryant - Stratton's Business University) சேர்ந்து இயந்திர வரைபடங்கள், வணிகக்கணக்கு ஆகியவற்றைப் பயின்றான்.

மகன் தன்னுடன் தங்கியிருந்து இயந்திரப்பணிகளைச் செய்து கொண்டிருந்ததில் வில்லியம் ஃபோர்டுக்கு மகிழ்ச்சி. இயந்திரங் களை மிகச் சரளமாகக் கையாளும் அவன் திறமையைப் பிறர் சொல்லக் கேட்டுப் பூரித்தார். இருப்பினும், ஹென்றி விவசாயத் தில் இருந்து விலகிச் சென்றுவிடுவானோ என்ற பயத்தில் தனது மகிழ்ச்சியை அவர் வெளிப்படையாகக் காட்டிக்கொள்ளவில்லை.

அவனை விவசாயத்தில் தக்கவைத்துக்கொள்வதற்காக ஒரு புதிய திட்டத்தை அறிவித்தார். மயர் என்பவரிடமிருந்து 80 ஏக்கர் நிலத்தை அவர் வாங்கியிருந்தார். அதில் நிறைய மரங்கள் இருந்தன. அந்த இடம் முழுவதையும் ஹென்றிக்குக் கொடுத்து விடுவதாகவும் மரங்களை வெட்டிச் சாய்த்து அந்த இடத்தைப் பண்படுத்தி விவசாயம் செய்யும்படியும் ஹென்றியிடம் கூறினார். அதில் முழுமையாக ஈடுபட்டால் தன்னால் தன் மனத்துக்கு உகந்த துறையில் ஈடுபடமுடியாது என்று தெரிந் தாலும் ஹென்றி அதற்குச் சம்மதித்தான். அதற்கு முக்கியமான காரணம் ஒன்று இருந்தது.

ஹென்றி காதல் வயப்பட்டிருந்தான்.

1885-ம் ஆண்டு புத்தாண்டு தினத்தன்று கிரீன்ஃபீல்ட் கிராமத்தில் இருந்த மேட்டிண்டேல் இல்லத்தில் நடந்த நடன நிகழ்ச்சியில் ஓர் அழகான பெண் அவனுக்கு அறிமுகப்படுத்தப்பட்டாள். கிளாரா ஜேன் ப்ரியன்ட் (Clara Jane Bryant) என்பது அவள் பெயர். அவள் அவனைக் கவர்ந்துவிட்டாள். அவளைத் திருமணம் செய்துகொள்ள வேண்டுமென்றால் ஒரு நிலையான தொழிலும் வருமானமும் வேண்டும். தந்தையின் ஏற்பாடு அதற்குச் சாதகமாக அமைந்தது.

1886-ம் வருடம் ஏப்ரல் மாதம் 19-ம்தேதி நிச்சயதார்த்தம் நடந்தது.

விவசாயத் தொழிலில் இயந்திரங்களைப் பயன்படுத்தி வெற்றி பெற முடியும் என்று ஹென்றி நம்பினான். வட்டவடிவ ரம்பம் ஒன்றை விலைக்கு வாங்கினான். ஒரு சிறிய நீராவி இயந்திரத்தை வாடகைக்கு எடுத்தான். மளமளவென்று மரங்களை வீழ்த்தி னான். தனக்கு வேண்டிய அளவு பலகைகளாக அறுத்தான். அதிகப்படியாக இருந்தவற்றை டெட்ராய்ட்டில் நல்ல விலைக்கு விற்றான். காடாக இருந்த நிலத்தைப் பண்படுத்தினான்.

கையில் தேவையான அளவு பணம் சேர்ந்ததும் 1888-ம் ஆண்டு ஏப்ரல் மாதம் 11-ம் தேதி கிளாராவைத் திருமணம் செய்து கொண்டான்.

ஏற்கெனவே அவன் தங்கியிருந்த ஒரு சிறுவீட்டில் அவர்கள் குடியமர்ந்தனர். ஒரு நல்ல வீட்டில் வாழவேண்டும் என்ற ஆசையில் தனது நிலத்திலிருந்து வெட்டப்பட்ட மரங்களைக் கொண்டு இரண்டு அடுக்குகள் கொண்ட ஓர் அழகிய வீட்டை ஹென்றி கட்டினான். அந்த வீட்டுக்கு 1889-ம் ஆண்டு ஜூன் மாதம் ஹென்றியும் கிளாராவும் குடிபெயர்ந்தனர். அதுதான் அவர்களது தேனிலவு மாளிகை.

அந்த வீட்டில் அவர்களது இல்லற வாழ்க்கை மிக இனிதாக நடந்துகொண்டிருந்தது. ஹென்றி ஹார்வெஸ்டெர் கம்பெனி என்ற நிறுவனத்தில் பணி புரிந்துகொண்டே தனது பண்ணையை யும் கவனித்துக்கொண்டான். இனி வெட்டுவதற்கு மரங்கள் இல்லை என்ற நிலை வந்ததும் இயந்திரத் தொழிலுக்குத் திரும்ப நினைத்தான்.

ஹென்றி சிறு பையனாக இருந்தபோது குதிரையிலிருந்து பல முறை கீழே விழுந்திருக்கிறான். ஒரு முறை குதிரைவண்டியில் சென்று கொண்டிருந்தபோது வண்டி குடைசாய்ந்து ஹென் றிக்குப் பலத்த காயம். எனவே குதிரைகளைக் கண்டாலே ஹென்றிக்கு வெறுப்பு.

ஆனால் அந்தக் காலத்தில் குதிரைகள் இல்லாமல் காலம் தள்ள முடியாது. வெளியிடங்களுக்குச் செல்லவேண்டுமென்றால் குதிரையில் சவாரியும் குதிரை வண்டிப் பயணமும் தவிர்க்க முடியாதவை. அந்த நிலையை மாற்றி, குதிரைகளுக்கு அவசிய மில்லாத வண்டியைத் தான் உருவாக்கப்போவதாக ஹென்றி சொன்னான். டியர்பான் பண்ணையில் இருந்துகொண்டு அதைச் செயல்படுத்த முடியாது.

ஆனால் கிராமப்புற வாழ்க்கைக்குப் பழகிப்போன தன் மனைவியை எப்படித் தயார்செய்வது என யோசித்தான்.

'கிளாரா, ஒரு வெள்ளைத் தாள் கொடேன்.'

'வெள்ளைத்தாள் இல்லையே. இதோ, சங்கீதக் குறிப்புகள் எழுதிய தாளின் பின்புறம் காலியாக இருக்கிறது. இதில் எழுதிக் கொள்ளுங்கள்' என்றாள் கிளாரா.

அதில் தான் மனத்தில் கற்பனை செய்து வைத்திருக்கும் குதிரை யில்லா வண்டியை வரைந்து காட்டினான் ஹென்றி.

'கிளாரா, இப்படித்தான் என் முதல் கார் இருக்கும். இதைத் தயார் செய்து ஓட்டிக்கொண்டு வந்து என் தந்தையை அதில் உட்கார வைத்துக்கொண்டு செல்லவேண்டும்' என்றான்.

'அவர் அதில் வருவாரா?'

'அவர் வருகிறாரோ இல்லையோ, என்னால் அப்படியொரு வண்டியைச் செய்யமுடியும் என்று அவருக்கு நிரூபித்துக் காட்ட வேண்டும்' என்றான் ஹென்றி.

3

ஊக்கம்தான் உன் நம்பிக்கையை விண்ணளவு உயர்த்தும். அதுதான் உண் கண்களின் ஒளி, அதுதான் உன் பலம், அதுதான் உன் உறுதி, அதுதான் எண்ணங்களைச் செயல்படுத்தும் ஆற்றல்.

'கிளாரா, உனக்கு இந்த வீடு பிடித்திருக்கிறதா?' எனக் கேட்டார் ஹென்றி ஃபோர்ட்.

'இது என்ன புதுக்கேள்வி? நாமே திட்டமிட்டுக் கட்டிய வீடாயிற்றே, இது நமது தேனிலவு வீடு அல்லவா? பிடிக்காமல் போகுமா?' என்றார் கிளாரா.

'இதை விட்டுவிட்டு டெட்ராய்ட்டுக்கு என்னுடன் வாவென்றால் வருவாயா?'

'இங்கே நம் இருவருக்கும் போதுமான வருமானம் கிடைக்கிறது. பின் ஏன் டெட்ராய்ட் போக வேண்டும்?'

'கிளாரா, வருமானம் மட்டும்தான் முக்கியமா? என் விருப்பம் என்னவென்று உனக்குத் தெரியும் அல்லவா? இங்கே இனி வெட்டுவதற்கு மரமும் இல்லை. எனக்கு இயந்திரங்களின் உதவி இல்லாமல் எந்த வேலையையும் செய்யப் பிடிக்கவில்லை. வெறுமனே ஏர் உழுதுகொண்டு என்னால் இருக்க முடியாது.'

'எனக்கும் தெரியும். நான் என் பெற்றோருக்கு வளர்ப்பு மகள் தான். ஆனால் அவர்கள் என்னை எந்தவிதமான சூழ்நிலையிலும் மனநிறைவோடு வாழும் வகையில்தான் வளர்த்திருக்கிறார்கள். உங்கள் ஆர்வத்துக்கு நான் குறுக்கே நிற்கமாட்டேன். ஆனால் உங்கள் தந்தைதான் வருத்தப்படுவார்.'

'இப்பொழுதுள்ள விவசாய முறையில் அனாவசியமாக மனித உழைப்பு வீணடிக்கப்படுகிறது. உழுவதற்கும் பதப்படுத்துவதற்கும் அறுவடை செய்வதற்கும் கதிரடிக்கவும் நான் நிச்சயம் புதிய இயந்திரங்களை உருவாக்குவேன். அது விவசாயத்தை மிகவும் எளிதாக்கும்' என்றார் ஹென்றி ஃபோர்ட்.

'எப்பொழுது கிளம்ப வேண்டும் என்று சொல்லுங்கள். நான் தயார்' என்றார் கிளாரா.

'நான் நாளையே டெட்ராய்ட் செல்கிறேன். அங்கே முதலில் ஒரு வேலையைப் பார்த்துக்கொள்கிறேன். தங்குவதற்கு ஒரு வீட்டையும் ஏற்பாடு செய்துவிட்டு உன்னை அழைத்துக்கொள்கிறேன்' என்றார் ஹென்றி.

தனக்கு ஆதரவாக இருக்கும் மனைவி அமைந்ததற்காக மகிழ்ந்தார் ஹென்றி ஃபோர்ட்.

1891-ம் ஆண்டு செப்டெம்பர் மாதம் டெட்ராய்ட்டில் உள்ள எடிசன் எலெக்ட்ரிக் நிறுவனத்தில் பணியில் அமர்ந்தார் ஃபோர்ட். அந்நிறுவனத்தின் தலைவர் சார்லஸ் ஃபெல்ப்ஸ் கில்பெர்ட் ஹென்றியின் இயந்திர அனுபவத்தைக் கருத்தில் கொண்டு மின்சார ஜெனரேட்டர்களையும் நீராவி இயந்திரங்களையும் பராமரிக்கும் பொறுப்பை ஃபோர்டிடம் ஒப்படைத்தார். இரவு நேரப் பணி. மாதச் சம்பளம் 40 டாலர்.

மாலை 6 மணி முதல் காலை 6 மணி வரை பணி. அவர் பணிபுரிந்த மின் இணைப்பகத்தில் மூன்று மின் உற்பத்தி இயந்திரங்கள் இருந்தன. அவற்றைப் பராமரிப்பதுதான் ஃபோர்டின் பணி. அவர் அவ்வியந்திரங்களை முழுமையாக ஆராய்ந்தார். அவற்றின் இயக்கத்தை நன்கு அறிந்து கொண்டார். அவற்றில் ஓர் இயந்திரம் மிகவும் மோசமான நிலையில் இருப்பதை அறிந்தார். அதைப்பற்றித் தன் மேலதிகாரியிடம் எடுத்துரைத்தார்.

ஃபோர்டின் திறமையைப் பற்றி முழுதும் அறியாத காரணத்தால் அந்த மேலதிகாரி அதில் அதிகக் கவனம் செலுத்தவில்லை. ஃபோர்டின் சரியான பராமரிப்பால் இழுத்துப் பிடித்துக்கொண்டு ஓடிய அந்த இயந்திரம் ஒருநாள் முற்றிலும் பழுதுபட்டது. அதன் பிஸ்டன் கம்பி உடைந்துவிட்டது. இயந்திர உருளையில் ஒரு பொத்தல் விழுந்திருந்தது. ஒரு வால்வு பிய்ந்திருந்தது.

மேலதிகாரி அந்த இயந்திரத்தை உற்பத்தி செய்த நிறுவனத்தோடு தொடர்புகொண்டார். நிறுவனப் பொறியாளர்கள் வந்து பார்த்தனர். அந்த இயந்திரத்தைச் சீர்செய்ய மிகவும் செலவாகும் என்றும் உதிரிப்பாகங்கள் கிடைக்கத் தாமதமாகுமென்றும் உடனடியாகச் சரிசெய்ய இயலாதென்றும் கூறினர்.

மின் விநியோகத்துக்குத் தேவையான அளவு மின்சாரம் கிடைக் காது. என்னசெய்வது என்று தெரியாமல் மேலதிகாரி கவலை யுற்றார். அப்பொழுதுதான் ஏற்கெனவே ஃபோர்ட் அவ்வியந் திரத்தைப் பற்றிச் சொன்னது நினைவுக்கு வந்தது. ஃபோர்ட் அந்த இயந்திரத்தின் பாகங்களைத் தனித்தனியாகக் கழற்றினார். உருளையின் பொத்தலை அடைத்தார். உடைந்து போன பிஸ்ட னோடு வேறொரு உலோகத்தை இணைத்து ஒட்டவைத்து இழைத்தார். வால்வைச் சீர்செய்வது அவ்வளவு கடினமாக இல்லை. ஒரு வாரத்தில் அந்த இயந்திரம் முன்னை விடச் சிறப்பாக இயங்கத்தொடங்கியது.

உற்பத்தி செய்த நிறுவனமே கைவிட்ட ஒன்றை எடுத்து வெற்றிகரமாக இயக்கிய ஃபோர்டின் சாதனை டெட்ராய்ட் வட்டாரத்தில் பரவி அவருக்குப் பெரும் புகழைப் பெற்றுத் தந்தது. கில்பெர்ட், ஃபோர்டின் சம்பளத்தில் ஐந்து டாலர் அதிகமாக்கினார். அடுத்த மாதமே இன்னொரு ஐந்து டாலர் உயர்வு கொடுக்கப்பட்டது. படிப்படியாக ஃபோர்டின் சம்பளம் உயர்ந்தது மட்டுமல்ல, அவரது பதவியும் உயர்ந்தது.

கிளை நிலையத்திலிருந்து தலைமை நிலையத்துக்கு மாற்றப் பட்டார். எந்த நேரத்தில் அழைத்தாலும் வரவேண்டும். ஆனால் இவ்வளவு நேரம் பணி செய்யவேண்டும் என்ற காலக் கட்டுப் பாடு கிடையாது. எப்பொழுது வேண்டுமானாலும் வரலாம், போகலாம். இப்படி வசதியாக அமைந்த பணியினால் தனது ஆராய்ச்சியில் ஃபோர்ட் அதிகக் கவனம் செலுத்த முடிந்தது

‘இயந்திரப் பிரச்னையா? ஹென்றி ஃபோர்டைக் கூப்பிடு’ என்று சொல்லக்கூடிய அளவுக்கு அவர் புகழ்பெற்றார். எடிசன் லைட்டிங் நிறுவனத்தில் அவர் செய்த சில சாதனைகளை அவரது மேலதிகாரிகள் வியந்து போற்றியிருக்கின்றனர்.

ஹென்றி ஃபோர்டின் மேலதிகாரி அலெக்ஸாண்டர் டௌ சொன்னார்: ‘எங்கள் நிறுவனத்தில் கொதிகலன்களை நிறுவ வேண்டி இருந்தது. சரியாக மண் ஆய்வு செய்யாமல் நிறுவிவிட்டோம். ஆனால் அது புதைமணல் பகுதி என்று எங்களுக்குப் பின்னால்தான் தெரிந்தது. கொதிகலன்களைப் பொருத்தியிருந்த அமைப்பு கொஞ்சம் கொஞ்சமாகப் புதைமணலில் இறங்கத் தொடங்கியது. ஹென்றி ஃபோர்டை அழைத்துவந்து காட்டினோம். அவர் சிறிதும் பதற்றப்படவில்லை. சற்று யோசித்தார். மளமளவென்று வேலையில் இறங்கினார். சில பைப்புகளைப் பொருத்தி மேற்கொண்டு கொதிகலன்கள் கீழே இறங்காத வண்ணம் ஒரு மாதம் வரை அவற்றை இயங்கவைத்தார். அதற்குள் மாற்று ஏற்பாடு செய்து விட்டோம்.’

ஃபிரடெரிக் இங்க்ராம் என்பவர் டெட்ராய்ட்டில் ஒரு பெரிய தொழிலதிபர். அவருடைய தொழிலகத்தில் ஓர் இயந்திரம் சரியாக இயங்கவில்லை. அதை யாராலும் சரிசெய்ய இயலவில்லை. அலெக்ஸாண்டர் டௌ தன்னிடம் பணிபுரியும் ஹென்றியைப் பற்றிப் பெருமையாகப் பேசியது இங்க்ராமின் நினைவுக்கு வந்தது. அளவுக்கு அதிகமாக டௌ ஃபோர்டைப் புகழ்கிறார் என்றுதான் இங்க்ராம் நினைத்தார். என்றாலும் ஃபோர்டையும் அழைத்துப் பார்த்துவிடுவோமே என்று டௌவிடம் சென்று உதவும்படி வேண்டினார்.

ஃபோர்ட் இங்க்ராமைப் பார்க்கச் சென்றார். தன் முன் வந்து நின்ற அந்த ஒடிசலான ஆசாமியை இங்க்ராம் பார்த்தார். இங்க்ராம் அந்த நிகழ்ச்சியைப் பற்றிச் சொல்கிறார்:

‘அவர் தன்னை ஹென்றி ஃபோர்ட் என்று அறிமுகப்படுத்திக் கொண்டார். அதற்குப்பின் நடந்ததை என்வாழ்நாள் முழுதும் மறக்க இயலாது. பிரச்னையை நாங்கள் எடுத்துச் சொன்னதை உன்னிப்பாகச் செவி மடுத்தார். அந்த இயந்திரத்தை ரசிப்பது போல அதை இரண்டு மூன்று முறை சுற்றிவந்தார். பிறகு அங்கங்கே தட்டிக்கொடுத்தார். பிறகு அதன் த்ராட்டில் அருகே சென்று நீராவியைத் திறந்துவிட்டார். என்ன ஆச்சரியம்! அந்த

இயந்திரம் ஓடத் தொடங்கியது. அடம் பிடிக்கிற குழந்தையைச் சற்றே தட்டிக்கொடுத்துச் சமாதானப்படுதுவது போல அந்த இயந்திரத்தைத் தட்டிக்கொடுத்துச் சரிசெய்தார் ஃபோர்ட்.'

எடிசன் நிறுவனத்தில் காலக்கட்டுப்பாடு இல்லாத காரணத்தால் அந்த நிறுவனத்தின் கட்டடத்தின் கீழ்த்தளத்தில் தனது ஆராய்ச்சி சாலையை ஃபோர்ட் அமைத்தார். தான் தங்கியிருந்த வீட்டின் பின்புறமும் ஓர் ஆய்வுச் சாலையை நிறுவினார். டெட்ராய்ட் முழுதும் சுற்றி அலைந்து இரும்பு தட்டுமுட்டுச் சாமான்கள் எங்கெல்லாம் கிடைக்குமோ அங்கெல்லாம் சென்று பொருள்களை வாங்கிச் சேர்த்தார். குதிரை தேவைப்படாத வாகனத்தை எப்படியும் உருவாக்கிவிடவேண்டும் என்பதில் தீவிரமாக இருந்தார்.

பெட்ரோலை எரிவாயுவாகப் பயன்படுத்தி வாகனங்கள் தயாரிக்க ஏற்கெனவே பலர் முனைந்திருந்தனர். டெட்ராய்ட்டில் சார்லஸ் கிங் என்பவர் ஒரு வண்டியைத் தயாரித்தார். 2,000 பவுண்ட் எடைக்கும் மேலிருந்த அந்த வாகனத்தை டெட்ராய்ட் தெருக்களில் வெள்ளோட்டம் விட்டார். அதிகபட்சம் மணிக்கு ஐந்து மைல் வேகத்தில் மட்டுமே போக முடியும். அந்த வெள்ளோட்டாத்தை ஹென்றி ஃபோர்ட் தனது சைக்கிளில் சென்று பார்த்தார். அவ்வளவு கனமாகவும் தடிமனாகவும் தனது வாகனம் இருக்கக் கூடாது எனத் தீர்மானித்தார். எனவே நான்கு சக்கர சைக்கிள் ஒன்றில், தான் உருவாக்கும் இயந்திரத்தைப் பொருத்த நினைத்தார்.

அவருடைய பணிகளில் மட்டும் முன்னேற்றம் என்பதில்லை. அருடைய தனிவாழ்க்கையிலும் முன்னேற்றம் ஏற்பட்டது. அவரது மனைவி கிளாரா கருவுற்றாள். 1893-ம் ஆண்டு நவம்பர் மாதம் 6-ம் தேதி கிளாரா ஓர் ஆண் குழந்தையைப் பெற்றெடுத்தாள். தனது நெடுநாள் நண்பனின் நினைவாக அக்குழந்தைக்கு எட்செல் ப்ரையன்ட் ஃபோர்ட் என்று பெயரிட்டார்.

பொறுப்பு அதிகமாகிவிட்டதால் தனது சம்பாத்தியத்தையும் அதிகப்படுத்தவேண்டிய அவசியம் நேர்ந்தது. எடிசன் லைட்டிங் நிறுவனம் அவரது ஊதியத்தை இரட்டிப்பாக்கி அவரைத் தலைமைப் பொறியாளராக நியமனம் செய்தது. YMCA அமைப்பில் மாலை நேரங்களில் உலோகத்தொழில் வகுப்புகள் நடத்தினார். அதனால் அவருக்குக் கூடுதல் பணம் கிடைத்தது

மட்டுமன்றி அங்கிருந்த கருவிகளைப் பயன்படுத்திக்கொள்ளும் வாய்ப்பும் கிடைத்தது.

தலைமைப் பொறியாளராகப் பொறுப்பில் இருந்ததால் அவருக்குக் கட்டுப்பாடுகள் அதிகம் இல்லை. அதிக ஓய்வும் கிடைத்தது. அவரது ஒய்வு அவருக்கு ஆய்வு. தனது ஆராய்ச் சிக்குத் தான் தங்கியிருக்கும் இடத்தில் அதிக வசதியில்லாததால் 1893-ம் வருடம் டிசம்பர் மாதம் டெட்ராய்ட்டில் உள்ள பாக்லி தெருவில் 58-ம் எண் வீட்டில் குடிபுகுந்தார். அங்கே இருந்த ஒரு சிறிய கொட்டகையில் தனது இயந்திரசாலையை நிறுவினார். வெளியிலிருந்து வாங்கிய சாமான்களோடு வீட்டில் கிடந்த சாமான்களையும் பயன்படுத்தி அவரது இயந்திரம் உருவாகிக் கொண்டிருந்தது.

குழந்தை பிறந்து 48 நாள்களே ஆகியிருந்த நிலையில் கிறிஸ்துமஸுக்கு முதல்நாள் ஹென்றி ஓர் இயந்திரத்தைத் தூக்கிக்கொண்டு கிளாராவின் சமையல் அறைக்கு வந்தார். அந்தச் சமையலறையில் பாத்திரங்கள் கழுவ ஒரு 'சிங்க்' இருந்தது. இயந்திரத்தை சிங்க்கின் குழாயோடு பொருத்தினார். அதன் உள்வாய்ப் பகுதியில் சிறிது சிறிதாகப் பெட்ரோலை ஊற்றும்படி மனைவியிடம் சொன்னார். அந்த இயந்திரத்தின் ஃப்ளைவீலைச் சுழற்றினார். இயந்திரம் இயங்கவில்லை. இரண்டு மூன்றுமுறை இயக்கிய பிறகு பெருத்த சத்தத்தோடு அந்த இயந்திரம் இயங்க அதனோடு இணைக்கப்பட்டிருந்த சிங்க் அதிரத்தொடங்கியது.

தூக்கிக் கொண்டிருந்த எட்செல் திடுக்கிட்டெழுந்து அழுதான். அவன் பெற்ற முதல் இயந்திர அனுபவம் அது. வாழ்நாள் முழுதும் அவன் இயந்திரத்தோடுதானே இயங்கப் போகிறான். தான் உருவாக்கிய இயந்திரம் இயங்கத் தொடங்கிவிட்டது என்ற மகிழ்ச்சியில் துள்ளினார் ஃபோர்ட். பிள்ளையையும் இயந் திரத்தையும் சேர்ந்து கொஞ்சினார்.

இனி, காலதாமதம் செய்யாமல் இரண்டு சிலிண்டர்கள் கொண்ட உள்ளெரி இயந்திரத்தை உருவாக்கவேண்டும் என முனைந்தார்.

குழந்தை பிறந்த பிறகு இரண்டு ஆண்டுகள் குதிரை இழுக்கா வண்டி ஆய்வைத் தொடர்ந்தார் ஹென்றி. YMCA-வில் அவரிடம் பயின்ற மாணவன் ஆலிவர் பார்த்தெல் அவருக்கு

உதவியாளனாகச் சேர்ந்தான். மிகவும் நிதானமாகச் செயல் பட்டாலும் அவரது முயற்சி வெற்றிப்பாதையில் நடை போட்டது.

'மிஸ்டர் ஹென்றி, இந்தக் கட்டுரையைப் படித்துப்பாருங்கள்' என்றான் பார்த்தெல்.

'இது என்ன புத்தகம்?' என்று கேட்டார் ஃபோர்ட்.

'அமெரிக்கன் மெஷினிஸ்ட் என்ற பத்திரிகை. 1895 நவம்பர் மாத இதழ். இதில் கேன் பென்னிங்டன் கேஸோலின் இன்ஜின் பற்றி எழுதியிருக்கிறார்' என்றான் பார்த்தெல்.

'அப்படியா? கொடு, பார்க்கலாம்.'

ஹென்றி அந்தக் கட்டுரையைப் படித்தார்.

அதே பத்திரிகையின் 1896 ஜனவரி இதழில் அந்த இயந்திரத்தின் நிறை குறைகளைப் பற்றியும் எழுதியிருந்தது. அந்த இயந் திரத்தை, சாதாரணமாகக் கிடைக்கும் பொருள்களிலிருந்து எப்படித் தயாரிப்பது என்று விளக்கியிருந்தார்கள்.

'மிஸ்டர் ஃபோர்ட், இது நமக்கு ஓரளவு பயன்படுமா?' என்று கேட்டான் பார்த்தெல்.

'பார்த்தெல். இது ஒரு வழிகாட்டி. அவ்வளவுதான். நம்முடைய ஆர்வமும் ஊக்கமும்தான் மிக முக்கியமானவை. ஊக்கம்தான் உன் நம்பிக்கையை விண்ணளவு உயர்த்தும். அதுதான் உன் கண்களின் ஒளி, அதுதான் உன் பலம், அதுதான் உன் உறுதி, அதுதான் எண்ணங்களைச் செயல்படுத்தும் ஆற்றல்' என்றார் ஃபோர்ட்.

டெட்ராய்ட்டிலிருந்த சில நிறுவனங்களிலிருந்து இரும்புச் சாமான்களையும், கம்பிச் சுருள்களையும் வாங்கினார் ஃபோர்ட். சில உறுப்புகளைத் தானே தயார் செய்தார். அவர் தங்கியிருந்த வீட்டின் வேறொரு பகுதியில் குடியிருந்த ஃபெலிக்ஸ் ஜூலியன் என்பவர் ஃபோர்டின் செயல்களைக் கவனித்து வந்தார். அந்தக் கொட்டகையின் இன்னொரு பகுதி ஃபெலிக்ஸின் பொறுப்பில் இருந்தது. ஃபோர்ட் வேலை செய்வதைப் பார்க்கத் தன்னை அனுமதித்தால் கொட்டகையின் மற்ற பகுதியையும் அவரது உபயோகத்துக்குக் கொடுப்பதாக ஃபெலிக்ஸ் சொன்னார்.

ஃபோர்ட் ஒப்புக்கொள்ளவே கொட்டகை முழுதும் அவரது ஆய்வுக்காகக் கிடைத்தது. கையிலிருந்த பணம் பொருள்கள் வாங்குவதில் கரைந்தது. இயந்திரம் எடிசன் நிறுவனத்தின் பின்புறத்தில் உருவானது. மற்ற பாகங்கள் அவர் தங்கியிருந்த வீட்டின் கொட்டகையில் உருவாயின. இயந்திரத்தை வீட்டுக் கொட்டகைக்குக் கொணர்ந்து மற்றப் பாகங்களோடு பிணைத்தனர்.

நான்கு சக்கர சைக்கிள் அமைப்பில் அதைப் பொருத்தினர். பாக்லி அவென்யூ ஷெட்டில்தான் இவ்விணைப்புகள் நிகழ்ந்தன. சக்கரங்கள் ஒவ்வொன்றும் 28 அங்குல விட்டமுடையவை. இரண்டு வெவ்வேறு வேகத்தில் இயங்குமாறு அந்த இயந்திரம் ஏற்பாடு செய்யப்பட்டிருந்தது. மணிக்குப் பத்து மைல் வேகத்திலும் இருபது மைல் வேகத்திலும் இயக்கமுடியும். இயந்திரத்தைத் தொடங்க வைக்க இரு ஃப்ளைவீல்கள் பொருத்தப்பட்டிருந்தன.

அந்த வாகனத்தால் முன்னால்தான் போக இயலும். ரிவர்ஸ் கியர் கிடையாது. அதன் மொத்த எடை 500 பவுண்டு. அதில் மூன்று கேலன் கொள்ளுமாறு ஒரு பெட்ரோல் கொள்கலம் இணைக்கப்பட்டிருந்தது. அந்த வாகனத்துக்கு 'குவாட்ரிசைக்கிள்' (Quadricycle - நான்கு சக்கர சைக்கிள்) என்று பெயர் சூட்டப்பட்டது.

1896-ம் ஆண்டு ஜூன் மாதம் 4-ம் நாள். அதிகாலைப் பொழுது. தனது வாகனத்தை இயக்குவதற்கு எல்லா ஏற்பாடுகளையும் செய்து முடித்தார் ஃபோர்ட். வெளியே தூறல் போட்டுக் கொண்டிருந்தது. தெரு ஈரமாக இருந்தது. இன்ஜினை முடுக்கினார். தடதட என்ற சத்தத்தோடு அது ஓடத் தொடங்கியது. கொட்டகையின் வாயில் அருகே வந்தபோதுதான் ஒரு விஷயம் புரிந்தது. அந்தக் கொட்டகையின் வாயில் அந்த வாகனத்தை விடச் சிறியது. இயந்திரத்தை நிறுத்திவிட்டு ஒரு கோடரியைக் கொணர்ந்து அந்தக் கொட்டகைச் சுவரை இடித்து வாயிலைப் பெரிதாக்கினார் ஃபோர்ட்.

பிறகு அவரும் அவரது நண்பர் ஜிம் பிஷப்பும் வாகனத்தை வெளியில் கொணந்தனர். கிளாரா ஒரு குடையைப் பிடித்துக் கொண்டு வீட்டின் பின்புறத்திலிருந்து பார்த்துக்கொண்டிருந்தார். ஒரு வரலாறு படைக்கப்படுகிறது என்பதை அறியாமல் குழந்தை

எட்செல் வீட்டுக்குள் உறங்கிக்கொண்டிருந்தான். வழியில் செல்பவர்களை எச்சரிப்பதற்காக பிஷப் சைக்கிளில் முன்னால் சென்றார்.

ஃபோர்ட் ஃப்ளைவீலைச் சுழற்றி இயந்திரத்தை முடுக்கினார். அது பெரிதாகச் சத்தம் போட்டது. அதைக்கேட்டு எட்செல் அலறினான். பக்கத்தில் வசித்தவர்கள் வீட்டைவிட்டு வெளியே வந்து பார்த்தனர். அந்த வாகனம் முன்னோக்கிச் சென்று சிறிது தொலைவு சென்றதும் தானாக நின்றது. வாகனத்துக்கு முன்னால் சைக்கிளில் சென்றுகொண்டிருந்த பிஷப் நின்றார்.

நல்லவேளையாக ஒரு சிறு கோளாறுதான். ஒரு சிறிய ஸ்பிரிங் கழன்றிருந்தது. அதை மாட்டி இயக்கியதும் நன்றாக ஓடியது.

பிறகு வாகனத்தை கொட்டகைக்கு வெளியே நிறுத்தினர். உடைத்த வாயில் சுவரை உடனடியாகச் சீர்செய்தாகவேண்டும். அதற்கு ஏற்பாடு செய்துவிட்டு ஃபோர்ட் அலுவலகம் சென்றார். அவர் திரும்பிவந்த போது வீட்டுக்குச் சொந்தக்காரர், சுவரைக் கட்ட வந்த பணியாளர்களிடம் சண்டை போட்டுக் கொண்டிருப் பதை ஃபோர்ட் பார்த்தார். ஃபோர்டைப் பார்த்ததும் வீட்டுக் காரரின் கோபம் இன்னமும் அதிகமாகியது.

ஃபோர்ட் அமைதியாக அவருக்குப் பதிலளித்தார். அவரது இயந்திரத்தைப் பற்றி விளக்கினார். அதை இயக்கிக் காட்டினார். வீட்டுக்காரருக்கும் அதில் ஆர்வம் வந்தது. ‘இந்தச் சுவரை மீண்டும் கட்டினால் இந்த வாகனத்தை எப்படி உள்ளே கொணர்ந்து பிறகு வெளியே எடுத்துச் செல்ல முடியும். எனவே ஒரு தள்ளு கதவைப் பொருத்தச் சொல்லுங்கள்’ என்றார். உலகின் முதல் கார்ஷெட் அன்று உருவானது.

டெட்ராய்ட் வீதிகளில் ஃபோர்டின் வாகனம் அடிக்கடி பயணம் செய்தது. அவ்வாகனத்தின் சத்தத்தைக் கேட்டு வண்டி இழுத்துக் கொண்டிருந்த குதிரைகள் மிரண்டன. குதிரைச் சவாரி செய்து கொண்டிருந்தவர்கள் தமது குதிரைகள் மிரண்டதைக் கண்டு அலறினர். பொதுமக்களிடமிருந்து புகார் வந்ததால் காவலர்கள் அவரைக் கண்டித்தனர். ஃபோர்ட், டெட்ராய்ட் மேயரைச் சந்தித்துத் தனது வாகனத்தைத் தெருக்களில் ஓட்ட எழுத்துமூலம் அனுமதி பெற்றார். அதுதான் உலகில் முதன்முதல் வழங்கப் பட்ட ஓட்டுநர் உரிமம். ஹென்றி ஃபோர்டுதான் அனுமதி பெற்ற

முதல் ஓட்டுநர்.

ஒரு சில நண்பர்களையும் அவரது மனைவியையும் தவிர வேறு யாரும் ஃபோர்டின் முயற்சியை ஆதரிக்கவில்லை. அதன் தொழில் நுட்பத்தை உணர்ந்து எவரும் பாராட்டவில்லை. பாராட்டை எதிர்பார்த்த ஃபோர்டுக்கு அது மனவருத்தத்தைக் கொடுத்தது. மின்சாரத்தால்தான் எதையும் சாதிக்க முடியும் என்றும், வருங்காலத்தில் குதிரை இழுக்கா வாகனங்கள் மின்சாரத்தால்தான் இயங்கும் என்றும் பெட்ரோலைப் பயன் படுத்தி வாகனங்களை இயக்க முயற்சி செய்வது அபத்தம் என்றும் பலர் சொன்னார்கள். எடிசன் இல்லுமினேட்டிங் நிறு வனத்தின் மேலாளர் கூட ஃபோர்டை மின்சாரத்தைப் பயன் படுத்தி ஆய்வு செய்யச் சொன்னார்.

இந்நிலையில், 1896-ம் ஆண்டு ஆகஸ்ட் மாதம் நியூ யார்க்கில் நடைபெறும் ஒரு மாநாட்டில் கலந்து கொள்ள ஹென்றி ஃபோர்டுக்கு அழைப்பு வந்தது. அமெரிக்காவின் பலபாகங் களிலும் உள்ள எடிசன் மின்சார நிறுவனங்கள் இணைந்து நடத்தும் மாநாடு அது. டெட்ராய்ட் அமைப்பின் தலைமைப் பொறியாளார் என்ற முறையில் ஹென்றி ஃபோர்ட் அதில் கலந்து கொண்டார். அந்த மாநாடு தாமஸ் ஆல்வா எடிசன் தலைமையில் நடைபெற்றது. மன்ஹாட்டன் கடற்கரையில் உள்ள மிகப் புகழ் பெற்ற ஓரியண்டல் ஹோட்டலில் அந்நிகழ்ச்சி நடந்தது.

முதல் இரண்டு நாள்களிலும் பலர் சொற்பொழிவாற்றினர். ஹென்றி நியூ யார்க் கடற்கரையில் உலவினார். பல சக மின்னியல் வல்லுநர்களைச் சந்தித்து உரையாடினார். மூன்றா வது நாள் மாலை எடிசனுக்குச் சிறப்பு விருந்து அளிக்கப்பட்டது. அந்நிகழ்ச்சி அந்த ஹோட்டலின் நடன அறையில் நடை பெற்றது. ஒரு சிலரே அழைக்கப்பட்டிருந்தனர். ஹென்றிக்கும் அழைப்பு கிடைத்தது.

1896-ம் ஆண்டு ஆகஸ்ட் மாதம் 12-ம் நாள். பின்மாலைப் பொழுது. எடிசன் மேடையில் நடுநாயகமாக அமர்ந்துகொண்டு இருந்தார். ஸ்டோரேஜ் பேட்டரி பற்றிப் பேச்சு திரும்பியது. அதைக் கார்களில் எப்படிப் பயன்படுத்துவது என ஒருவர் விளக்கி னார். அப்பொழுது அம்மேடையில் அமர்ந்து கொண்டிருந்த அலெக்ஸாண்டர் டௌ சற்றுத் தள்ளி நின்றுகொண்டிருந்த ஹென்றி ஃபோர்டைச் சுட்டிக்காட்டி அவர் பெட்ரோலைப்

பயன்படுத்தி வெற்றிகரமாக வாகனத்தை இயக்கியிருக்கிறார் என்றார்.

அவையிலிருந்த சிலர் ஃபோர்டிடம் கேள்விகள் கேட்டனர். ஃபோர்ட் தான் எவ்வாறு அதைச் செய்தார் என்பதைப் பற்றி விளக்கினார். சரியாகக் காது கேளாத எடிசன் தனது தலையைச் சற்றே சாய்த்து காதில் கையை வைத்து மிக உன்னிப்பாகக் கேட்டார். எடிசனின் அருகில் அமர்ந்திருந்தவர், தான் எழுந்து ஃபோர்டுக்கு இடம் கொடுத்தார். ஃபோர்ட் எடிசன் காதருகில் தனது முயற்சியைப் பற்றி விளக்கினார். எடிசன் கேள்விமேல் கேள்வி கேட்டார். எல்லாவற்றுக்கும் தெளிவாகவும் பொறுமை யாகவும் ஃபோர்ட் பதில் சொன்னார். பிறகு ஒரு தாளை எடுத்து வரைபடம் மூலம் விளக்கினார்.

விளக்கம் முடிந்ததும் எடிசன் தனது கையால் எதிரிலிருந்த மேஜையில் ஓங்கித் தட்டினார். ஃபோர்டின் கையைப் பிடித்தார். 'இளைஞனே, இதுதான் வேண்டும், இதுதான் வேண்டும். நீ வென்றுவிட்டாய். தொடர்ந்து முயற்சி செய். விட்டுவிடாதே! மின்சாரக் கார்கள் மின்நிலையங்களின் அருகில்தான் இயங்கவேண்டும். ஸ்டோரேஜ் பேட்டரிகள் மிகப் பளுவானவை. நீராவியால் அதிகப் பயனில்லை. நீராவி இயந்திரங்கள் கொதிகலன்களைச் சுமக்கவேண்டும். உன் னுடைய கார் தனக்கு வேண்டிய சக்தியைத் தானே தயாரித்துக் கொள்கிறது. தீ இல்லை, கொதிகலனில்லை, புகையில்லை, நீராவியில்லை. நீ வென்றுவிட்டாய். தொடர்ந்து செல்' என்றார்.

'உங்களுடைய ஊக்கம் தரும் சொற்களுக்கு நன்றி' என்றார் ஃபோர்ட்.

'இளைஞனே, ஊக்கம் என் சொற்களில் இருந்தால் மட்டும் போதாது. உன் செய்கையிலும் இருக்கவேண்டும்' என்றார் எடிசன்.

'எடிசன்தான் எனது கதாநாயகன். அன்று மேஜையில் அவர் தட்டிய தட்டு எனக்குப் பல உலகங்களைவிடப் பெரிது. இதுவரை யாரும் எனக்கு இவ்வகையில் ஊக்கம் அளிக்க வில்லை. நான் சரியான பாதையில்தான் போகிறேன் என எனக்குத் தெரியும் என்றாலும் பலர் அதைரியப்படுத்தும்போது

நான் தவறான பாதையில் போகிறேனோ என எண்ணத் தோன்றும். தெளிவில்லாமல் புகைமூட்டத்துள் இருப்பதைப் போலிருந்தேன். தெளிவுதந்து அந்தக் கண்டுபிடிப்புகளின் கதாநாயகன் என்னை ஆசீர்வதித்துவிட்டார்' என்றார் ஹென்றி ஃபோர்ட், பிற்காலத்தில்.

சிறு வயதிலிருந்தே எடிசனைத் தனது கதாநாயகனாகவே கருதி வந்தார் ஃபோர்ட். அவரைப் பற்றிய செய்திகளை மிகுந்த ஆர்வத்துடன் படித்தார். அவருடைய பெயரில் இயங்கும் நிறுவனத்தில் பணிபுரிவதை ஒரு நல்வாய்ப்பாகக் கருதினார். நியூ யார்க்குக்கு வந்தது முதல் எடிசன் சென்ற இடங்களுக்கெல்லாம் சென்று அவரைப் புகைப்படம் எடுத்தார். தனது கதாநாயகனிடம் நேரில் பேசும் வாய்ப்புக் கிடைக்குமா என ஏங்கியவருக்கு அவரிடமிருந்து பெரிய பாராட்டும் ஊக்கமும் கிடைத்த தென்றால் அதைவிட மகிழ்ச்சி வேறேது?

எடிசன் மறையும் வரை, ஏன் அவர் மறைந்த பின்பும் எடிசனைப் போற்றிவந்தார் ஃபோர்ட்.

வீட்டுக்குத் திரும்பியதும் தனது மனைவியிடத்தில் தான் எடிசனைச் சந்தித்த நிகழ்ச்சியை மிகவும் மகிழ்ச்சியோடு விவரித்தார். தனது கணவன் அவ்வளவு மகிழ்ச்சியாக இருந்து கிளாரா பார்த்ததே இல்லை. எடிசன் என்ன மாய மந்திரம் போட்டாரோ தெரியவில்லையே என வியந்தார் கிளாரா.

ஏற்கெனவே கையிலிருந்த பணமெல்லாம் செலவழிந்து விட்டது. இனி எடிசனின் புகழ்ச்சிக்குப் பிறகு ஃபோர்டைக் கட்டுப்படுத்தவே முடியாது என்று எண்ணி கிளாரா கவலைப் பட்டார். கிளாராவின் கவலையை அறிந்த ஃபோர்ட் குவாட்ரி சைக்கிளை விற்றுவிடுவதாகவும் அதில் கிடைக்கும் பணத்தைக் கொண்டு அடுத்த காரை உருவாக்கப் போவதாகவும் சொன்னார்.

எடிசனின் ஊக்கம் கிடைத்துவிட்டதால் வேறு எவரது கருத்துக் கும் இடம் கொடுக்காது, தனது இரண்டாவது காரை உருவாக்கும் முயற்சியில் மிகத் தீவிரமாக ஈடுபட்டார் ஃபோர்ட்.

அவர் அந்த முயற்சியில் ஈடுபட்டுக்கொண்டிருந்தபோது அமெரிக்காவிலும் உலகின் பல்வேறு பாகங்களிலும் பலரும் கார்களை உருவாக்கும் முயற்சிகளில் முனைந்திருந்தனர். ஜெர்மனியில் கார்ல் பென்ஸ் என்பவரும் பிரான்ஸில் எமிலி

கான்ஸ்டன் லெவசார் என்பவரும் சக்தி வாய்ந்த இயந்திரங் களைப் பொருத்திய பெரிய கார்களை உருவாக்கினார்கள். அமெரிக்காவிலும் பலர் முனைந்தனர். ஆட்டோமொபைல் பத்திரிகைகள் தோன்றின. சிக்காகோ டைம்ஸ் ஹெரால்ட் என்ற பத்திரிக்கையின் ஆதரவில் கார் ரேஸ் ஒன்று நடந்தது.

தான் உருவாக்கிய முதல் குவாட்ரிசைக்கிள் காரை ஃபோர்ட் தனது நண்பர் சார்லஸ் ஐன்ஸ்லே என்பவருக்கு 200 டாலருக்கு விற்றார்.

அடுத்த காரை உருவாக்குவதில் தனது நண்பர்கள் பலரையும் கூட்டு சேர்த்துக்கொண்டார். பல இடங்களுக்குச் சென்று பொருள்களை வாங்கினார். அதே நினைவாகச் செயல்பட்டார். பல புதிய முன்னேற்றங்கள் செய்யப்பட்டன. முந்தைய அமைப்பைவிடச் சற்றுப் பெரிதாகச் செய்யப்பட்டது. இயந்திர மும் அதிகச் சக்தி வாய்ந்ததாகச் செய்யப்பட்டது.

இரண்டாவதாகச் செய்யப்பட்ட கார் மிகச் சிறப்பாக இயங்கி யது. பல முறை அதை ஓட்டிச் சோதித்துப்பார்த்தபின் அந்தக் காரில் தனது மனைவியையும் குழந்தையையும் அழைத்துக் கொண்டு தனது தந்தையைப் பார்க்க டியர்பான் சென்றார் ஃபோர்ட். அவரது கார் வருவதை அவரின் தங்கை மார்க்கரெட் தொலைவிலேயே பார்த்துவிட்டாள். தன் அண்ணன் சொன் னதைச் சாதித்துவிட்டான் என்பதில் அவளுக்கு மிகுந்த மகிழ்ச்சி. அந்தக் காரின் சத்தத்தைக் கேட்டு ஊரிலுள்ளோர் ஓடிவந்து பார்த்தனர். குதிரைகள் பயந்து ஓடின.

மார்க்கரெட் ஓடிவந்தாள். அவள் அருகில் வந்து ஹென்றி ஃபோர்ட் வண்டியை நிறுத்தினார். கிளாராவும் எட்செலும் வண்டியிலிருந்து இறங்கினர். மார்க்கரெட்டை வண்டியில் ஏற்றிக்கொண்டார் ஃபோர்ட். மார்க்கரெட்டுக்கு அது ஒரு புதிய அனுபவமாக இருந்தது. ஹென்றியின் தம்பிகள் ஓடிவந்தனர். அவர்களையும் ஏற்றிக்கொண்டு பண்ணையைச் சுற்றிவந்தார்.

தங்கள் ஊர்ப்பையன் குதிரை இழுக்காமல் ஓடும் வண்டியை உருவாக்கியதில் ஊர்க்காரர்கள் மகிழ்ந்தனர். ஆனால், ஹென்றி யின் தந்தை வில்லியம் குதிரைகளை மிரளவைக்கும் அவ்வண்டி யில் ஏறமாட்டேன் என்று மறுத்துவிட்டார்.

ஹானிங்டன் என்ற பொறியாளர் ஹென்றியின் காரைப் பார்த்தார்.

அதை முழுதும் சோதித்துப் பார்த்தார். 'ஹென்றியின் கார் மிக ஆராய்ந்து செய்யப்பட்டது, மிகவும் முழுமையானது. ஒவ்வொன்றும் திறமையாக உருவாக்கப்பட்டிருக்கிறது. தயாரிக்கப்பட்டு பொதுமக்களுக்கு விற்கப்பட்டால் இந்த நாட்டில் உருவாக்கப்படும் எந்தக்காரையும் விஞ்சும்' என்றார்.

இனி அதைப் பெரிய அளவில் தயாரிக்கவேண்டியதுதான் பாக்கி. ஆனால் அப்படித் தயாரிப்பதற்குப் பணம் வேண்டுமே! தனிப் பட்ட மனிதனால் அதைச் செய்யமுடியாதே!

எனவே பணமுதலீட்டுக்கு ஏற்பாடு செய்யும் முயற்சியில் இறங்கினார் ஹென்றி ஃபோர்ட்.

4

ஒரு டாலருக்கு எவ்வளவு குறைவாகக் கொடுக்க முடியும் என்று நினைத்துச் செயல் படுபவனை விட ஒரு டாலருக்கு எவ்வளவு அதிகம் கொடுக்கமுடியும் என்று எண்ணிச் செயல்படுபவன் வெற்றியடைகிறான்.

‘வாங்க மிஸ்டர் ஃபோர்ட். உங்கள் முயற்சி எந்த அளவில் இருக்கிறது?’ என்று கேட்டார் எடிசன் இல்லுமினேட்டிங் கம்பெனியின் தலைவர் ஜார்ஜ் பெக்.

‘மிஸ்டர் பெக், தங்களுடைய ஆலோசனையின்படி பல முதலாளிகளைப் போய் பார்த்தேன். மேயர் வில்லியம் மாய்பரி உதவுவதாகச் சொல்லியிருக் கிறார். தனக்குத் தெரிந்தவர்களிடமெல்லாம் அவர் என்னைப் பற்றிச் சொல்லி ஆதரவு திரட்டுகிறார்’ என்றார் ஹென்றி ஃபோர்ட்.

‘பரவாயில்லையே மிஸ்டர் ஃபோர்ட். என்னுடைய பையன் பார்ட்டனின் பட்டறையை நீங்கள் பயன் படுத்திக் கொள்ளலாம். அவனுக்கும் ஆட்டோ மொபைல் தொழிலில் அதிக ஈடுபாடு. நீங்கள் வில்லியம் மர்பியைப் போய்ப் பார்த்தீர்களா?’

‘பார்த்தேன். நான் இப்பொழுது உற்பத்தி செய்துள்ள காரில் டெட்ராய்ட்டிலிருந்து ஆர்ச்சர்ட்

ஏரி வரையில் சென்று போனியாக் வழியாக டெட்ராய்ட்டுக்குத் திரும்ப முடியும் என்றால் தன்னை வந்து பார்க்கும்படி சொன்னார். சனிக்கிழமைபோய் அவரைப் பார்க்கலாம் என்றிருக்கிறேன். அதற்குள் என்னுடைய வாகனத்தைச் சோதனை செய்து தயார் நிலையில் வைத்துவிடுவேன்.'

'உங்கள் வெற்றிக்கு எனது வாழ்த்துகள். மர்பி மட்டும் ஒப்புக்கொண்டால் போதும். மற்றவர்களும் தாங்களாகவே முன்வந்து முதலீடு செய்வார்கள். பங்குச் சந்தையிலே அவருக்கு மிக நல்ல செல்வாக்கு' என்றார் பெக்.

1899-ம் ஆண்டு ஜூலை மாதம் ஒரு சனிக்கிழமை ஃபோர்ட் மர்பியை அவரது வீட்டுக்குச் சென்று பார்த்தார்.

'வாருங்கள் ஃபோர்ட். நான் சொன்னபடி ஆர்ச்சர்ட் ஏரிக்குப் போய்வர நீங்கள் தயாரா?' என்று கேட்டார் மர்பி.

'நான் மட்டுமல்ல, என் காரும் தயார். இதோ வெளியிலே உங்களை ஏற்றிச் செல்வதற்காகக் காத்துக்கொண்டிருக்கிறது' என்றார் ஃபோர்ட்.

'எல்லாம் சரிதான். பயமொன்றுமில்லையே?'

'நீங்கள் கவலையே படவேண்டாம். மூன்று முறை வெற்றிகரமாகச் சோதித்துப் பார்த்துவிட்டேன்' என்றார் ஃபோர்ட்.

இருவரும் வெளியில் சென்றனர். வாசலில் நிறுத்திவைக்கப்பட்டிருந்த காரைச் சுற்றிவந்து பார்த்தார் மர்பி.

'இருங்கள், நேரத்தைக் குறித்துக்கொள்கிறேன். அப்பொழுது தானே எவ்வளவு வேகத்தில் போகிறது என்று கணிக்க முடியும்?' என்றார் மர்பி.

ஃபோர்ட் ஓட்டுநர் இருக்கையில் அமர்ந்தார். இன்னொரு இருக்கையில் மர்பி அமர்ந்தார். ஃபோர்டு வண்டியை இயக்க, எந்த இடர்ப்பாடும் இன்றி அந்தக் கார் ஓடத்தொடங்கியது. சாலையின் தன்மை, வண்டியின் ஓட்டம் இவற்றைக் குறித்துக் கொண்டுவந்தார் மர்பி.

ஆர்ச்சர்ட் ஏரி வரை சென்று எந்தச் சிக்கலும் இன்றி மர்பியின் வீட்டுக்குத் திரும்பிவந்தனர். எண்பது மைல் பயணம் இனிதாகவே அமைந்தது.

தன்னை அந்தக் கார் கவர்ந்துவிட்டதாகவும் அதை முன்மாதிரியாக வைத்து இன்னமும் சிறப்பாக ஒரு காரை வடிவமைப்புச் செய்து காட்டும்படியும் அது பொதுமக்களுக்கு ஏற்றபடியும் அதிக அளவில் தயாரித்து விற்பதற்கு ஏற்றபடியும் அமைய வேண்டும் என்றும் மர்பி சொன்னார். தான் அதிக அளவு முதலீடு செய்வதாகவும் உடனே நிறுவனத்தைப் பதிவு செய்துவிடலாம் என்றும் சொன்னார். மர்பி முதலீடு செய்யப்போகிறார் எனக் கேள்விப்பட்ட பலர் தாங்களும் முதலீடு செய்ய முன்வந்தனர்.

1899-ம் ஆண்டு ஆகஸ்ட் மாதம் 5-ம் தேதி டெட்ராய்ட் ஆட்டோமொபைல் கம்பெனி பதிவு செய்யப்பட்டது. 15,000 டாலர் மூலதனம். 1,500 பங்குகள். ஹென்றி ஃபோர்ட் பணம் முதலீடு செய்யாவிட்டாலும் அவரது திறமைக்கும் செயல்பாட்டுக்கும் ஏற்பப் பங்குகள் ஒதுக்கப்பட்டன. நிறுவனம் பதிவு செய்யப் பட்ட பத்து நாள்கள் கழித்து ஃபோர்ட், எடிசன் இல்லுமினேட்டிங் கம்பெனிப் பதவியிலிருந்து விலகினார்.

புது நிறுவனத்தின் பொறியியல் வல்லுநராக நியமிக்கப்பட்டார்.

மர்பி, மாக்மில்லன், மாய்பெரி ஆகிய மூவரின் கட்டுப்பாட்டில் டெட்ராய்ட் ஆட்டோமொபைல் கம்பெனி இயங்கியது. தொடக்கத்தில் பதிமூன்று ஊழியர்கள் பணியில் அமர்த்தப் பட்டனர். சில புதிய இயந்திரங்களும் கருவிகளும் வாங்கப் பட்டன.

ஆகஸ்ட் 19-ம் தேதி டெட்ராய்ட் ஃப்ரீ ப்ரெஸ் பத்திரிகையில் நிறுவனத்தின் செயலர் ஆல்டெர்மேன் கீழ்க்கண்ட விளம்பரத்தைக் கொடுத்திருந்தார்.

‘எங்களது ஆட்டோமொபைல் பல புதிய உறுப்புகளைக் கொண்டு தயாரிக்கப்படுகிறது. காப்புரிமைக்கு விண்ணப்பித்திருக்கிறோம். பெட்ரோல் நெடி தெரியாமல் இருக்குமாறு ஏற்பாடு செய்திருக்கிறோம். இயந்திரத்தின் எந்தப் பாகமும் வெளியில் தெரியாமல் மூடப்பட்டிருக்கும். பார்க்க அழகாகவும் வசதியாகவும் இருக்கும். இந்த வருட இறுதிக்குள் 150 பேர் வரை வேலைக்கு அமர்த்துவோம்.’

ஆனால் வெகு விரைவிலேயே முதலீட்டாளர்களுக்கும் ஃபோர்டுக்கும் இடையில் கருத்து வேறுபாடு ஏற்பட்டது. குறைந்த எடையுள்ள விலை குறைந்த காரை உற்பத்தி செய்ய

வேண்டும் என்பது ஃபோர்டின் விருப்பம். ஆனால் முதலீட்டாளர்கள் விருப்பமோ வேறுவிதமாக இருந்தது. அவர்கள் விரைவிலேயே அதிகப் பணம் சம்பாதிக்க ஆசைப்பட்டனர். பெரிய உருவில், எடை அதிகமுள்ள, விலை அதிகமுள்ள காரை உற்பத்தி செய்ய வேண்டுமென்று வற்புறுத்தினர்.

பணம் முதலீடு செய்துவிட்ட காரணத்தினால் மட்டுமே தன்னை வற்புறுத்தும் உரிமையை அவர்கள் எடுத்துக்கொண்டது ஃபோர்டுக்குப் பிடிக்கவில்லை. ஆரம்பம் முதலே தன்னிச்சையாகச் செயல்படும் இயல்புடையவரை எப்படி வற்புறுத்த முடியும்? என்றாலும் அவர்கள் விருப்பத்துக்கு ஓரளவு செவி சாய்த்து, ஃபோர்ட் தனது இரண்டாவது காரைச் சீரமைப்பதை நிறுத்தி வைத்துவிட்டு மூன்றாவதாகச் சற்றுப் பெரிய அளவில் வடிவமைத்தார்.

அதை வெள்ளோட்டம் விட்டபோது அதில் உடன் பயணம் செய்த பத்திரிகையாளர் அதைப் புகழ்ந்து எழுதினார். 1900, ஜனவரி 12, அன்று டெட்ராய்ட் ஜர்னலில் மிக விரிவாக அந்த காரைப் பற்றிய செய்தி வந்தது. அதே ஆண்டு பிப்ரவரி மாதம் 4-ம் தேதி டெட்ராய்ட் நியூஸ் ட்ரிப்யூன் பத்திரிகையில் 'பந்தயக்குதிரையை விட வேகமாக அது பனித்தரையில் பாய்ந்துசென்றது. இதயத்துடிப்பு நின்றுபோகும் அளவுக்கு மணிக்கு 25 மைல் வேகத்தில் சென்றது. சாலையில் நடந்து போகிறவர்களுக்கும் குதிரைவண்டிகளுக்கும் எந்தத் தீங்கும் விளைக்காமல் விலகிச் செல்ல முடிந்தது.' என்று அந்தப் பத்திரிகையின் நிருபர் எழுதியிருந்தார்.

இப்படியெல்லாம் பத்திரிகைகள் புகழ்ந்துரைத்தாலும் வணிகத்துக்கு ஏற்றவண்ணம் உருப்படியான ஒரு காரை ஃபோர்ட் உருவாக்கவில்லை. என்ன செய்தாலும் திருப்தி அடையாமல் மேலும் மேலும் மாற்றங்களைச் செய்துகொண்டே வந்தார். ஃபோர்டின் இந்தப் போக்கு மர்பிக்கு எரிச்சலைக் கொடுத்தது. உடனேயே அதிக உற்பத்திக்கு ஏற்றாற்போல ஒரு காரை வடிவமைக்கச் சொன்னார். காரின் பாகங்கள் பலவும் வெளியிலே உற்பத்தி செய்யப்பட்டதாலும் நிறுவனத்தில் பணிபுரிந்த ஊழியர்கள் அதிகம் பயிற்சி அற்றவர்களாக இருந்ததாலும் ஃபோர்ட் தனது திறமை முழுதையும் வெளிக்காட்ட இயலவில்லை.

மூதலீட்டார்களின் வற்புறுத்தல் தன்னிச்சை மனம் கொண்ட ஃபோர்டிடம் எதிர்விளைவை ஏற்படுத்தியது. மேலும்

வற்புறுத்தப்பட்டபொழுது, ஃபோர்ட் சில சூழ்ச்சிகளைச் செய்தார். தனது சகாக்களிடம் சொல்லி சில கார் பாகங்களை உருவாக்கச் சொன்னார். ஆறேழு கார்களை உற்பத்தி செய்யும் அளவுக்கு அவை உருவாக்கப்பட்டன. அவற்றைத் தனது தொழிற்சாலையில் பரப்பிவைத்தார். மர்பியும் மற்றவர்களும் தொழிற்சாலையைப் பார்வையிட வரும் போது அவற்றைக்காட்டி வரைபடங்களையும் காட்டி விரைவிலேயே கார் தயாராகிவிடும் என்பார். ஆனால் அந்தப் பாகங்கள் எந்தக் காரிலும் பயன் படுத்தப்படவில்லை. அவை 'ஒப்புக்குச் சப்பாணி'. ஓரளவு திருப்தியடைந்த மர்பி மேலும் 86,000 டாலர் முதலீடு செய்தார்.

காலதாமதம் ஆகிக்கொண்டே வந்தது. எரிச்சலடைந்த கம்பெனி நிர்வாகிகள் ஒரு கூட்டத்துக்கு ஏற்பாடு செய்து ஃபோர்டையும் வந்து கலந்து கொள்ள அழைத்தனர். கூட்டத்துக்கு ஃபோர்ட் செல்லவில்லை. வேறெங்கோ அவசர வேலையாகச் சென்று விட்டதாக அவரது சக ஊழியர் சொன்னார்.

அந்தக் கூட்டத்தில், ஊழியர்கள் பலரையும் பணியிலிருந்து நீக்கு வதாகவும் தொழிற்சாலையின் இடத்தைப் பாதியாகக் குறைப்ப தாகவும் முடிவெடுக்கப்பட்டது. சில நாள்களுக்குப் பிறகு டெட் ராய்ட் ஆட்டோமொபைல் கம்பெனி இழுத்து மூடப்பட்டது. ஆனால், மர்பியும் இன்னும் சிலரும் முழு நம்பிக்கை இழந்து விடவில்லை. அவர்கள் இணைந்து டெட்ராய்ட் ஆட்டோ மொபைல் நிறுவனத்தின் சொத்துகளை விலைக்கு வாங்கி ஃபோர்டுக்கு ஆதரவு தந்தனர். பெரிய காரை வடிவமைப் பதற்குப் பதில் சிறிதாக எடை குறைந்த ஒரு காரை உருவாக்க முனைந்தார்.

ஹென்றி ஃபோர்ட் கம்பெனி என்ற பெயரில் 60,000 டாலர் முதலீட்டில் புதிய நிறுவனம் 1901-ம் ஆண்டு நவம்பர் மாதம் 30-ம் நாள் பதிவு செய்யப்பட்டது. ஃபோர்டுக்கு 1,000 பங்குகள் வழங்கப்பட்டன. முதலில் ஃபோர்ட் மிகத் தீவிரமாகச் செயலில் இறங்கினார். ஆனால், அவரது பார்வை வேறு திசையில் சென் றது. வணிகத்துக்கு ஏற்ற காரை வடிவமைப்பதற்குப் பதிலாக, பந்தயந்துக்கு ஏற்ற காரை உருவாக்க விரும்பினார்.

கார் உற்பத்தியில் பலர் ஈடுபட்டிருந்ததால் கார்ப் பந்தயங்கள் அடிக்கடி நடந்தன. கார்ப் பந்தயத்தில் கலந்து கொண்டு வெற்றிபெற்றால் பேரும் புகழும் கிட்டும். பந்தயத்துக்குக்காகக்

கார் உற்பத்தி செய்பவன் நிச்சயம் வணிகத்துக்காகவும் நல்ல கார் உற்பத்தி செய்வான் என்ற நம்பிக்கை மக்களிடையே ஏற்படும் என்று ஃபோர்ட் எண்ணினார். தனது கவனம் முழுவதையும் பந்தயத்துக்கேற்ற காரை உற்பத்தி செய்வதில் செலுத்தினார்.

இதனை முதலில் அறியாத மர்பி, ஃபோர்ட் வணிகக் கார் உற்பத்தியில் அதிகக் கவனம் செலுத்துவதைக் கண்டு மகிழ்ந்தார். ஆனால், பலநாள் திருடன் ஒருநாள் அகப்படுவான் என்பதற் கேற்ப வணிகத்துக்காகச் செய்யப்படும் காரின் வடிவமைப்பு தேங்கி நிற்க, பந்தயத்துக்காக கார் வடிவைப்பு மிகத்தீவிரமாக நடைபெறுவதைக் கண்டார். ஃபோர்ட் தன்னை ஏமாற்றுகிறார் என்று மர்பி புரிந்து கொண்டார்.

ஃபோர்டின் சக ஊழியர் ஆலிவர் பார்த்தலை அழைத்து ஃபோர்டின் பந்தயக் கார் வடிவைப்பில் யாரும் பணிபுரியக் கூடாது என்றும் வணிகக் காரில் முழுமையாக ஈடுபடும்படியும் சொன்னார். மீறி நடந்தால் அனைவரையும் வேலையிலிருந்து நீக்கிவிடுவதாக மிரட்டினார். தினமும் காலை அந்தத் தொழிற் சாலைக்கு மர்பி சென்றார். ஆனால், ஃபோர்டும் அவரும் சந்தித்துக் கொள்வதில்லை.

பந்தயக் காரோடு வணிகக் காரும் உருவாகி வந்ததால் வணிகக் காரின் தரத்தையும் அது சரியாக உருவாக்கப்படுகிறதா என்பதைக் கண்டறியவும் டெட்ராய்ட்டில் புகழ்பெற்றிருந்த பொறியாளர் ஹென்றி லேலண்ட் என்பவரை அழைத்து ஃபோர்ட் உருவாக்கும் காரைச் சோதனையிட்டுத் தனது கருத்தைச் சொல்லும்படி கேட்டார் மர்பி.

ஹென்றி லேலண்ட் தனது மகன் வில்ஃப்ரெட் லேலண்டுடன் சென்று ஃபோர்டின் காரைப் பார்வையிட்டார். ஃபோர்டின் தொழில் நுணுக்கமும், வடிவமைப்பு முறையும், உருவாக்கு வதில் முன்னேற்றமும் சரியில்லை என்று லேலண்ட் அறிக்கை சமர்ப்பித்தார்.

யாரிந்த லேலண்ட் தன்னை மதிப்பிட எனக் கொதித்தார் ஃபோர்ட். அதன் பிறகு வணிகக் கார் உருவாக்கத்தில் ஃபோர்ட் அதிகக் கவனம் செலுத்தவில்லை.

மர்பிக்கும் ஃபோர்டுக்கும் இடையே கருத்து வேறுபாடு அதிக மாயிற்று. நிறுவனம் தொடங்கப்பட்டு நான்கு மாதங்களுக்குள்

ஹென்றி ஃபோர்ட் அந்த நிறுவனத்திலிருந்து விலகினார். அவருக்கு நஷ்ட ஈடாக 900 டாலர் கொடுக்கப்பட்டது. பந்தயக் கார் வடிவமைப்பு வரைபடங்கள் அவரிடமே கொடுக்கப் பட்டன. ஃபோர்டின் பெயரைப் பயன்படுத்துவதில்லை என்றும் உறுதியளிக்கப்பட்டது.

மர்பி லேலண்டுடன் கூட்டு சேர்ந்து கேடிலாக் ஆட்டோ மொபைல் கம்பெனியைத் தொடங்கினார். பல வருடங்கள் கழித்து 1909-ம் ஆண்டு கேடிலாக் நிறுவனத்தை ஜெனரல் மோட்டார் கார்ப்பொரேஷன் விலைக்கு வாங்கியது.

நல்ல வாய்ப்புகள் வந்தும் ஃபோர்ட் அவற்றை நழுவ விட்டு விட்டார். ஆனால், அவர் அதற்கெல்லாம் கவலைப்பட வில்லை. தனது தோல்வி தனக்கு ஒரு நல்ல அனுபவமாக அமைந்தது என்றார். ஒரு பத்திரிகைக்கு அளித்த பேட்டியில் அவர் சொன்னார்: 'இந்தப் பணக்காரர்களுக்கு ஏன் பொறுமை இல்லை? வெற்றி சற்றுக் காலதாமதமானால் அவர்களால் தாங்கிக் கொள்ள முடியவில்லை. நான் தோல்வி கண்ட அவ்வருடங்கள் எனக்கு மிகவும் பயனுள்ள வருடங்கள். ஒவ்வொரு நாளும் புதிது புதிதாகக் கற்றுக்கொண்டேன்.'

அவருடைய நண்பர் சார்லஸ் புஷ் என்பவரிடம் தன் மனத்தைத் திறந்து பேசினார்:

'நான் இப்பொழுது செய்துகொண்டிருப்பதைத் தொடரப் போகிறேன். சில பணமுதலைகள் ஆட்டுவிப்பதற்கெல்லாம் என்னால் ஆட முடியாது. பேராசைக்காரர்களிடம் நான் பலியாகி விட்டேன். இன்னமும் கொஞ்ச காலம் அவர்கள் பொறுத்திருக்க வேண்டும். யாரையோ கொண்டுவந்து என்னை அடக்கப் பார்த்தால் நடக்குமா? இனி, என்னுடைய தொழிற்சாலை என் விருப்பப்படிதான் நடக்கும். இதைத்தான் செய்யவேண்டும் எனச் சில பணக்காரர்கள் இனி என்னை ஆணையிடமுடியாது.

ஒரு டாலருக்கு எவ்வளவு குறைவாகக் கொடுக்க முடியும் என்று நினைத்துச் செயல்படுபவனைவிட ஒரு டாலருக்கு எவ்வளவு அதிகம் கொடுக்கமுடியும் என்று எண்ணிச் செயல்படுபவன் வெற்றியடைகிறான்.'

5

ஒன்றாக இணைவது ஆரம்பம்; ஒன்றாக இருப்பது முன்னேற்றம்; ஒன்றாகச் செயல் படுவது வெற்றி.

'மிஸ்டர் ஃபோர்ட், அமெரிக்கன் ரெவ்யூ பத்திரிகையைப் பார்த்தீர்களா' என்று கேட்டார் பார்த்தெல்.

'பார்த்தேன். நமது ரேஸ் காரைப் பற்றி எழுதி யிருக்கிறார்கள்.'

'நன்றாகவே எழுதியிருக்கிறார்கள்.'

'நம்முடைய முந்தைய முயற்சிகளைப் பற்றியும் தான் எழுதினார்கள். ஆனால் அதை மேற்கொண்டு செலுத்த முடியவில்லையே! ஆனால் இந்தப் பந்தயக் கார் என்னை விட்டுவிடாது' என்றார் ஃபோர்ட்.

'இதுதான் வழக்கமான குதிரை வண்டிகளைப் போல இல்லாமல் உண்மையில் ரேஸ் கார்போல் இருப்பதாகச் சொல்கிறார்கள். நமது வெள் ளோட்டத்தைப் பற்றித்தான் எங்கும் பேச்சு' என்றார் பார்த்தெல்.

'இது எனது கனவுக் கார். என்னுடைய திறமை முழுவதையும் இதில் காட்டியிருக்கிறேன்.'

‘மிஸ்டர் ஃபோர்ட், நீங்களும் ஸ்பைடரும் டெட்ராய்ட் வீதிகளில் எல்லாம் ஓட்டிப்பார்த்துவிட்டீர்கள். மிக நன்றாக ஓடுகிறது.’

‘பார்த்தெல், பந்தய வீரர் அலெக்ஸாண்டர் விண்டனின் பந்தய ரெக்கார்ட் எவ்வளவு?’ என்று கேட்டார் ஃபோர்ட்.

‘ஒரு மைலுக்கு ஒரு நிமிடம் 14 செகண்ட்.’

‘நமது கார் அதை முறியடிக்க வேண்டும். முறியடிக்கும்.’

‘நாளைக்கு ஓல்ட் ஸ்காட்ச் செட்டில்மெண்ட் சாலையில் ஓட்டிப் பார்த்துவிட வேண்டியதுதான். அதற்கு ஏற்பாடு செய்யுங்கள்’ என்றார் ஃபோர்ட்.

அந்தச் சோதனை ஓட்டம் நல்லபடி நடந்தது.

•

டெட்ராய்ட் டிரைவிங் கிளப் தலைவர் டேனியல் கேம்பா, அலெக்ஸாண்டர் விண்டனின் நிறுவன நிர்வாகி வில்லியம் ஷாங்க்ஸ், வணிகர் வில்லியம் மெட்செர் ஆகியோர் இணைந்து மிஷிகனில் கார்ப்பந்தயம் ஒன்று ஏற்பாடு செய்தனர். 1901-ம் ஆண்டு அக்டோபர் மாதம் 10-ம் தேதி பந்தயம். முந்தைய பந்தயங்களில் வெற்றி பெற்ற விண்டனும் கலந்து கொள்ளச் சம்மதம் தெரிவித்திருந்தார். பந்தயத்துக்கு முதல் நாள் ஃபோர்டும் பந்தயத்தில் கலந்துகொள்ளப் பெயர் கொடுத்தார்.

கார்ப்பந்தயத்தில் மூன்று வகையான போட்டிகள் நடக்க இருந்தன. அவை முறையே மின்சாரக் கார், நீராவிக் கார், பெட்ரோல் கார் ஆகியவற்றுக்கானவை. ஐந்து முதற்கட்டப் பந்தயங்கள் டெட்ராய்ட்டில் கிராஸ்பாயிண்ட் ரேஸ் ட்ராக்கில் நடைபெறும். பிறகு இறுதிப்பந்தயம் பத்து மைல் தொலைவுப் பாதையில் நடைபெறும் என்று அறிவிக்கப்பட்டிருந்தது.

ஃபோர்ட் தனது சோதனை ஓட்டத்தில் அரை மைல் தொலைவை 38 வினாடிகளில் கடந்ததாக ஃப்ரீ பிரஸ் பத்திரிகை எழுதியிருந்தது. மற்ற போட்டியாளர்களும் இந்தச் சாதனையை முறியடிக்கத் தீவிரமாக முயற்சி செய்தனர்.

டெட்ராய்ட் நிர்வாகம் அன்று விடுமுறை அறிவித்திருந்தது. ‘வக்கீல்களும் ஊழியர்களும் கார்ப்பந்தயத்தைப் பார்க்க

விரும்புவதாலும் முக்கிய அலுவல்கள் வேறு ஏதும் இல்லாமை யாலும் பிற்பகல் ஒருமணியிலிருந்து கோர்ட்டுக்கு விடுமுறை' என்று அறிவிப்பு நீதிமன்ற அறிக்கைப்பலகையில் ஒட்டப் பட்டிருந்தது. அந்த அளவுக்கு மிகுந்த ஆர்வத்தை அந்தப் பந்தயம் மக்களிடையே ஏற்படுத்தியிருந்தது. பரிசு ஒன்றும் அப்படி விலை மதிப்பானதில்லை. கண்ணாடிக்குடுவையும் கோப்பைகளும்தான். பரிசின் விலைமதிப்பா பெரிது! பரிசு பெறுவதுதானே பெரிது!

நூற்றுக்கும் மேற்பட்ட கார்கள் பந்தயத்தில் கலந்து கொண்டன. அக்டோபர் 10-ம் தேதி காலையிலிருந்தே வீதிகளில் இடம்பிடிக்க மக்கள் திரளாகத் திரண்டனர். திருவிழாக்கூட்டந்தான். 8,000 பேருக்கு மேல் அந்தப் பந்தயத்தைக் காணக் குழுமியிருந்தனர்.

பிற்பகலில் பந்தயம் தொடங்கியது. முதலில் நீராவிக் கார்ப் பந்தயம். வெற்றிபெற்றவரின் அதிகபட்ச வேகம் மணிக்கு 30 மைல். மின்சாரக் கார்ப்பந்தயத்தில் வெற்றி பெற்ற வண்டியின் வேகம் மணிக்கு 15 மைல் மட்டுமே!

எல்லாப்பந்தயங்களும் மிக மெதுவாக இருந்ததால் மக்கள் உற்சாகம் இழந்தனர். பந்தயத்தை ஏற்பாடு செய்திருந்த மெட்செர், மூன்று மைல் தொலைவுக்கு மிக வேகத்தில் காரை ஓட்டி மக்களுக்கு உற்சாகமூட்டும்படி விண்டனைக் கேட்டுக் கொண்டார். அதற்கிணங்கி ஒரு மைலை 1 நிமிடம் 12 செகண்ட் வேகத்தில் கடந்தார் விண்டன். மக்களிடையே உற்சாகம் கரை புரண்டது.

போட்டியில் கலந்துகொள்ள வந்திருந்த பெட்ரோல் கார்கள் பல இயந்திரக் கோளாறு காரணமாகப் போட்டியிட இயலவில்லை. எனவே போட்டி விண்டனுக்கும் ஃபோர்டுக்கும் இடையேதான். இருவரில் ஃபோர்ட் உள்ளூர்க்காரர். எனவே ஃபோர்டுக்கு ஆதரவு அதிகமிருந்தது. ஆனால், விண்டன் வேகமாகக் கார் ஓட்டியதைச் சற்றுமுன் பார்த்த மக்கள் ஃபோர்டால் அவரை வெற்றிகொள்ள முடியாதென்றே எண்ணினர்.

ஃபோர்டும் விண்டனும் அவரவர் காரில் ஏறி அமர்ந்தனர். ஒவ்வொரு காரிலும் இரண்டுபேர் அமர்ந்து செலுத்தமுடியும். பந்தயம் தொடங்கியது. முதலில் விண்டனின் கார் முன்னால் சென்றது. அந்தக் கார்கள் போன வேகத்தைப் பார்த்த மக்கள் 'இதென்ன அரேபியன் நைட் விந்தையாக இருக்கிறதே' என்று எண்ணினர்.

நேர்ப்பாதையில் ஃபோர்டின் கார் விண்டனின் காரைவிட வேக மாகச் சென்றது. ஆனால் வளைவுகளில் பின் தங்கியது. முதல் கட்டத்தில் விண்டன் *1,100* அடி முன்னிலையில் இருந்தார். சிறிது சிறிதாக ஃபோர்டின் வேகம் கூடியது. வளைவுகளில் எப்படி வேகமாகப் போவது என்பதையும் ஃபோர்ட் தெரிந்து கொண் டார். ஆறாவது சுற்றில் விண்டனை எட்டினார். கூட்டம் உணர்ச்சி வயப்பட்டுக் கூக்குரலிட்டது.

கடைசிச் சுற்றான ஏழாவது சுற்றில் ஃபோர்ட் விண்டனைத் தாண்டிச் சென்றார். விண்டனின் கார் அதிக வெப்பமடைந்ததால் அதன் வேகம் குறைந்தது. அதிகப் புகையைக் கக்கியது. முக்கால் மைல் வித்தியாசத்தில் விண்டனை ஃபோர்ட் வென்றார். வணிகத்துக்கேற்ற காரை உற்பத்திசெய்ய முடியவில்லை என்று அவர்மேல் சுமத்தப்பட்டிருந்த பழி அந்தக் கணமே துடைத் தெறியப்பட்டது. ஃபோர்ட் டெட்ராய்ட்டின் கதாநாயகன் ஆகி விட்டார்.

ஹென்றி ஃபோர்டுக்குத் தேவையான விளம்பரம் அவர் அதிகச் செலவு செய்யாமலே கிடைத்துவிட்டது. இதைத்தான் ஃபோர்ட் எதிர்பார்த்தார்.

அமெரிக்க மக்களின் வசதிகள் பெருகியதால் உழைப்பு குறைந் தது. ஓய்வு அதிகம் கிடைத்தது. அந்த ஓய்வைக் கேளிக்கைகளில் கழிப்பதற்காகப் புதுப்புது மனமகிழ் கலைகளும் விளையாட்டு களும் புகுத்தப்பட்டன. அதில் பணம் சம்பாதிக்கத் தொடங்கினர் பலர். அப்படிப்பட்ட கேளிக்கைகளுக்கு மக்களிடம் அதிகம் ஆதரவு இருந்தது. கார்ப்பந்தயமும் அதில் ஒன்று. அதில் வெற்றிபெறுபவர்களுக்குப் பெரும் புகழ் கிடைத்தது.

கார்ப்பந்தயங்கள் மூலம் தனக்கு அதிகப் பணம் கிடைக்கும் என ஃபோர்ட் எதிர்பார்த்தார். தனது மைத்துனனுடன் இணைந்து தானே கார்ப்பந்தயங்களை ஏற்பாடு செய்யலாம் எனவும் திட்ட மிட்டார். ஹென்றி ஃபௌர்னியே என்ற பிரஞ்சுக்காரர்தான் கார்ப்பந்தயத்தில் உலக சாதனை படைத்திருந்தார். அவரைத் தான் விஞ்சிவிட்டால் பணமும் வரும் புகழும் கிட்டும் என்பது ஃபோர்டின் கனவு.

கார்ப்பந்தயத்தில் தான் ஆர்வம் காட்டியதற்கு ஒரு தனிக் காரணத் தினைப் பின்னாளில் ஒரு போட்டியில் ஃபோர்ட் கூறினார்:

‘அந்நாளில் மக்கள் குதிரை இழுக்கா வாகனத்தை ஒரு பொம்மை யாகத்தான் கருதினார்கள். அதில் அதிக ஈடுபாடு காட்டவில்லை. அது வேகம் மிக்கது, வெறும் பொம்மையல்ல என்பதை மக்க ளுக்கு எடுத்துக்காட்டத்தான் ரேஸ் கார் தயாரிப்பதில் ஈடுபட் டேன். அதில் வெற்றியும் பெற்றேன். அளவுக்கு மேல் விளம்பர மும் கிடைத்தது. நான் எதைச் செய்தாலும் மக்கள் கவனிக்கத் தொடங்கினார்கள். இந்த ரேஸ் கார் வெற்றிக்குப்பிறகு நான் செய்யப்போகும் மக்களுக்கான காரை, என்னை நம்பிப் பெரும் அளவு மக்கள் வாங்குவார்கள். முதலில் என் முயற்சிகளில் பணம் முதலீடு செய்தவர்கள் இன்னமும் கொஞ்சம் பொறுத்திருந்தால், அவர்களுக்கு நல்ல ஆதாயம் கிடைத்திருக்கும். ஆனால் அவசரப் பட்டுவிட்டார்கள்.’

புகழ் வந்துவிட்டது. பணம் வரவேண்டுமே! அதற்கான திட்டத் தில் ஃபோர்ட் இறங்கினார். அதே சமயம் ஃபோர்டைப் போலவே ரேஸ் பைத்தியம் கொண்ட டாம் கூப்பர் என்பவர் ஃபோர்டுக்கு உதவ முன்வந்தார். இருவரும் இணைந்து செயல் படத் தொடங்கினர். கூப்பர் பண முதலீடு செய்தார். தனக்கு ஆர்வம் உள்ள ஒன்றைச் செய்யும்படி ஒருவர் சொன்னதால் ஃபோர்ட் தனது திறமையையும் நேரத்தையும் அதில் ஈடுபடுத் தினார். இரண்டு ரேஸ் கார்களை உருவாக்குவதில் முனைந்தார். ஒன்று கூப்பருக்கு, மற்றொன்று அவருக்கு.

வேகத்தை மட்டுமே கருத்தில் கொண்டு அந்த இரண்டு கார்களும் உருவாக்கப்பட்டன. இரண்டும் இரட்டைப்பிறவிகள் போல் தோற்றமளித்தன. வேறுபாடு தெரிவதற்காக, தனது காருக்கு சிவப்பு வண்ணமடித்து, ‘999’ என்று பெயர் கொடுத்தார். 1893-ம் ஆண்டு நியூ யார்க்குக்கும் சிக்காகோவுக்கும் இடையே மிக வேகமாக ஓடிய முதல் ரயிலின் பெயர் அது. அம்பைப்போல வேகமாகப் பாய்ந்து செல்லவேண்டும் என்ற கருத்தில் கூப்பருக் காகத் தயாரிக்கப்பட்ட காருக்கு ‘ஆரோ’ (Arrow) என்று பெயர் கொடுத்தார்.

80 குதிரை சக்தி கொண்ட இன்ஜின்களைக் கொண்ட அக்கார்களை ஃபோர்டும் கூப்பரும் டெட்ராய்ட் வீதிகளில் ஓட்டிப்பார்த்தனர். அதைப்பற்றி ஃபோர்ட் எழுதினார்:

‘அதுவரை யாரும் பயன்படுத்தியிராத 80 குதிரை சக்தி இயந்திரத்தைப் பொருத்தியிருந்தேன். ஒரே இருக்கைதான்.

அதை ஓட்டுபவன் இறக்க நேர்ந்தால் ஒருவன்தானே இறப்பான்! அது எழுப்பும் சத்தம் நயாகரா அருவியின்மேல் ஒருவன் செல்ல நேர்ந்தால் கேட்கும் சத்தத்துக்குச் சமம். அதைக் கேட்டவன் பாதி செத்துவிடுவான். ஆனால் அது பாயும் வேங்கைதான்...'

அவரது கார் பாயும் வேங்கையாக இருக்கலாம். ஆனால் அந்தப் பாயும் வேங்கையைச் செலுத்த ஒரு பாயும் வேங்கை தேவை அல்லவா? அப்படி ஒருவர் ஃபோர்டுக்குக் கிடைத்தார். அவர்தான் பார்னி ஓல்ட்ஃபீல்ட். சாவுக்கு அஞ்சாத வீரர் அவர். அதுவரை அவர் எந்தக் காரையும் ஓட்டியதில்லை. ஆனால், மோட்டார் சைக்கிள் பந்தயத்தில் அவரை விஞ்ச ஆளில்லை. பந்தய வாகனத்தில் அவர் ஏறிவிட்டால் அவர் பறந்து செல்லும் அழகைப் பார்ப்பதற்காகவே கூட்டம் கூடும். வேகம் என்று சொன்னாலே அது ஓல்ட்ஃபீல்டுதான் என்று சொல்லும் அளவுக்கு அவர் மக்களைக் கவர்ந்திருந்தார்.

ஓஹாயோவைச் சேர்ந்த அவர் எப்பொழுதும் சுருட்டு புகைப்பார். கழுத்தில் ஒரு கைக்குட்டையைக் கட்டியிருப்பார். அவர் செய்யும் சேட்டைகள் மிகப் பிரசித்தம். வாகனத்தை ஓட்டிக் கொண்டே அவர் துள்ளிக் குதிப்பதும், சுருட்டுப்புகையை வளையங்களாக விடுவதும், வளைந்து வளைந்து செல்வதும் எந்த நேரத்தில் இவன் கீழே விழுந்து செத்துத் தொலையப் போகிறானோ என ஒருவிதப் பயத்தை ஏற்படுத்தும். அவன் என்ன மந்திரவாதியா எனக்கூட சிலர் நினைத்ததுண்டு. தன்னைப் பற்றி அளவுக்கு அதிகமாகவே பார்னி பெருமிதப்பட்டுக் கொள்வதுண்டு.

பார்னி ஓல்ட்ஃபீல்ட் ஒருமுறை சொன்னார்: 'மோட்டார் சைக்கிளில் பறக்கும்பொழுது வெட்டவெளியில் பறப்பது போலிருக்கும். விரையும் வண்டி போடுகிற சத்தம் காதைப் பிளக்கும். முகத்தில் வீசியடிக்கிற காற்று புயலாக அறையும். சாலை, தூசுப் படலமாக எழுந்து கண்ணை மறைக்கும். வண்டி வழுக்கும். என்னைவிட வேறொருவன் அவ்வளவு வேகமாகச் செல்லமுடியாது. அப்படிச் சென்றால் உயிர் வாழ முடியாது.'

பார்னி ஓல்ட்ஃபீல்டைப் பற்றி அறிந்த ஃபோர்ட் அவர்தான் தனக்குச் சரியான ஆள் என எண்ணினார். தனது காரைத் தானே ஓட்டுவதற்குப் பயந்தார் ஃபோர்ட். கூப்பர், ஃபோர்டின் ரேஸ் காரை வந்து பார்க்கும்படி ஓல்ட்ஃபீல்டுக்குக் கடிதம் எழுதினார்.

அந்தக் கடிதம்தான் தன் வாழ்வின் திருப்புமுனை என்றார் ஓல்ட்ஃபீல்ட்.

அதைப்பற்றிப் பின்னாளில் சொல்லும் போது ஓல்ட்ஃபீல்ட் கூறினார்: 'கூப்பரின் கடிதம் மூலம் வாய்ப்பு என் கதவைத் தட்டியபோது நான் தயங்கி நிற்க இடம் கொடுக்கவில்லை. வாய்ப்பு விரைந்து வருவதைப் பார்த்த நான் உடனே கதவைத் திறந்துவைத்தேன். அது என் வீட்டுக்கூடத்தில் கீழே விழுந்து மூக்கில் அடிபட்டுக்கொண்டது.'

ஓல்ட்ஃபீல்ட் ஃபோர்டின் காரைப் பார்த்தார். அதுவரை கார் ஓட்டியதில்லை என்பதைப் பற்றிக்கூட அவர் கவலைப்பட வில்லை. உடனே முயற்சி செய்து பார்க்கத் தயாராகிவிட்டார்.

கார் ஓட்டுவது எப்படி என்று ஓல்ட்ஃபீல்டுக்கு ஒருவாரம் தீவிரப் பயிற்சி அளிக்கப்பட்டது. பயமென்பதே அறியாத அந்த வீரருக்கு அந்தக் காரை எப்படிக் கட்டுப்படுத்துவது என்பதை மட்டுமே கற்றுக்கொடுக்க வேண்டியிருந்தது. காற்றுத்தடைக் கண்ணாடி இல்லாத கார். ஓடும் பொழுது ஓட்டுபவர் மேலே தொடர்ந்து எண்ணைப்படலம் சூழ்ந்துகொண்டே இருக்கும். எண்ணைப் படலம், தூசுப்படலம் - இவை கண்ணை மறைக்க ஸ்டியரிங்கை மட்டுமே பார்த்து நேராக ஓடுகிறதா எனத் தீர்மானிக்க வேண்டும்.

1902-ம் ஆண்டு அக்டோபர் மாதம் 25-ம் நாள் உற்பத்தியாளர் களின் கார்ப்பந்தயச் சவால் கோப்பைக்கான போட்டி ஓட்டம் கிராஸ் பாயின்ட் நெடும் பாதையில் ஏற்பாடு செய்யப் பட்டிருந்தது.

அலெக்ஸாண்டர் விண்டன் சேலஞ்ச் கப் போட்டியில் கலந்து கொள்ளப்போவதாக அறிக்கை விட்டிருந்தார். எப்படியும் வெற்றி பெற்றுவிடவேண்டும் என்ற முனைப்பில் இருந்தார் ஓல்ட்ஃபீல்ட். ரேஸ் கார் ஓட்டி ஓட்டிப் பழக்கப்பட்டு இருந்த வருக்கும் முதன்முறையாக ஓட்டுபவருக்கும் இடையேதான் பலத்த போட்டி. இதற்கிடையில் கூப்பருக்கும் ஃபோர்டுக்கும் இடையே கருத்து வேறுபாடு ஏற்பட்டது. எனவே ஃபோர்ட் தனது பங்குகள் அத்தனையையும் கூப்பருக்கு விற்றுவிட்டார்.

ஐந்து மைல் தொலைவை யார் முதலில் கடக்கிறார்கள் என்பதுதான் போட்டி. 'விண்டன் புல்லட்' என்ற காரை விண்டன் ஓட்டினார். மேலும் மூன்று நபர்கள் போட்டியில் கலந்து

கொண்டனர். ஓல்ட்ஃபீல்ட் ஃபோர்டின் '999' பந்தயக் காரை ஓட்டினார். ஓல்ட்ஃபீல்டின் நண்பர் ஒருவர் அவரிடம் வந்து உடனே பந்தயத்திலிருந்து விலகிக்கொள்ளுமாறும் இல்லையென்றால் இறக்க நேரும் என்றும் சொன்னார். ஃபோர்டுக்குக் கூட உள்ளூற உதறல்தான். இன்னமும் கொஞ்சம் பயிற்சி தேவை என்று கருதினால் வேறொருவரை அந்தக் காரை ஓட்டச் சொல்லலாம் என்றார் ஃபோர்ட்.

'மிஸ்டர் ஃபோர்ட், ஒன்றாக இணைவது ஆரம்பம். ஒன்றாக இருப்பது முன்னேற்றம், ஒன்றாகச் செயல்படுவது வெற்றி. நான் தனியாக ஓட்டினாலும் நாம் ஒன்றாகத்தான் செயல்படுகிறோம்' என்றார் ஓல்ட்ஃபீல்ட்.

வாகனத்தில் ஏறி அமர்ந்ததும் ஓல்ட்ஃபீல்ட் ஃபோர்டிடம், 'இந்தக்கார் என்னைக் கொன்றுவிடலாம். ஆனால் என் வேகத்தைப் பார்த்தவர்கள் இது என்னைக் கொல்ல முயற்சி செய்தபோது நான் அசுர வேகத்தில் சென்றுகொண்டிருந்தேன் என்று சொல்லுவார்களல்லவா?' என்று சொல்லிச் சிரித்தார்.

கடைசி நிமிடத்தில் காரைச் சோதித்த பொறியாளர் காரில் கியரை இணைக்கும் ஒரு போல்ட் கழன்றிருப்பதைச் சுட்டிக்கட்டினார். உடனே ஃபோர்ட் வேலியைத் தாண்டி உள்ளே குதித்து அந்த போல்ட்டை இணைத்தார். அது மட்டும் கண்டுபிடிக்கப்படாமல் இருந்திருந்தால் கார் கிளம்பிய சிறிது நேரத்திலேயே படுத்திருக்கும்.

பந்தயம் தொடங்கியது. ஆரம்ப இடத்தைக் கடக்க மற்றவர்கள் மிக வேகமாகப் பாய்ந்தனர். தான் பின்தங்கிவிடக்கூடாதே என்று ஓல்டுஃபீல்டும் வேகத்தை முழு அளவு கூட்டினார். அது அவருக்கு உதவியது. மோட்டார் சைக்கிள் ரேஸில் வளைவை நோக்கி முன்சக்கரத்தைத் திருப்பி அதனினும் விலகி நேர் பாதைக்குச் செல்வது அவர் வழக்கம். அந்த உத்தியை அந்தக் கார்ப் பந்தயத்திலும் பயன்படுத்தினார். அது அவருக்கு மிகவும் பயனுள்ளதாக அமைந்தது. தனக்குப் பழக்கமான மோட்டார் சைக்கிள் ரேஸில் செல்வதுபோன்ற ஒரு பிரமையைத் தோற்று வித்தது.

ஐந்து மைல் தொலைவை 5 நிமிடம் 28 வினாடிகளில் கடந்து வென்றார் ஓல்ட்ஃபீல்ட். அதுவரை இருந்த எல்லாச் சாதனைகளையும் முறியடித்தது அது. பந்தயப் பாதைக்குள் பலர் பாய்ந்து

சென்று ஓல்ட்ஃபீல்டை அலேக்காகத் தூக்கிக் கூத்தாடினர். ஃபோர்டின் மகிழ்ச்சியும் எல்லை கடந்தது. ஓல்டுஃபீல்டை நோக்கி ஓடிவந்து, 'பார்னி, நான் உங்களுக்காக இன்னொரு பந்தயக் கார் தயாரிப்பேன். அதைக் கொண்டு இந்த உலகை வெல்லுவோம்' என்று கத்தினார்.

அதன் பிறகு ஃபோர்ட் வணிகத்துக்காகக் கார் வடிவமைப்பதில் ஈடுபட்டார். நான்கு சிலிண்டர்கள் கொண்ட கார் ஒன்றை உருவாக்கினார். அதற்கு 'மாடல் பி' என்று பெயர் கொடுத்தார். அதைப் பெருமளவு உற்பத்தி செய்யுமுன் அதன் இன்ஜினைப் பந்தயக்காரில் பொருத்தி ஓடவிட்டுக் காட்டவேண்டும் என்று ஆசைப்பட்டார். அது வெற்றிகரமாகப் போனால் பொது மக்களுக்காகத் தாம் தயாரிக்கும் காரும் பந்தயக் காரைப்போல வேகமானதும் திடமானதும் ஆகும் என்ற எண்ணம் மக்க ளிடையே உருவாகும். அது சிறந்த விளம்பரமாயிருக்கும் என எண்ணினார்.

கூப்பரிடம் கொடுத்த ஆரோ காரை விலைக்கு வாங்கி அதில் மாடல் பி இன்ஜினைப் பொருத்தினார். மக்களிடையே பர பரப்பை ஏற்படுத்தவேண்டும் என்பதற்காக டெட்ராய்ட்டி லிருந்து சற்றுத் தள்ளியிருக்கும் செயிண்ட் கிளேர் ஏரியில் காரை ஓட்டிக்காட்டப்போவதாக அறிவித்தார்.

குளிர்காலமாகையால் அந்த ஏரி பனிக்கட்டியாக உறைந் திருந்தது. எனவே அந்த உறைபனிமேல் காரை வேகமாக ஓட்டிக் காட்டப்போவதாக ஏற்பாடு. பந்தயத்துக்குமுன் ஆட்களை அனுப்பி நான்கு மைல் தொலைவுக்கு ஏரியின் மேல் உறைந் திருக்கும் பனியைச் சற்றுச் செதுக்கி அதில் மரச்சிராய்களைப் பரப்பி வைக்கச் சொன்னார். சிராய்கள் உள்ளே போய் பனிப் பாறையாகப் பாதை காட்சியளித்தது.

1903-ம் ஆண்டு ஜனவரி மாதம் நான்காம் நாள். மதியம். கடுமையான குளிர். காரின் மேல்பாகம் சில்லென்றிருந்தது. ஃபோர்ட் வெந்நீரை அதன்மேல் ஊற்றிச் சூடுபடுத்தினார். ஃபோர்டும் அவருடைய நண்பர் ஹஃப் என்பவரும் வண்டியைச் செலுத்துவதாக ஏற்பாடு. ஹஃப் ஆக்ஸிலரேட்டரை அழுத்திப் பிடிக்க ஸ்டியரிங்கை ஃபோர்ட் கவனித்து ஓட்டத் தீர்மானித்த னர். வண்டி கிளம்பியது.

பெருங்கூட்டம் அந்தக் காட்சியைக் காணக் குழுமியிருந்தது. பத்திரிகையாளர்கள், நண்பர்கள், ஃபோர்டின் குடும்பத்தினர் ஆகியோர் குழுமியிருந்தனர். பெயருக்கேற்ப ஆரோ அம்புபோல் பாய்ந்து சென்றது. முதல் மூன்று மைல்கள் வேகமாக ஓட்டுவதென்றும் நான்காவது மைலில் சாதனை வேகம் படைப்பதென்றும் பிறகு மெதுவாகச் செல்வதென்றும் ஏற்பாடு. நான்காவது மைலின் வேகம் மட்டும் ரெக்கார்டுக்கு எடுத்துக் கொள்ளப்படும்.

முதல் மூன்று மைல்கள் வேகமாகச் சென்று கொண்டிருந்த கார் அதிவேகம் எடுத்து நான்காவது மைலை 36 வினாடியில் கடந்தது. அந்த வேகத்தில் அதுவரை எந்தக் காருமே சென்றதில்லை. மணிக்கு நூறு மைல் வேகம். ஃபோர்டே அதை எதிர்பார்க்க வில்லை. செய்தி உலகமெங்கும் பரவியது. பலர் நம்பவில்லை.

அந்த வேகம் எப்படி வந்தது என்பதை ஃபோர்டு பின்னர் விளக்கினார். பனியின் உள்ளே போயிருந்த சிராயின் முனைகள் அங்கங்கே தலைதூக்கியிருந்தன. அவை டயரில் அழுந்தும் போது பனித்தரையில் செல்லாமல் கார் உயரே எழும்பிப் பறந்தது. இப்படிப் பறந்து இறங்கி, பறந்து இறங்கிச் சென்றதால் புதிய வேகம் பெற முடிந்தது. ஆனால் என்ன நடக்கிறது என்று தெரியாமல் நாங்கள் பதறிப் போனோம் என்றார் ஃபோர்ட்.

'இப்பொழுது நான் என் திறமையை நிரூபித்துவிட்டேன். என்னை மக்கள் ஏற்றுக்கொண்டுவிட்டார்கள். என்னால் மிக நல்ல காரை வடிவமைக்க முடியும் என்று மக்களுக்கு நம்பிக்கை வந்துவிட்டது. இனி நான் பொதுமக்களுக்கான காரை உருவாக்குவேன்' என்றார் ஃபோர்ட்.

கார்ப்பந்தயம் முடிந்து ஒருவாரத்தில் 'ஃபோர்ட் மோட்டார் கம்பெனி' தொடங்கப்பட்டது.

பொதுமக்களுக்கான காரை உருவாக்குவதில் ஃபோர்ட் ஈடு பட்டார். அவரது நிறுவனத்தில் முதலீடு செய்ய டெட்ராய்ட்டின் வணிகர் அலெக்ஸாண்டர் மால்கம்ஸன் முன்வந்தார். மால் கம்ஸன் மிகப் பெரிய நிலக்கரி வியாபாரி. நிலக்கரியைக் கொண்டுசெல்ல குதிரைவண்டிப் போக்குவரத்தையும் அவர் நடத்திவந்தார். ஒரு நாளைக்கு 1,800 டன் நிலக்கரியைக் கொண்டு கொடுக்குமளவு அந்தப் போக்குவரத்து விரிவடைந்தது.

எடிசன் இலுமினேட்டிங் நிறுவனத்தில் (Edison Illuminating Company) தலைமைப் பொறியாளராக ஹென்றி ஃபோர்ட் பணியாற்றியபோது மால்கம்ஸனின் நிலக்கரிக் கிடங்குக்கு நிலக்கரியின் தரத்தைச் சோதனை செய்வதற்காக ஃபோர்ட் சென்றது உண்டு. அப்பொழுது மால்கம்ஸனையும் சந்தித்திருக் கிறார். மால்கம்ஸன் எதையாவது செய்வது என்று தீர்மானித்து விட்டால் உடனடியாகச் செயல்படும் குணமுடையவர். ஃபோர்ட் விண்டனை வெற்றிபெற்றதைக் கவனித்த மால்கம் ஸன் ஃபோர்டுடன் இணைந்து கார் தயாரிப்பில் ஈடுபடுவது எனத் தீர்மானித்தார். கார்ப்பந்தயத்திலும் ஈடுபாடு கொண்ட வர் என்பதால் ஃபோர்டின் பந்தய முயற்சிக்கு மால்கம் ஸனிடம் இருந்து தடை வராது. தான் சுயமாகச் செயல்பட அனுமதிக்க வேண்டும் என்ற ஒப்பந்தத்துடன் ஃபோர்டும் மால்கம்ஸனின் ஒத்துழைப்பை ஏற்றுக்கொண்டார்.

ஃபோர்ட் தனது திறமையையும் ஆற்றலையும், அதுவரை தயாரித்து வைத்திருக்கும் வரைபடம் மற்றும் அனுபவத்தையும் கொண்டு வெகு விரைவில் பொதுமக்கள் பயன்படுத்துவதற்கு ஏற்ற வகையில் ஒரு காரைத் தயாரிப்பதென்றும் மாதிரிக் காரைத் தயாரிப்பதற்கான நிதி உதவியை மால்கம்ஸன் அளிப்பதென்றும், மாதிரிக் கார் தயாரிப்புக்கு ஏற்றதாக அமைந்தவுடன் பிறர் உதவியை நாடுவதென்றும் ஒரு கார்ப்பொரேஷனை நிறுவி அதில் தங்களது உரிமைகளை முடக்குவதென்றும் அதிகப் படியான பங்கு தங்களுடையதாகவே இருக்கவேண்டும் என்றும் ஒப்பந்தம் கையெழுத்தானது.

1903-ம் ஆண்டு ஜூன் மாதம் 16-ம் நாள் ஃபோர்ட் மோட்டார் கம்பெனி பதிவு செய்யப்பட்டது. பன்னிரண்டு பேர் பங்கு தாரர்கள். மொத்த முதலீடு 28,000 டாலர்.

கம்பெனி உருவாக்கப்படுவதற்கு முந்தைய ஆண்டு - 1902 செப் டெம்பர் -முதற்கொண்டே பொதுமக்களுக்கான காரை உரு வாக்குவதில் ஃபோர்ட் முனைந்தார்.

அவரது காருக்கு மாடல் ஏ (Model A) என்று பெயர் சூட்டப்பட்டது. காருக்கு வேண்டிய இயந்திரங்களையும் ஆக்ஸில் போன்றவற்றையும் தயாரித்தளிக்கும் பொறுப்பு டாட்ஜ் சகோதரர்களின் இயந்திர சாலைக்குக் கொடுக்கப்பட்டது. மரத்தினால் வடிவமைப்பும் குஷன் இருக்கைகளும் தயாரிக்கும்

பணி சி.ஆர். வில்சன் கேரேஜ் கம்பெனிக்குக் கொடுக்கப்பட்டது. ஏப்ரல் 1903-ல் உற்பத்தி தொடங்கியது. எல்லோரும் கடினமாக உழைத்ததனால் ஒரு நாளைக்கு 25 கார்கள் வரை உற்பத்தி செய்யப்பட்டன.

மால்கம்ஸன் பல நிறுவனங்களின் பொறுப்பில் இருந்தார். அந்தக்காலத்தில் ஆட்டோமொபைல் கம்பெனி என்பது ஒரு நிலையில்லா நிறுவனம் என்று கருதப்பட்டதால் அதில் முதலீடு செய்தால் செய்தவரின் கிரெடிட் ரேட்டிங் குறையும். அதற்குப் பயந்து மால்கம்ஸன் தனது வங்கிக்காரர்களுக்குத் தான் அதில் கொண்டிருக்கும் ஈடுபாடு தெரியக் கூடாது என்பதற்காகத் தன்னிடம் நிலக்கரிக் கம்பெனியில் கணக்கு களைக் கவனித்துக்கொண்டிருந்த ஜேம்ஸ் கௌசன்ஸ் என்ப வரைத் தனக்குப் பதிலாக ஃபோர்ட் மோட்டார் கம்பெனியின் நிர்வாகப் பொறுப்பில் அமர்த்தினார். தனக்கு அது எவ்வளவு பாதகமாக முடியும் என்று மால்கம்ஸனுக்கு அப்பொழுது தெரியவில்லை. கௌசன்ஸ் பெயரில் ஒரு கணக்கு ஏற்படுத்தி அதிலிருந்து வரவு செலவுகளைக் கவனித்துக்கொள்ளுமாறு செய்திருந்தார்.

கௌசன்ஸ் மிகவும் திறமைசாலி. வேலை வாங்குவதில் சூரர். கடினமானவர், ஆனால் கடுமையானவர் அல்ல. திறமைசாலி களை ஊக்குவிப்பார். ஆனால் சோம்பேறிகள் தூக்கியெறியப் படுவார்கள். நிர்வாகத்தின் எந்தப் பொறுப்பில் இருப்பவரிடத் தும் அவர் தயவுதாட்சண்யம் காட்டுவதில்லை. அவருக்கு ஆட்டோமொபைலைப் பற்றி ஒன்றும் தெரியாது. ஆனால் நிர்வாகம் அத்துப்படி. கம்பெனியின் தொழில்நுட்பத்தையும் உற்பத்தியையும் ஃபோர்ட் பார்த்துக்கொண்டார். நிர்வாகம் முழுக்க முழுக்க கௌசன்ஸ் பொறுப்பில் இருந்தது. கௌசன்ஸைக் கண்டால் ஊழியர்களுக்குப் பிடிக்காது. ஆனால் அவரது திறமையை மதித்தார்கள்.

கௌசன்ஸின் ஊக்கத்தையும் செயல்பாட்டையும் விளக்குவதற் காக ஒரு நிகழ்ச்சியைச் சுட்டிக்காட்டுவது உண்டு. அவர் கனடா வில் பிறந்தவர். கனடா பிரிட்டிஷ் ஆட்சியின்கீழ் இருந்தது. ஒருநாள் அவர் தன் தாயிடம் கேட்டாராம்: 'ஏனம்மா என்னைக் கனடாவில் பெற்றாய்? நான் என்னதான் முயற்சி செய்தாலும் ராணியாகவோ ராஜாவாகவோ ஆகமுடியாது. நான் அமெரிக்கா வில் பிறந்திருந்தால் ஜனாதிபதியாக ஆகமுடியும்.'

இரவு பகல் பார்க்காமல் உழைப்பார் கௌசன்ஸ். அவரும் தனது சம்பளம், சேமிப்பு எல்லாவற்றையும் கொண்டு ஃபோர்ட் மோட்டார் கம்பெனியில் 2,500 டாலர் முதலீடு செய்தார்.

மாடல் ஏ கார் மிக அருமையான ஒன்று. குறைந்த எடை, நிறைந்த வலிமை. ஆனால் முதல் மாதத்தில் அந்தக் கார்களை வாங்க யாரும் முன்வரவில்லை. கார்கள் விற்காததால் கம்பெனியின் நிதி நிலைமை மிகவும் மோசமானது. கையிருப்பு 223 டாலருக்குக் குறைந்தது. 1903-ம் ஆண்டு ஜூலை மாதம் 15-ம் தேதி சிக்காகோவைச் சேர்ந்த ஒரு பல் வைத்தியர் 850 டாலர் கொடுத்து முதல் காரை வாங்கினார். படிப்படியாகக் கார்கள் விற்பனை யாயின. அதன் ஓட்டத்தைப் பார்த்தவர்கள் மேலும் வாங்கு வதற்கு முன்வந்தனர். மாடல் ஏ-வின் தேவை அதிகமாகியது. ஆகஸ்ட் மாத இறுதியில் கம்பெனியின் நிதியிருப்பு 23,000 டாலர் அளவுக்கு உயர்ந்தது.

ஹென்றி ஃபோர்ட் பெரும்பாலும் தொழிற்சாலையிலேயே இருந்தார். அழுக்குப்படும் என்று களத்தில் இறங்கிப் பணி செய்யத் தயங்கியதில்லை. ஊழியர்களை ஊக்கப் படுத்துவதற் காக அவர் சில வேடிக்கைகள் செய்வதும் உண்டு. அவர்களின் தோள்மேல் கைபோட்டு அளவளாவுவார். எந்தப் பிரச்னையும் உடனுக்குடன் தீர்வுசெய்யப்படும். தொழிலகத்தில் இருக்கும் குப்பையில்கூட என்ன இருக்கிறது என்று சொல்லுமளவுக்கு அவர் எல்லாவற்றையும் கவனித்துவந்தார். அவரது அறைக் கதவு எப்பொழுதும் திறந்தே இருக்கும். யார் வேண்டுமானாலும் எப்பொழுது வேண்டுமானாலும் அவரிடம் ஆலோசனை பெற அங்குச் செல்லலாம்.

மாடல் ஏ-வைப் பார்த்து அதற்கு ஏஜென்ஸி எடுக்கப் பலர் முன்வந்தனர். அந்தக் காரின் உற்பத்தியாளரைப் பேட்டிகாணப் பல பத்திரிகைகள் போட்டி போட்டன. ஒரு ரசிகையிடமிருந்து ஃபோர்டுக்குக் கடிதம் வந்தது. அதுதான் ஃபோர்ட் பெற்ற முதல் கடிதம். 'அவரது புகைப்படத்தை விளம்பரத்தில் பார்த்ததாகவும் தன்னை அவர் திருமணம் செய்துகொள்ள முடியுமா' என்றும் அந்த ரசிகை கேட்டு எழுதியிருந்தாள்.

அதிகமான அளவுக்குக் கார்களை வாங்க மக்கள் முன்வந்தார்கள். தேவை அதிகமானதால் வேறு இடம் பார்க்கவேண்டிய அவசியம் ஏற்பட்டது. 1904-ம் ஆண்டு ஏப்ரல் மாதம் 1-ம் தேதி

வேறு பெரிய இடத்துக்கு இடம் பெயர்ந்தனர். அது பழைய தொழிலகத்தைவிடப் பத்து மடங்கு பெரியது. 300 ஊழியர்கள் பணிபுரிந்தனர்.

விற்பனை முகவர்களை இனங்கண்டு நியமிப்பதில் கௌசன்ஸ் கில்லாடி. எங்கெங்கே கார் பொருட்காட்சி நடந்தாலும் அங்கெல்லாம் கௌசன்ஸ் சென்று அங்கு வந்தவர்களிடம் பேசி ஃபோர்ட் கார் வாங்கி விற்கும் முகவர்களாக நியமித்துவிடுவார். அவருடைய பேச்சுச் சாமர்த்தியத்தினால் ஒரு காரை வாங்க வந்தவர் பத்து காருக்கு ஆர்டர் கொடுப்பார்.

கௌசன்ஸின் பார்வையிலிருந்து யாரும் தப்பிவிட முடியாது. முதலாளி மால்கம்ஸன் ஒருமுறை கௌசன்ஸுக்குத் தெரியாமல் மாடல் ஏ காரைத் தள்ளுபடி விலையில் விற்றுவிட்டார். மால்கம்ஸன்தான் பெரிய முதலீட்டாளர். இருப்பினும், நிறுவனத்தின் நிர்வாகக் கூட்டத்தில் மால்கம்ஸனைக் கண்டிக்கக் கௌசன்ஸ் தயங்கவில்லை. தன்னால் ஏற்பட்ட இழப்பைத் தான் ஈடுசெய்வதாக மால்கம்ஸனைச் சொல்லவைத்தார்.

கௌசன்ஸ் சொன்னார்: 'நான் கடுமையாக, ஆனால் நியாயமாக வேலைவாங்கும் அதிகாரியாக இருக்க விரும்பினேன். எனக்குச் செல்வாக்கு தேவையில்லை. செல்வாக்கு என்பது சொத்தல்ல, அது கடன்.'

ஃபோர்ட் கௌசன்ஸின் திறமையை நன்கு புரிந்து கொண்டார். அவரது நிர்வாகத்தில் தலையிடாமல் முழுச் சுதந்தரம் கொடுத்தார். நிதி நிர்வாகம் ஃபோர்டுக்குத் தெரியாது. எனவே கௌசன்ஸின் அதிகாரப் போக்கு அந்தத் துறையில் அவருக்குத் தேவையாக இருந்தது.

முதல் மூன்று மாதத்திலேயே நிறுவனத்துக்கு 37,000 டாலர் லாபம் கிடைத்தது. ஒரே ஆண்டில் விற்பனை ஒரு மில்லியன் டாலரைத் தாண்டியது.

இதற்கிடையில் கௌசன்ஸினுடைய செல்வாக்கு மால்கம்ஸனுக்குப் பிடிக்கவில்லை. தான் வைத்த ஆள் தன்னை விஞ்சிவிடுவானோ என்று பயந்தார். எனவே ஃபோர்டு மோட்டார் கம்பெனியில் தான் இயக்குநராகி நிர்வாகத்தைக் கவனித்துக் கொள்வதாகவும் கௌசன்ஸ் நிலக்கரிக் கம்பெனிக்குச் சென்றுவிட வேண்டும் என்றும் கூறினார். ஃபோர்ட் மோட்டார்

கம்பெனியின் நிர்வாகக் குழுவிடம் உடனே கௌசன்ஸைப் பணிநீக்கம் செய்யவேண்டும் என்றார். ஆனால் ஃபோர்ட் இதனை ஏற்றுக்கொள்ளவில்லை. நிர்வாகக்குழுவில் மால்கம் ஸனுக்குப் போதுமான ஆதரவு கிடைக்கவில்லை. எனவே கௌசன்ஸ் தொடர்ந்து ஃபோர்ட் மோட்டார் கம்பெனியில் பணிபுரிந்தார்.

எந்த வகையான கார்களைத் தயாரிப்பது என்பதில் ஃபோர்டுக்கும் நிர்வாகக் குழு உறுப்பினர்கள் சிலருக்கும் கருத்து வேறுபாடு எழுந்தது. மால்கம்ஸனும் சில உறுப்பினர்களும் ஒரு பக்கம்; ஃபோர்டும் வேறு சிலரும் மறுபக்கம். மால்கம்ஸனின் தரப்பில் விலையுயர்ந்த, வசதிகள் அதிகம் உள்ள பெரிய காரைத் தயாரிக்கவேண்டும் என்று வற்புறுத்தப்பட்டது. நேர்மாறாக, பொதுமக்கள் வாங்கக்கூடிய அளவுக்கு விலை குறைந்த காரை உற்பத்திசெய்யவேண்டும் என்பது ஃபோர்டின் கட்சி. தகராறு முற்றியது.

மாடல் ஏ-வைத் தொடர்ந்து ஃபோர்டின் கொள்கைக்கு ஏற்ப இரண்டு சிலிண்டர்கள் கொண்ட மாடல் சி, மாடல் எஃப் என்ற இருவகைக் கார்கள் உற்பத்தி செய்யப்பட்டன. மால்கம் ஸனைத் திருப்திப்படுத்துவதற்காக எடை அதிகமுள்ள, அதிக வசதிகளுடன் கூடிய நான்கு சிலிண்டர்கள் கொண்ட மாடல் பி கார் உருவாக்கப்பட்டது. மாடல் சி-யும் மாடல் எஃப் காரும் அதிக அளவில் விற்றன. மாடல் பி சுமாராக விற்றது.

விலை குறைந்த காருக்கு இருந்த வரவேற்பைப் பார்த்து விலை குறைந்த காரை இன்னமும் மேம்படுத்தி நான்கு சிலிண்டர்கள் கொண்ட மாடல் என் காரும் மால்கம்ஸனுக்காக ஆறு சிலிண்டர் கள் கொண்ட மாடல் கே காரும் உற்பத்தி செய்யப்பட்டன. மாடல் என் 1,050 பவுண்ட் எடை கொண்டது, 600 டாலர் விலை. மாடல் கே 1,800 பவுண்ட் எடை, 2,800 டாலர் விலை.

மாடல் என் காருக்கு அதிக வரவேற்பிருந்தது. நிர்வாகக் குழுக் கூட்டங்களில் புள்ளிவிவரங்களோடு ஃபோர்டு நிரூபித்தாலும், அமெரிக்காவில் விற்கப்பட்ட கார்களில் மூன்றில் இரண்டு பங்கு, விலையுயர்ந்த கார்கள்தாம் என்று மால்கம்ஸன் கூறினார். எனவே அவர்களிடையே தகராறு தொடர்ந்தது. நிர்வாகக் குழுக்கூட்டங்கள் காரசார விவாதங்களுடனே நடைபெற்றன.

முடிவில் ஒரு தீர்மானத்துக்கு வந்தனர். கார்களுக்கு வேண்டிய இன்ஜின்களையும் பிற பாகங்களையும் வெவ்வேறு நிறுவனங் களிடம் இருந்து வாங்குவதற்குப் பதிலாக அவற்றை உற்பத்தி செய்ய ஃபோர்ட் மேனுஃபேக்சரிங் கம்பெனி என்ற பெயரில் ஒரு நிறுவனத்தைத் தொடங்குவதென்றும் அது ஃபோர்ட் மோட்டார் நிறுவனத்துக்கு, தான் உற்பத்தி செய்தவற்றை அதிக லாபமின்றி விற்பது என்றும் முடிவாயிற்று. ஆனால், மால்கம்ஸன் இதற்கு உடன்படவில்லை. மால்கம்ஸனுக்கு ஃபோர்ட் மேனுஃபேக்சரிங் கம்பெனியில் இடம் அளிப்பதில்லை என்று தீர்மானமாயிற்று.

இதனால் மால்கம்ஸனின் கோபம் அதிகமாயிற்று. அவர் தானே ஒரு புதிய ஆட்டோமொபைல் கம்பெனியை நான்கு லட்சம் டாலர் முதலீட்டில் தொடங்கினார். அதன் பெயர் ஏரோகார் கம்பெனி.

ஃபோர்ட் மோட்டார் கம்பெனியின் நிர்வாகக் குழு உறுப்பினர் அந்த நிறுவனத்துக்குப் போட்டியாக வேறொரு நிறுவனம் தொடங்கியதால் அவர் ஃபோர்ட் மோட்டார் நிறுவனத்தின் மேம்பாட்டுக்கு இனிப் பாடுபடமாட்டார் என்பதால் அவர் ஃபோர்ட் மோட்டார் கம்பெனியிலிருந்து விலகிக் கொள்ள வேண்டும் என்று வற்புறுத்தப்பட்டது. மால்கம்ஸன் அதற்கு ஒப்புக்கொள்ளவில்லை. ஆனால் 1906-ம் ஆண்டு மே மாதம் நடந்த நிர்வாகக் கூட்டத்தில் மால்கம்ஸனை வெளியேற்று வதாகத் தீர்மானம் நிறைவேற்றப்பட்டது.

எரிச்சலடைந்த மால்கம்ஸன் தனது பங்குகளை விற்றுவிட முன்வந்தார். சிறு சிறு முதலீட்டார்களின் ஆதாயம் கருத்தில் கொள்ளப்படும் என்று ஃபோர்ட் வாக்களித்ததால் மற்றவர்கள் விலகவில்லை. மால்கம்ஸன் தனது 255 பங்குகளை 1,75,000 டாலருக்கு விற்றார். ஒரு வங்கியில் கடன் வாங்கி ஃபோர்ட் அப்பங்குகளை விலைக்கு வாங்கினார். மால்கம்ஸனின் ஆதர வாளர்கள் சிலரும் தங்கள் பங்குகளை விற்றனர். அதையும் ஃபோர்டும் கௌசன்ஸூம் வாங்கினர். சில ஆண்டுகள் மால்கம்ஸன் பொறுத்திருந்தால் அவருக்குப் பல மில்லியன் டாலர்கள் கிடைத்திருக்கும். ஹென்றி ஃபோர்டிடம் 585 பங்குகளும், கௌசன்ஸூக்கு 110 பங்குகளும், மற்றவர்களிடம் 305 பங்குகளும் இருந்தன. ஃபோர்டும் கௌசன்ஸூம் என்ன தீர்மானித்தாலும் அது தங்களுக்குச் சம்மதம் என்று மற்றவர்கள் சொல்லிவிட்டனர்.

மால்கம்ஸனின் ஏரோகார் கம்பெனி முதலில் நன்கு செயல் பட்டது. ஆனால் சரியான திட்டமில்லாததால் திவாலானது. அதிலிருந்து மீண்டு வந்தாலும் சில ஆண்டுகளுக்குள் மால்கம் ஸன் பெரும் இழப்புக்கு ஆளானார். ஃபோர்ட் மோட்டார் கம்பெனியை அணுகி தனது பங்குகளைத் தான் மிகக் குறைந்த விலைக்கு விற்றுவிட்டதாகவும், தனக்கு ஃபோர்ட் மோட்டார் கம்பெனி நஷ்ட ஈடு தரவேண்டும் என்றும் மால்கம்ஸன் கேட்டார். நிர்வாகம் நஷ்ட ஈடு தர மறுத்துவிட்டது. எனவே மனமுடைந்த மால்கம்ஸன் 1923-ம் ஆண்டு மரணமடைந்தார். ஃபோர்ட் மனவருத்தமுற்றார். மால்கம்ஸனின் இறுதி ஊர்வலத் தில் கலந்துகொண்டு சவப்பெட்டியைத் தூக்குபவர்களில் தானும் ஒருவராக நின்றார். இன்னமும் கொஞ்ச நாள் தன்னைத் தன்வழி யில் விட்டிருந்தால் மால்கம்ஸன் நொடித்திருக்கமாட்டார் என்றார் ஃபோர்ட்.

•

தனது நண்பர் ஃப்ரெட் என்பவரிடம் ஃபோர்ட் ஒருமுறை சொன்னார்:

'போக்குவரத்து வசதிகள் கோடிக்கணக்கான பொதுமக்களைச் சென்றடைய வேண்டும். அதற்கான உதவிகளை நான் செய்ய வேண்டும். விவசாயிகளும் சாதாரண ஊழியர்களும் எனது காரில் செல்ல வேண்டும். இதனால் மக்கள் ஒருவரை ஒருவர் நெருங்கு வார்கள். பல வசதிகள் பெருகும்.'

ஃபோர்டின் மாடல் என் கார் அவரது எதிர்பார்ப்புகளுக்கு ஈடு கொடுத்தது. அதன் விலை 500 டாலராகக் குறைக்கப்பட்டது. 1906-ம் ஆண்டு டெட்ராய்ட் ஜர்னலுக்குக் கொடுத்த பேட்டியில் ஃபோர்ட் சொன்னார்:

'மலிவான, எளிய போக்குவரத்துச் சாதனத்தை உருவாக்குவதில் நான் வெற்றி பெற்றுவிட்டேன். தங்களது தேவையைப் பூர்த்தி செய்யும் ஒரு கார் தங்களின் வாங்கும் சக்திக்குள் வந்திருக்கிறது என்பதை மக்கள் அறிவார்கள். எனது இந்தப் புது மாடல் கார் ஆட்டோமொபைல் தொழிலிலே ஒரு புரட்சி. இதுதான் என் வாழ்க்கையின் மிகப் பெரிய சாதனை.'

ஃபோர்ட் மேனுஃபேக்சரிங் கம்பெனி, காரின் ஆக்ஸிலைத் தவிர மற்ற எல்லாப் பாகங்களையும் தயாரித்தது. மால்கம்ஸன்

விலகியதும் அது ஃபோர்ட் மோட்டார் கம்பெனியுடன் இணைந்தது.

ஃபோர்ட், 1906-ம் ஆண்டு வால்டர் ஃப்லேண்டர்ஸ் என்பவரைத் தொழிற்சாலை நிர்வாகியாக நியமித்தார். ஃப்லேண்டர்ஸ் மிகச் சிறந்த தொழில் வல்லுநர், நிர்வாகி. தான் எது சொன்னாலும் தடை சொல்லாமல் நிறைவேற்ற வேண்டும் என்று பதவி ஏற்குமுன்பே சொல்லிவிட்டார்.

ஃப்லேண்டர்ஸ் தொழிற்சாலையில் சில முக்கியமான மாற்றங் களைக் கொணர்ந்தார். தொழிலாளர்கள் ஒவ்வொரு பாகத்தை யும் தேடிச் செல்வதற்குப் பதிலாக அவர்களுக்கு வேண்டிய பாகங்களும் கருவிகளும் அவர்களைத் தேடிவரும்படிச் செய் தார். ஒரு ட்ரக்கில் காரின் சேசிஸ் வரும். அது நகர்ந்துகொண்டே வரும்போது அதில் இணைக்கப்படவேண்டிய பாகங்களும் கருவிகளும் 'ரன்னர்ஸ்' என்று சொல்லப்படும் ஊழியர்களால் கொண்டு கொடுக்கப்படும். இப்படி அடுத்தடுத்து வெவ்வேறு ஊழியர்களால் பாகங்கள் அவர்கள் இருக்கும் இடத்திலேயே பொருத்தப்படும். இதுதான் பின்னாளில் ஃபோர்ட் மோட்டார் கம்பெனியில் பிரபலமான அசெம்பிளி லைனுக்கு முன்னோடி.

இதனால் கார்களின் உற்பத்தி அதிகமாயிற்று. ஃப்லேண்டர்ஸை ஊழியர்கள் கொண்டாடினார்கள். ஆனால் ஓராண்டுக்குள் அவர் தனது பதவியிலிருந்து விலகிச் சொந்தமாகத் தொழில்செய்யச் சென்றுவிட்டார்.

உற்பத்தி அதிகமானதால் ஊழியர்களை நல்ல சூழ்நிலையில் வைக்க வேண்டியது அவசியம் என்பதை உணர்ந்து ஃபோர்ட் அவர்களிடையே எந்த பந்தாவும் இன்றிச் சுற்றிக்கொண்டிருப் பார். தெரியாததைச் சொல்லிக்கொடுப்பார். ஊக்கப்படுத்துவார்.

'கவலைப்படாதே, நானும் இப்படித்தான் இருந்தேன், நீ விரைவில் கற்றுக்கொள்வாய்' என்பார். சுமுகமான சூழ்நிலை இல்லை என்று தெரிந்தால் உடனே ஃபோர்ட் ஊழியர்களிடம் சென்று விடுகதை போடுவார். சில வேடிக்கைகளைச் செய்து காட்டுவார். சிலரைச் சீண்டுவார். இறுக்கமான நிலை மாறிவிடும்.

ஆனால் பணத்தைக் கையாள்வதில் ஃபோர்டுக்குத் திறமை போதாது. அவருக்கு வந்த தபால்கள் பலநாள்கள் பிரிக்காமலே கிடக்கும். அதற்குள் காசோலைகளும் பில்களும் இருக்கும்.

மாடல் என் 500 டாலருக்கு மட்டுமே விற்கப்பட்டதாலும் அதன் உற்பத்திச் செலவு அதிகரித்ததாலும் ஃபோர்ட் மோட்டார் கம்பெனியின் நிதி நிலை மோசமாகலாம் என்று கௌசன்ஸ் எச்சரித்தார். மேற்கொண்டு காரின் விலையைக் குறைப்பதைப் பற்றி ஃபோர்ட் நினைக்கக் கூடாது என்று அவரது ஆதரவாளர்கள் தெரிவித்தனர். இது ஃபோர்டின் மனத்தை வாட்டியது. ஒரு நாள் தனது நண்பர் சார்லஸ் சோரென்சனிடம் சொன்னார்: 'சார்லி, நான் நினைத்ததைச் செய்தே தீருவேன். கௌசன்ஸோ அல்லது வேறு எவருமோ என்னைத் தடுக்க முடியாது. தடுத்தாலும் விட மாட்டேன். வென்றே தீருவேன். ஒரு புது உலகத்தைப் படைப்பேன்.'

6

அதிக எடை அதிகப் பலம் என்று நினைப்பது மடத்தனம். அது மனிதர்களுக்கு மட்டுமல்ல, கார்களுக்கும் பொருந்தும். உலகத்திலேயே மிக அழகான பொருள் எது தெரியுமா? தேவை யற்ற எடையைக் கழித்துவிட்டு எது இருக் கிறதோ, அதுதான் அழகான பொருள்.

'மிஸ்டர் ஃபோர்ட், போகலாமா?' என்று கேட் டார் ஃபோர்டின் உதவியாளர்.

'இந்த கார்ப்பந்தயத்தில் ஒரு பிரெஞ்ச் கார் நொறுங் கியதல்லவா?' என்றார் ஹென்றி ஃபோர்ட்.

'அது இங்கிருந்து அரைமைல் தள்ளி விழுந்து கிடக் கிறது.'

'சரி, சரி, வா. அதை அங்கிருந்து அப்புறப்படுத்து முன் போய்ப் பார்க்கவேண்டும்.'

'உடைந்துபோன காரைப் பார்த்து நாம் என்ன செய்யப்போகிறோம்?'

'அந்தக் காரை அதன் டிரைவர் ஓட்டிச் சென்ற பொழுது அது தரையிலிருந்து சற்றே எழும்பிச் சென்றதைப் பார்த்தாயா?'

'நான் பார்க்கவில்லை.'

‘கார் எடை குறைந்ததாக இருந்தால்தான் அது அப்படிச் செல்லும். வேறு ஏதோ கோளாறினால் அந்தக் கார் விபத்துக் குள்ளானது. சரி, வா போகலாம்.’

இருவரும் கிளம்பிச் சென்றனர். கார் நொறுங்கிக் கிடந்த இடத்தில் அதன் பாகங்கள் அங்கங்கே சிதறிக் கிடந்தன. அதன் அருகே அந்தக் காரை ஓட்டிவந்தவரின் நண்பர் நின்றுகொண்டு இருந்தார்.

சற்றுத்தொலைவில் ஒரு சிறிய வால்வ் துண்டு விழுந்து கிடந்தது. அதை எடுத்துக்கொணருமாறு உதவியாளரிடம் சொன்னார். உதவியாளர் கொணர்ந்தார்.

ஃபோர்ட் அதை நன்றாகச் சோதித்துப் பார்த்தார். அதனுடைய பருமனையும் அளவையும் பார்க்கும்போது அதன் எடை மிகவும் குறைவாக இருந்தது. அது ஏதோ ஒரு சிறப்பு உலோகக் கலவையால் செய்யப்பட்டிருக்கிறது என்பது ஃபோர்டுக்குத் தெரிந்தது.

‘இது எந்த உலோகக் கலவையால் செய்யப்பட்டிருக்கிறது என்பது உங்களுக்குத் தெரியுமா?’ என்று அந்த டிரைவரின் நண்பரைக் கேட்டார். அவருக்குத் தெரியவில்லை. அவரது நண்பர் நினைவிழந்திருப்பதால் அவரிடம் கேட்கவும் வாய்ப்பில்லை. அதை அந்த நண்பரின் அனுமதியோடு எடுத்துச் சென்றார் ஃபோர்ட்.

அதைத் தனது உதவியாளரிடம் கொடுத்து, ‘இந்த உலோகக் கலவையைப் பற்றிய எல்லா விவரங்களும் எனக்கு வேண்டும். கண்டுபிடித்துச் சொல்’ என்றார்.

உதவியாளர் அதை எடுத்துச் சென்று சோதனைச் சாலையில் கொடுத்து ஆராய்ந்ததில் அது வனாடியம் என்ற உலோகம் கலந்த எஃகு என்பது தெரியவந்தது.

தான் வெற்றிப்பாதையில் அடியெடுத்து வைத்துவிட்டதாக ஃபோர்ட் எண்ணினார். அதை எப்படித் தயாரிப்பது, என்ன விகிதத்தில் கலப்பது, எந்தெந்தப் பாகங்களில் பயன்படுத்துவது என்பன பற்றியெல்லாம் ஆராய்ச்சி செய்யவேண்டும். அது தெரியும் வரை தூக்கம் கிடையாது.

‘சார்லி, ஓஹாயோ மாநிலத்தில் உள்ள கேன்டன் என்ற இடத்தில் ஓர் எஃகுத் தொழிற்சாலையை பிரிட்டிஷ்காரர் ஒருவர் நடத்தி

வருகிறார். அவரிடம் வனாடியம் கலந்த எஃகைத் தயாரிக்க முடியுமா என்று கேட்கவேண்டும்' என்றார் ஃபோர்ட்.

வனாடியத்தைப்பற்றி எவ்வளவு தகவல்கள் திரட்டமுடியுமோ அவ்வளவையும் திரட்டினார். அந்த எஃகு உருக்குச் சாலையில் 2,700 டிகிரி ஃபாரன்ஹீட் அளவுக்குத்தான் உலைகள் இருந்தன. அது சாதாரண எஃகு தயாரிக்கப் போதுமானது. ஆனால் வனாடியம் கலந்த எஃகு தயாரிக்க 3,000 டிகிரி தேவை. எவ்வளவு செலவானாலும் அதைச் செய்து முடிக்கவேண்டும் என்றார் ஃபோர்ட். அந்தப் பிரிட்டிஷ்காரரும் ஒப்புக்கொண்டார்.

தான் எதிர்பார்த்தது போன்ற உலோகக் கலவை கிடைத்து விட்ட தால் தான் தயாரிக்கப்போகும் விலை குறைந்த காரில் பாதிக்கு மேல் வனாடியத்தைப் பயன்படுத்துவது என்று ஃபோர்ட் முடிவு செய்தார். எல்லோருக்கும் ஏற்ற 'யுனிவெர்சல் கார்' தயாரிக்க இருந்த தடைகள் எல்லாம் நீங்கின.

அடுத்து ஃபோர்ட் எடுத்துவைத்த அடி ஒரு தனிமனிதனின் அடி யல்ல. அது ஓர் அசுர அடி. ஒரே எட்டில் ஓராயிரம் அடிகளைத் தாண்டும் அடி.

சார்லியையும் தலைமை டிசைன் பொறியாளரையும் அழைத் துக்கொண்டு தொழிற்சாலைக் கட்டடத்தின் மூன்றாவது மாடிக்குச் சென்றார் ஃபோர்ட். அங்கே வடகோடி மூலைக்குச் சென்று, 'சார்லி, உடனே இந்த இடத்தில் ஓர் அறையைக் கட்டவேண்டும். இந்த அறையின் வாயிலில் ஒரு கார் உள்ளே வந்து போகும் அளவுக்குப் பெரிதாக இருக்க வேண்டும். நாம் புதிதாக ஒரு காரை உருவாக்கப்போகிறோம்' என்றார் ஃபோர்ட்.

'இங்கே இரண்டு பலகைகளை நிறுவுங்கள். ஒன்று டிசைன் படங்களுக்காக, மற்றொன்று கரும்பலகை. இந்த அறைக்குள் நம் மூவரையும் நமது உதவியாளர்களையும் தவிர வேறு யாருக்கும் அனுமதியில்லை. உடனே செயல்படுத்துங்கள்' என்று தனது தலைமை டிசைன் பொறியாளரிடம் சொன்னார்.

அறை கட்டப்பட்டது. பலகைகள் பொருத்தப்பட்டன. தனது தாயின் ஆடுநாற்காலியைத் தனது வீட்டிலிருந்து கொணர்ந்து அந்த அறையின் மையத்தில் போட்டார். அது அவருக்கு அதிர்ஷ்ட நாற்காலி. அவரது பொறியாளர்கள் வடிவமைப்பு

செய்துகொண்டிருக்கும் போது ஃபோர்ட் நாற்காலியில் அமர்ந்து கவனித்துக் கொண்டிருப்பார்.

ஒவ்வொரு பாகமும் இப்படித்தான் இருக்கவேண்டும் என்று விளக்கி டிசைன் பொறியாளர் வரைபடம் தயாரித்தார். கரும் பலகையில் வரைந்து விளக்கினார். அவ்வப்போது ஃபோர்ட் தனது கருத்துகளைச் சொன்னார். தனக்குப் பிடிக்கவில்லை என்றால் நிர்த்தாட்சண்யமாகச் சொல்லிவிடுவார். அவரே பல மாற்றங்களைச் செய்தார். டிசைன் ஏற்றுக்கொள்ளப்பட்டதும் சோரென்சனை அழைத்து வடிவைப்பு வரைபடங்களை விளக்கினார்.

'சார்லி, இப்பொழுது என்ன செய்யவேண்டுமென்பது தெரியு மல்லவா?'

'தெரியும். உங்களுக்கு வரைபடங்கள் கொண்டு விளக்குவது பிடிக்காது என்பது தெரியும். இந்த வடிவமைப்புக்கு ஏற்ப சிறிய மாதிரிக்கார் தாயரித்துவிடுகிறேன்' என்றார் சார்லி.

ஃபோர்டுக்கு எல்லாவற்றையும் மாதிரிவடிவங்கள் மூலம்தான் விளக்கவேண்டும். ப்ளூபிரிண்ட் சில சமயங்களில் சிக்கலில் மாட்டிவிடும் என்பது அவரது கருத்து.

சோரென்சன், ஃபோர்ட் கேட்டது போல சிறுவடிவில் மாதிரிக் கார் தயாரித்துக் கொடுத்தார். அதைப்பார்த்து அதில் மாற்றங்கள் செய்யவேண்டியவற்றை எடுத்துரைத்தார் ஃபோர்ட். தினந் தோறும் புதிய மாற்றங்கள் செய்யப்படும்.

தினமும் ஃபோர்ட் சோரென்சனிடம் தவறாமல் சொல்லும் கூற்று: 'சார்லி, நாம் சரியான பாதையில்தான் சென்று கொண்டு இருக்கிறோம். இந்தக்காரின் எடையைக் குறைக்க வேண்டும். இந்தக் காரை லட்சக்கணக்கில் உற்பத்தி செய்ய வேண்டும். அப்பொழுதுதான் விலை குறையும்.'

ஓரளவு திருப்தியாக வடிவமைக்கப்பட்டவுடன் புதிய அமைப் பில் ஒரு காரை உற்பத்தி செய்வதற்காக லேத், கிரைண்டிங் மில் போன்ற சகல ஏற்பாடுகளும் அந்த அறையில் நிறுவப்பட்டன. இன்ஜின்மட்டும் வெளியில் தயாரிக்கப்பட்டது.

தனது தொழிற்சாலையிலேயே வனாடியம் கலந்த எஃகை உற்பத்தி செய்ய வேண்டும் என்று ஃபோர்ட் நினைத்தார். அவரது

தலைமைப்பொறியாளர் வில்ஸ் எங்கெல்லாமோ சென்று பார்த்துவிட்டு வந்து அதற்குத் தேவையானவற்றை பிக்கெட் அவென்யூ தொழிற்சாலையில் நிறுவினார்.

அந்தத் துறைக்கு முழுப்பொறுப்பு எடுத்துச் செயல்படப் பொறியியல் கல்லூரியில் உலோகவியல் படித்த ஓர் இளைஞனைத் தேர்தெடுத்தார் வில்ஸ். ஆனால் ஃபோர்ட் அந்த இளைஞனை நியமிக்க மறுத்துவிட்டார். 'எனக்குக் கல்லூரியில் படித்தவன் தேவையில்லை. இந்தத் துறையில் அனுபவமும் திறமையும் உள்ளவன்தான் தேவை. அவன் படித்திருக்க வேண்டிய அவசியமில்லை. நமது தொழிற்சாலையில் இப்பொழுது பொறியாளராகப் பணிபுரியும் வாண்டர்சீயை நியமித்துவிடுங்கள்' என்றார் ஃபோர்ட்.

ஃபோர்ட் தீர்மானித்துவிட்டால் அதை மாற்றமுடியாது என்று தெரிந்தாலும் வில்ஸ் மெதுவாக ஃபோர்டிடம், 'அவன் முதலில் தொழிற்சாலையைப் பெருக்குபவனாக இங்குப் பணிபுரிந்தவன். அவனைப் போய்...' என்று இழுத்தார்.

'மிஸ்டர் வில்ஸ். நான் எப்படி வாழ்க்கையைத் தொடங்கினேன் என்று சிந்தித்துப் பாருங்கள். அவனை யுனைடெட் அல்லாய் ஸ்டீல் லேபரட்டரியில் பயிற்சிக்கு அனுப்புங்கள்' என்றார்.

ஃபோர்ட் எதிர்பார்த்தது வீண்போகவில்லை. வாண்டர்சீ வனாடியம் எஃகு நிபுணன் ஆனார். கம்பெனியின் தேவைக்கேற்பவும் நல்ல தரத்தோடும் வனாடியம் எஃகைத் தயாரித்துக் கொடுத்தார். அவர் தயாரித்த வனாடியம் எஃகில் செய்த ஆக்ஸில்கள் அதிர்வைத் தாங்குவதிலும் எடையைத் தாங்கும் திறனிலும் மற்ற ஆக்ஸில்களைவிடப் பலமடங்கு வலிவு கொண்டதாக விளங்கியது. ஃபோர்ட் பத்திரிகைப் பேட்டிகளின் போது வனாடியத்தின் புகழ் பாடினார்.

கார் உருவானது. அது அங்கேயே ஓட்டிப் பார்க்கப்பட்டது. ஏதாவது சிக்கல் என்றால் உடனே தீர்வு செய்யப்பட்டது. இப்படி எந்த அளவுக்கு எளிமையாகவும் எடைகுறைந்ததாகவும் செய்யமுடியுமோ அந்த அளவுக்கு ஏற்ப உருவாக்கப்பட்டது. ஒருமாதம் இருமாதம் அல்ல. இரண்டு ஆண்டுகள் தீவிர முயற்சிக்குப்பிறகு ஃபோர்ட் எதிர்பார்த்தபடி கார் உருவாகியது. அதற்கு 'மாடல் டி' என்று பெயர் கொடுக்கப்பட்டது.

பொதுமக்களின் தேவைக்கு ஏற்றபடி அதிக விலையில்லாமல், எடைகுறைவாக, வலுவுள்ள, நீடித்து உழைக்கக்கூடிய, வசதியுள்ள காராக அது அமைந்தது. மேலே திறந்திருக்கும் ஒரு பெட்டியமைப்பு, 1,200 பவுண்ட் எடை, 20 குதிரைச் சக்தி, அதிகபட்ச வேகம் மணிக்கு 45 மைல். ஸ்டியரிங் வீல் இடது புறம் அமைக்கப்பட்டது. அதற்குப்பின் அமெரிக்காவின் எல்லாக் கார் உற்பத்தியாளர்களும் அந்தமுறையையே பின்பற்றினர். நான்கு சிலிண்டர்களும் தனித்தனியே இல்லாமல் ஒரே அமைப்பாக வடிவமைக்கப்பட்டது. சற்று உயரமாக அமைந்ததால் ஏற்றத் தாழ்வான சாலைகளிலும் வெகு லாகவமாக இந்தக் கார் இயங்கியது.

மாடல் டி வண்டியில் மூன்று பெடல்கள். ஒன்று முன்னோக்கிச் செல்ல. மற்றொன்று பின்னோக்கிப் போக. மூன்றாவது பிரேக். ஓர் இழுவைத் தண்டு பல செயல்களைப் புரியும் வண்ணம் அமைக்கப்பட்டிருந்தது. ஒரு நிலையில் கிளட்சை விடுவிக்கும். இன்னொரு நிலையில் காருக்கு அதிக வேகம் கொடுக்கும். மூன்றாம் நிலையில் முழுவதும் பின்னோக்கி இழுத்தால் வண்டியை திடீரென நிறுத்தும்.

ஒரு திருப்புளியும், ப்ளையரும், ஸ்பேனர் இரண்டு மூன்றும் வைத்திருந்தாலே போதும். யாரும் அதிகப் பயிற்சியின்றி மாடல் டி-யில் ஏற்படும் சிறுசிறு பழுதுகளைச் சரி பார்த்துவிடமுடியும். அவ்வளவு எளிதாக அந்தக் கார் வடிவமைக்கப்பட்டிருந்தது. மாடல் டி விற்பனை தொடங்கியபோது அதன் விலை 850 டாலர். ஆனால் படிப்படியாக அதன் விலை குறைந்தது.

மாடல் டி-யை ஓட்டும்போது, பின்னால் போக முயற்சி செய்தாலும் தொடக்கத்தில் சற்றே முன் சென்று பின்னரே பின்னால் போகும். இந்த அமைப்பு பலருக்கும் ஒரு நல்ல சகுனமாகத் தெரிந்ததால் மக்கள் பலரும் அந்த அமைப்பை வரவேற்றார்கள். முதலில் முன்னேறுவது நல்ல சகுனந்தானே?

1908-ம் ஆண்டின் பிற்பகுதியில் மாடல் டி-யின் தயாரிப்பு தொடங்கியது. தான் பெற நினைப்பதை சாதுர்யமாகப் பேசியே ஃபோர்ட் பெற்றுவிடுவார். வேலைவாங்குகிறார் என்பதை அறியாமலே ஊழியர்கள் அவருக்காக உழைத்தார்கள். அப்படி ஒரு தோழனைப்போல ஊழியர்களிடம் பழகினார். சக ஊழியரின் தோளில் செல்லமாகத் தட்டிக்கொடுப்பார். தன்னுடன்

நடையில் போட்டிபோடும்படி அழைப்பார். ஊழியர்களுடன் தொழிலகத்திலேயே குஸ்தி போடுவார். முதலாளி என்றில்லாமல் சகஜமாக அவர் பழகியதால் ஊழியர்கள் உற்சாகமாக உழைத்தார்கள். அதன் பலனாக ஒரு வருடத்தில் அந்த நிறுவனம் 10,660 கார்களை உற்பத்தி செய்தது.

மாடல் டி-யைப் பற்றிய விளம்பரம் கொடுக்கப்பட்ட பின்னர் அதன் தேவை அதிகமாகியது. இன்னமும் இரண்டு மாதம் புதிய ஆர்டர்களை ஏற்கப்போவதில்லை என்று நிறுத்திவைக்க வேண்டிய நிலை ஏற்பட்டது. மாடல் டி-யைப் பற்றிப் பத்திரிகைகளில் செய்திகள் வந்தன. பாராட்டுகள் குவிந்தன.

ஃபோர்ட் சொன்னார்: 'நான் முதலாளிகளின் லாபத்தைக் கருதுபவன் அல்ல. நுகர்வோரின் நலன் நாடுபவன். உழைப்பவர்களுள் நான் ஒருவன். என்னுடைய கார் ஒரு குடும்பத்துக்குத் தேவையான அளவு பெரிதாகவும் குடும்பத்தலைவன் வாங்கும் அளவுக்கு விலை குறைவாகவும் இருக்கும். சிறந்த பொருள்களைக் கொண்டு தயாரிக்கப்பட்ட பாகங்கள், சிறந்த வல்லுநர்களின் கைவண்ணம், இதைவிட எளிமையாக ஒரு காரை எவரும் செய்துவிடமுடியாது என்னும் அளவுக்கு எளிமை, ஓரளவு நன்கு சம்பாதிப்பவன் வாங்கக் கூடிய அளவுக்கு மலிவு ஆகியவைதான் என் காரின் பலம். கடவுள் நமக்கு அளித்திருக்கும் இந்த வெட்டவெளியில் மனிதன் குடும்பத்தினரோடு மகிழ்வாக உலவி வர என் கார் உதவும். இனி, கார் ஆடம்பரப் பொருளல்ல. அது ஓர் அவசிய சாதனம். எனது கார் அமெரிக்காவில், ஏன் உலகிலேயே ஒரு பொருளாதார மலர்ச்சியை விளைவிக்கும்.'

ஃபோர்டின் கார் வருவதற்கு முன் அமெரிக்கச் சமுதாயம் விக்டோரியன் சமுதாயமாக இயங்கி வந்தது. கடின உழைப்பு, வசதிகளை அதிகம் நாடிப்போகாமை, கட்டுப்பாடான குடும்ப வாழ்க்கை, ஒரு குறுகிய வட்டத்துக்குள் வாழ்தல், குறைவான ஓய்வு, சுயக்கட்டுப்பாடு ஆகியவை விக்டோரியன் கலாசாரத்தின் அடிப்படைகள். ஃபோர்ட் காரின் வரவுக்குப் பிறகு இந்தச் சமுதாய வாழ்க்கைமுறை ஆட்டம் கண்டது.

அதிகப் பணப் புழக்கம், குறிப்பிட்ட நேர உழைப்பு, முன்பைவிட அதிக ஓய்வு நேரம், அந்த நேரத்தை மகிழ்ச்சியாகச் செலவிடும் மனப்பாங்கு, செலவு செய்யும் ஆர்வம், வசதிகளைப் பெருக்கிக் கொள்ளும் எண்ணம் எனச் சமுதாயத்தில் ஒரு மாற்றம்

விளைந்தது. அது மட்டுமல்ல. போக்குவரத்து எளிமையாகி விட்டதால் சாலைகள் அமைக்கப்பட்டன. வணிகம் பெருகியது. சாலையோரக் கடைகள், பெட்ரோல் பம்புகள், உணவு விடுதி கள், தங்குமிடங்கள் ஆகியவை நிறைய எழுந்தன. இதனால் வேலை வாய்ப்பு அதிகமானது. பொருளாதாரம் மாற்றம் கண்டது.

ஃபோர்ட் சொன்னார்:

'இதுவரை கடைப்பிடித்துவரும் பொருளாதாரம் உற்பத்தியில் தொடங்கி நுகர்வோரிடம் முடியும். ஆனால் நான் அப்படிச் செய்யவில்லை. நுகர்வோரில் தொடங்கி உற்பத்திக்கு வந்திருக் கிறேன். எனது காரின் சக்கரத்தைச் செய்யப் பணம் யார் கொடுக் கிறார்கள்? நுகர்வோர். அவருடைய விருப்பத்தைப் பூர்த்தி செய்வதுதானே நியாயமும் தர்மமும் ஆகும்? நுகர்வோரின் தேவையை அறிந்து எனது காரின் வடிவமைப்பை அவருக்கு ஏற்றாற்போலச் செய்கிறேன். நான் பின்னோக்கிப் போவதால் முன்னேறுகிறேன்.

ஓய்வு என்பது வெறுமனே உட்கார்ந்திருப்பதில்லை. ஓய்வு கூட ஒரு பொருளாதாரச் செயல்பாடு. வீட்டுக்குள் அடைந்து கிடப் பதைவிட்டு மக்கள் வெளியே வருகிறபோது செலவு செய்கிறார் கள். அந்தச் செலவுக்குச் சம்பாதிக்கிறார்கள். அந்த நுகர்ச்சிக்கு ஈடுகொடுக்கப் பல்வேறு வகையிலே உற்பத்தி செய்யவேண்டி யிருக்கிறது. எனது காரின் வருகையால் ஓய்வு ஒரு பொருளாதார நுகர்ச்சியாக மாறிவிட்டது.

இதுவரை ஊழியர்கள் அதிக நேரம் உழைத்தால் அதிக வருவாய் என்று முதலாளிகள் நினைத்தார்கள். அவர்களுக்குக் குறைந்த சம்பளம் கொடுத்தால் தமக்கு அதிக லாபம் என்று கருதினார்கள். ஆனால், என்னுடைய சித்தாந்தம் வேறு. ஊழியர்களின் வேலை நேரத்தைக் குறைத்து அவர்களுக்கு அதிகச் சம்பளம் கொடுப்பேன். அதனால் அவர்களின் ஓய்வு அதிகமாகிறது. செலவு செய்யும் திறன் அதிகமாகிறது. ஓய்வில் மகிழ அதிக உணவு, அதிக உடை, கேளிக்கை வசதிகள் தேவைப்படுகின்றன. அந்தந்தத் துறையில் உற்பத்தி அதிகரிக்கிறது. ஓய்வும் அதிகச் சம்பளமும் கொடுப்ப தால் நாட்டின் பொருளாதாரம் முன்னேறுகிறது.

இதை மக்களும் முதலாளிகளும் அரசும் புரிந்து கொள்ள வேண்டும். ஓய்வு என்பது முதலீடு என்பதை மறந்துவிடக் கூடாது.

மாடல் டி-யின் வரவால் மக்கள் வெளி உலகத்தைப் பார்க்கிறார்கள். தம்மைச் சுற்றி என்ன நிகழ்கிறது என்பது அவர்களுக்குத் தெரிகிறது. தம்மைவிட மற்றவர்கள் வசதியாக இருப்பதைப் பார்க்கும்போது அப்படித் தாமும் இருக்க என்ன செய்ய வேண்டும் என்று யோசிக்கிறார்கள். அதுவரை செய்து வந்த வெற்று உழைப்பை விடுத்து முனைப்புடன் உழைக்கிறார்கள். பொருளாதாரத்தின் ஊளைச்சதை இறுகுகிறது. அது புதுப் பொலிவுடன் திடகாத்திரமாக வீறுநடை போடுகிறது. எல்லோருக்கும் அவர்களுக்கு அவசியமாகத் தேவைப் பட்ட எல்லாமும் கிடைக்கின்றன என்பதைவிட வேறொரு சொர்க்கம் ஏது?'

ஃபோர்ட் எதிர்பார்த்தபடியே மாடல் டி அமெரிக்கப் பொருளாதாரத்தைப் புதிய பாதையில் திருப்பிவிட்டது. ஆம், மாடல் டி-யின் மட்கார்டில் வணிக வளத்தின் உந்துசக்தி வந்து குந்திக் கொண்டது.

7

சேமிப்பது நல்லதுதான். ஆனால் அதை அதிகம் வலியுறுத்தினால் பொருளாதாரம் படுத்து விடும். செலவழிப்பதில்தான் மகிழ்ச்சி இருக்கிறது. மக்கள் செலவழித்தால்தான் பணம் புழங்கும். வியாபாரிகள் பொருள்களை உற்பத்தி செய்வார்கள். மக்களுக்கும் மகிழ்ச்சி. வியாபாரிகளுக்கும் மகிழ்ச்சி. முடக்கி வைப்பதில் அல்ல, பணப் புழக்கத்தில்தான் சமுதாயம் வாழும்.

'மிஸ்டர் ஹாக்கின்ஸ், விளம்பர வித்தகர் லெராய் பெல்லட்டியருடன் நீங்கள் சேர்ந்து பணிபுரிந்திருக்கிறீர்கள் அல்லவா?' என்று தனது அலுவலகத்தில் விற்பனை மேலாளராக இருக்கும் நார்வல் ஹாக்கின்ஸிடம் கேட்டார் ஃபோர்ட்.

'ஆமாம். மாடல் என் காருக்கு அவர்தானே விளம்பரம் செய்தார். அவர் ஒரு ஜீனியஸ்' என்றார் ஹாக்கின்ஸ்.

'ஆமாம். டெட்ராய்ட் ஓபெரா ஹவுஸில் 'ஃபோர்ட் கார் போவதைப் பாருங்கள்' என்ற விளம்பரக் காட்சிப்பலகையை அவர் அமைத்த விதத்தை மறக்க முடியுமா? மாடல் என் மாதிரியே வடிவமைத்து, சுழலும் சக்கரங்கள், அசையும் எழுத்துகள், பளிச்சிடும் ஹெட்லைட்ஸ் என அவர் அமைத்த அழகைத்தான் மறக்க முடியுமா?

இன்னமும் கொஞ்ச நாள்கள் அவர் நம்முடன் இருந்திருக்கலாம். வேறு பணிக்குச் சென்றுவிட்டார். மாடல் டி எனது கனவுக் குழந்தை. அதைச் சற்று வித்தியாசமாக விளம்பரப்படுத்த வேண்டும்.'

'என்ன செய்ய வேண்டும் என்று சொல்லுங்கள்? அதை அப்படியே செய்துவிடலாம்.'

'யோசியுங்கள், ஏஜெண்டுகளிடம் கேளுங்கள். நமது உள்சுற்றுப் பத்திரிகை ஃபோர்ட் டைம்ஸில் எழுதி ஆலோசனை கேளுங்கள்.'

'சரி.'

'எப்பொழுதும் பொருள்களின் தரம், அமைப்பு இவற்றைப் பற்றித்தான் விளம்பரம் செய்கிறார்கள். ஆனால் மாடல் டி விளம்பரம் மக்களின் உணர்ச்சியைத் தூண்ட வேண்டும். பொருளாதார முன்னேற்றம், பெண்களுக்கு வெளியே செல்ல அதிகச் சுதந்தரம், சுற்றுலாச் சுகங்கள் என அவர்களுக்குக் கிடைக்கும் மகிழ்ச்சியைத் தொட்டுக்காட்ட வேண்டும்.'

'ஆம், புதுமையாக இருக்கும்.'

'இருக்கவேண்டும். அதை எப்படிச் செய்யவேண்டும் என்பதைத் தான் யோசிக்கவேண்டும். சில எழுத்தாளர்களை நாம் நியமிக்க வேண்டும்' என்றார் ஃபோர்ட்.

முகவர்களுக்கு காரின் கட் அவுட்டுகள் அனுப்பப்பட்டன. கையறிக்கைகள், செய்திமடல்கள், விளம்பரத் துணுக்குகள் அச்சடித்து விநியோகிக்கப்பட்டன. ஃபோர்ட் பல பத்திரிகைகளில் விளம்பரம் கொடுத்தார். நிறுவனத்துக்கு ஒரு புது லோகோவாக பறக்கும் பிரமிடு தயாரிக்கப்பட்டது. அதன் நடுவில் ஃபோர்ட் என்ற சொல் அலங்காரமாக எழுதப்பட்டது. அதற்குக் கீழே 'தி யுனிவர்சல் கார்' என்று எழுதப்பட்டது. இந்தக் குறியீட்டைத் தாங்கிப் பிரும்மாண்டமான பலூன்கள் பறக்க விடப்பட்டன.

எல்லா விளம்பரங்களிலும் 'ஃபோர்ட் கார்கள் போவதைப் பாருங்கள்' (Watch the Fords go by) என்ற வாசகம் எழுதப்பட்டது. வீதிகள் எங்கும் இவ்வாசகங்கள் அணிசெய்தன.

வலு, நிலைத்திருக்கும் தன்மை, நீடித்த உழைப்பு ஆகியவற்றை பிரமிட் குறிப்பதாகவும், எடை குறைந்த தன்மை, அழகு, வேகம் ஆகியவற்ப்றை இறகுகள் காட்டுவதாகவும் ஃபோர்ட் கூறினார். மாடல் டி-யின் முகப்பிலும் அதன் லோகோ அணி செய்தது. எங்கு திரும்பினாலும் மாடல் டி விளம்பரத்தைக் கண்ட மக்கள் மனத்தில் ஃபோர்ட் கார் அமர்ந்தது மட்டுமல்ல, ஃபோர்டும் ஜம்மென்று அமர்ந்து கொண்டார்.

இப்படி மக்கள் மனத்தில் இடம் பிடித்த பிறகு வந்த ஒரு விளம்பரத்தின் வாசகம் 'பறக்கும் பிரமிடைத் தாண்டி எவரும் பறக்கமுடியாது.'

நெப்ராஸ்காவைச் சேர்ந்த மேக்ஸ் என்ற முகவர் புதுமையாக ஒரு முறையைக் கையாண்டார். அங்கிருந்த YMCA கட்டடத்துக்குச் செல்லச் செங்குத்தான படிக்கட்டுகள் இருந்தன. அந்தப் படிக் கட்டுகளில் மாடல் டி காரை ஓட்டிக்காட்டுவதாக விளம்பரப் படுத்தினார்.

குறிப்பிட்ட நேரத்தில் பெருங்கூட்டம் சேர்ந்தது. மாடல் டி கார் அப்படிக்கட்டுகளில் படிப்படியாக ஏறி இறங்கியது. எந்தக் கரடுமுரடான பாதையிலும் எவ்விதச் சேதமும் இன்றி ஏறி இறங்கவல்லது மாடல் டி என்று நிரூபிக்கப்பட்டது. அப் பொழுது எடுக்கப்பட்ட புகைப்படங்கள் பத்திரிகைகளில் வெளி வந்தன. ஒரு துணிகர முயற்சியால் அதிகச் செலவின்றிப் பெரும் விளம்பரம் கிடைத்தது.

ஃபோர்ட் டைம்ஸ் பத்திரிகையில் அதைப்பற்றிய கட்டுரை வெளிவந்தது. அதே செயலை மற்ற இடங்களிலும் மற்ற ஏஜெண்டுகளும் செய்து காட்டவேண்டும் என்று ஃபோர்ட் கூறினார்.

பெண்களைக் கவருவதற்குத் தனியாக ஒரு விளம்பரம் வெளியிடப்பட்டது. கார்கள் என்றால் ஆண்களுக்குரிய ஒன்று என்று நினைக்கத்தேவையில்லை என்றும், மாடல் டி மிக எடை குறைந்ததாலும் சிக்கல்கள் எதுவும் இல்லாததாலும் பெண்கள் மிக எளிதாகக் கையாள முடியும் என்றும் அவர்களுடைய உறவினர்களையும் தோழிகளையும் காணச் செல்ல முடிய வில்லையே என கவலையுடன் இருக்கத் தேவையில்லை என்றும் வீட்டுக்குள்ளேயே அடைந்திருக்கும் நிலையைத்

தவிர்த்து வெளியிலும் சென்று சற்று மகிழுமாறும் விளம்பரம் கொடுக்கப்பட்டது.

காதலர்களுக்கும் மாடல் டி உதவும் என்பதற்கு அடையாளமாக ஒரு காதலன் தனது காதலிக்காகக் காரின் கதவைத் திறந்து வைத்துக்கொண்டு நிற்பதாகப் படத்துடன் ஒரு விளம்பரம் வெளியிடப்பட்டது.

மாடல் டி கார்களை விற்கப் பயன்படுத்தப்பட்ட சில விளம்பர வாசகங்கள் இவை:

'மகிழ்வளிக்கும் குடும்பக் கார்.'

'பார்ப்பதற்கேற்ற அழகும் அழகுக்கேற்ற பார்வையும் உடைய கார்.'

'குறைந்த விலையில் அதிகத் தரம்.'

'மாடல் டி மக்கள் சேவகன், ஏனென்றால் அது எல்லோருக்கும் சேவை செய்கிறது' 'அது யாவரும் விரும்பும் ஆடம்பரச் சொத்து, ஏனெனில் அது எல்லோருக்கும் இன்பமளிக்கிறது.'

'வாங்கு ஒரு மாடல் டி கார், விரும்புமிடமெலாம் சுற்றிப்பார்.'

'மாடல் டி வாங்குங்கள், மலையிலே ஏறுங்கள்.'

'மாடல் டி வைத்திருப்பவர் பயணம் போவார், சுற்றுலா செல்லு வார், மலையில் ஏறுவார், வேட்டையாடுவார், பாலைவனத் திலும் பயணப்படுவார்.'

'மாடல் டி சொந்தக்காரருக்கு ஒவ்வொரு நாளும் சுதந்தர நாள்.'

'கொஞ்சம் செலவு அதிகம் மகிழ்வு.'

'மாடல் டி-யின் உயர்ந்த தரம், மக்களுக்கு அது ஒரு வரம்.'

'இன்னுமா வீட்டுக்குள், செல்லுங்கள் நாட்டுக்குள்.'

கார்களை விற்றால் மட்டும் போதாது. சரியான பராமரிப்பும் அளிக்கவேண்டும் என்பதில் ஃபோர்ட் தீவிரமாக இருந்தார். 1925-ம் ஆண்டில் 26,000 அங்கீகாரம் பெற்ற சர்வீஸ் ஸ்டேஷன்கள் இருந்தன. எந்த ஓர் இடத்திலிருந்தும் பணிமனையை அடைய 15 மைலுக்கு மேல் செல்லவேண்டிய அவசியமில்லை. இவை

தவிர ஒவ்வொரு முகவரும் மாடல் டி-யின் 5,000 உதிரிப்பாகங்களையும் வைத்திருக்கவேண்டும். 45% பாகங்கள் 15 சென்டுக்கும் கீழேதான் விலை.

மாடல் டி ஓட்டுநர்கள் பெருமையுடன் சொல்வதுண்டு: 'எங்கள் மாடல் டி-யை ட்வைன் நூலால் கட்ட முடியும். அதைச் சீர்செய்ய வேண்டியதற்குத் தேவை ஒரு திருப்புளி, ஒரு ப்ளையர், ஒரு மங்கி ஸ்பேனர், கொஞ்சம் சூயிங் கம்!'

ஃபோர்ட் தனது முகவர்களுக்குக் கொடுத்த அறிவுரை: 'அதிகாலையில் எழுந்திருங்கள், பொழுதோடு உறங்கச் செல்லுங்கள், விளம்பரம் செய்யுங்கள்!'

மாடல் டி-யின் லாகவத்தையும் உறுதியையும் காட்டப் பல விந்தை நிகழ்சிகள் செய்து காட்டப்பட்டன. சஸ்பென்ஷன் திறனைக் காட்ட வீட்டின் உயர்ந்த படிக்கட்டில் முன் சக்கரங்களை ஏற்றி அப்படியே நிறுத்திவைக்கப்பட்டன. சான் பிரான்ஸிஸ்கோவில் அலபாமா ஸ்கொயர் படிக்கட்டில் ஏற்றி இறக்கிக் காட்டப்பட்டது. ஒரு வீட்டுக்குள் கதவு வழியாகக் கொண்டு சென்று இரண்டு மாடிப்படிக்கட்டில் ஏற்றி ஹாலில் நிறுத்தப்பட்டது. இவற்றைப் பார்க்கப் பொதுமக்கள் அழைக்கப் பட்டனர்.

ஆட்டோ போலோ விளையாட்டில் மாடல் டி பயன்படுத்தப் பட்டது. அந்த விளையாட்டில் மாடல் டி பாய்ந்தும் பதுங்கியும் நெளிந்தும் வளைந்தும் சென்று அதன் லாகவத்தை நிரூபித்தது. பிளேனட்டரி சஸ்பென்ஷன் இருந்ததால் முன்னும் பின்னும் கியர் மாற்றாமலே ஓட்ட முடிந்தது. கற்கள் கொட்டி வைத்திருக்கும் சாலைகளில் ஓட்டிக்காட்டப்பட்டது.

ஹ்யூஸ்டனில் ஒருவர் 10 மைல் வேகத்தில் ஆறு நாள்கள் இரவு பகல் தொடர்ந்து ஓட்டிக்கொண்டே இருந்தார். மின்னசோட்டாவில் ஒரு முகவர் 3,492 பவுண்ட் மொத்த எடை கொண்ட ஐம்பது பையன்களை மாடல் டி-யில் ஏற்றிக்கொண்டு ஊரை வலம் வந்தார்.

1914-ம் ஆண்டு விஸ்கான்ஸினில் உள்ள வாசௌ என்ற இடத்தில் ஃபோர்ட் திருநாள் கொண்டாடப்பட்டது. 1,200-க்கும் மேல் ஃபோர்ட் கார்கள் கலந்து கொண்டன. இருபத்தைந்து முகவர்களுக்கு மேல் வந்திருந்தனர். உள்ளூர் வங்கி 42 டாலர் தங்க

நாணயங்களை Ford என்ற வார்த்தையைப் பொறித்து விற்றது. கீழ்க்கண்ட வகையில் பரிசுகள் வழங்கப்பட்டன -

1. அதிகம் பேரை அழைத்துவந்த முகவர்
2. அதிகம் தொலைவிலிருந்து வந்தவர்
3. சிறப்பாக அலங்கரிக்கப்பட்ட கார்.
4. மிகவும் குண்டான ஓட்டுனர்
5. மிகவும் நசுங்கிப்போன கார்
6. மிக அழகான பெண்ணை அழைத்து வந்தவர்
7. மிகக் குறைந்த நேரத்தில் காரின் டயரை மாற்றுபவர்
8. மிக அதிகமாகச் சத்தமிடும் கார்.

அந்த விழாவுக்குப் பக்கத்து ஊர்களில் இருந்தெல்லாம் மக்கள் திரளாக வந்திருந்தனர். எல்லோருக்கும் காபியும் லெமனேடும் இலவசமாக வழங்கப்பட்டன.

மாடல் டி-யின் விற்பனைக்கு மகத்தான சேவை புரிந்தவர் நார்வல் ஹாக்கின்ஸ். அவரென்ன ஒரு மந்திரவாதியா என நினைக்கும் அளவுக்கு வியாபாரக் கலையில் கை தேர்ந்தவராக அவர் விளங்கினார். ஃபோர்ட் தன்னிடம் ஒப்படைத்த விளம் பரப் பணியையும் திறம்பட நிர்வகித்தார்.

அவர் தன் கீழ்ப்பணியும் விற்பனையாளர்களிடம் சொல்லு வாராம்: ‘காலையில் நீங்கள் மாடல் டி வாங்குமளவுக்குச் சம்பளமுள்ள ஐந்து பேர் வீட்டை எனக்குக் காட்டுங்கள். மாலையில் அந்த ஐந்து பேரும் கார் வாங்கியிருப்பார்கள்.’ ஹாக்கின்ஸ் விற்பனைப் பிரிவை முற்றிலும் மாற்றியமைத்தார். ஒவ்வொரு சிறு விஷயத்தையும் கூர்மையாகப் பார்த்தார்.

எடுத்துக்கட்டாக அவர் ஒருமுறை மாடல் டி விற்பனைக்கூடம் ஒன்றுக்குச் சென்றார். அங்கே டயர் வழுக்காமல் இருப்பதற்காக அதனோடு இணைக்கும் சங்கிலி ஒன்றின் விளம்பரம் ஒட்டி வைக்கப்பட்டிருந்தது. மாடல் டி பழுதுபார்க்கும் கூடத்தை அங்கிருந்து கண்ணாடி வழியாகப் பார்க்க முடியும். அவற்றைப் பார்த்தார் ஹாக்கின்ஸ். அந்த விளம்பரத்தை அகற்றச் சொன் னார். அதைப் பார்ப்பவர் மனத்தில் மாடல் டி விபத்துக்கு

உள்ளாகும் வாய்ப்பு உண்டு என்ற எண்ணத்தைத் தோற்றுவிக்கும் என்பதால் அது அங்கே இருக்கக் கூடாது என்றார்.

பழுது பார்க்கும் இடத்தில் பிரித்து வைக்கப்பட்டிருக்கும் காரைப் பார்த்தால் பார்ப்பவருக்கு அது ரம்மியமாக இராது. எனவே பழுதுபார்க்கும் இடத்துக்கும் விற்பனைக்கூடத்துக்கும் இடையே ஒளி ஊடுருவ முடியாத கண்ணாடியைப் பொருத்தச் சொன்னார்.

அவருடைய நடவடிக்கைகளைப் பார்த்தவர்கள் விற்பனையில் அவரைப்போலத் திறமைசாலியைக் கண்டதில்லை என்றார்கள்.

அவர் ஃபோர்ட் நிறுவனத்தில் சேர்ந்த ஒரு வருடத்தில், அவர் கேட்காமலேயே கம்பெனியின் நிர்வாகக்குழு அவருக்கு *13,000* டாலர் போனஸ் அளித்தது. தனது அனுபவங்களைத் தொகுத்து 'விற்பனை முறைகள் - விற்பனைத் திறன் கொள்கைகள் கையேடு' (The Selling Process, A Handbook of Salesmanship Principles) என்ற தலைப்பில் அவர் ஒரு புத்தகமெழுதினார். அவர் எழுதிய 'வெற்றி நிச்சயம்' (Certain Success) என்ற புத்தகமும் மிகவும் பிரபலமானது.

அவருடைய கருத்துப்படி முதலில் பொருளைப்பற்றிய எண்ணங்களை விற்கவேண்டும். பிறகுதான் பொருளை விற்கவேண்டும். அப்பொழுதுதான் வெற்றி நிச்சயம். (A sale is a success only when true ideas are sold, and afterward are delivered by the goods.)

ஹாக்கின்ஸ் தனது விற்பனை ஊழியர்களிடம் சொன்னார்: 'ஆசைதான் தேவையை உருவாக்குகிறது. ஆசையின் பிறப்பிடம் இதயம். ஒரு பொருளின் மேல் இதயம் ஆசைப்பட்டுவிட்டால் அதற்கு அதன்மேல் 'பசி' வந்துவிடுகிறது. இந்த இதயப்பசி மிகவும் முக்கியம். ஆனால் மூளைக்கு உணர்வுகள் கிடையாது. அது இதயத்துக்குத் தடை போட முயற்சி செய்யலாம். எனவே விற்பனையாளர்கள் இதயத்தைப் பிடிக்கவேண்டும்.'

மாடல் டி கார்களுக்கு ஓரிரு ஆண்டுகளில் விளம்பரமே தேவையில்லாமல் போய்விட்டது. உற்பத்தியாகும் கார்கள் அனைத்தும் உற்பத்தியான அன்றே விற்றுத் தீர்ந்தன. எனவே ஆறு ஆண்டுகள் மாடல் டி-யை விளம்பரப்படுத்தவே இல்லை.

திறமைசாலிகளை எப்படியோ அடையாளம் கண்டு அவர்களுக்கு தனது நிறுவனத்தில் பொறுப்புகளை ஒப்படைத்துவிடுவார் ஃபோர்ட். அது அவருடைய பலங்களில் ஒன்று.

காரை முழுவதும் உருவாக்கி அங்கங்கே அனுப்புவதை விடப் பாகங்களை அங்கங்கே அனுப்பி முழுக்காரையும் இணைப்பது லாபகரமானது என நிரூபித்தார் ஹாக்கின்ஸ். டெட்ராய்ட்டில் இருந்து கார்களை அனுப்ப எவ்வளவு தூரம் லாபத்தைத் தின்று விடாத அளவுக்குச் சரக்குக்கட்டணம் இருக்குமோ அவ்வளவு தொலைவு மட்டுமே தலைமைத் தொழிற்சாலையில் இருந்து முழுக்கார்கள் போகும். அதனைத் தாண்டி உள்ள இடங்களுக்கு ஒரு கற்பனை வட்டப்பாதை அமைத்து அந்த வட்டப்பாதையில் கார்களை இணைக்கும் பல தொழிலகங்கள் நிறுவப்பட்டன.

ஐந்து ஆண்டுகளில் நூற்றுக்கணக்கான கிளைத் தொழிலகங்கள் தொடங்கப்பட்டன. அமெரிக்காவில் 2,000-க்குமேல் ஜனத் தொகை உள்ள இடங்களைப் பற்றி விவரங்கள் சேகரிக்க ஹாக்கின்ஸ் ஆட்களை அனுப்பினார். சாலையின் தரம், வங்கி வசதிகள், அங்குள்ள பொருளாதார நிலைமை, மக்களின் வாழ்க்கைத்தரம், கலாசாரம் ஆகியவற்றைப்பற்றிய விவரங்கள் சேகரிக்கப்பட்டு அதற்கேற்பக் கிளை இணைப்புத் தொழிலகங் கள் தொடங்கப்பட்டன. எனவே, தேவைப்படும் இடங்களுக்கு விரைவாகக் கார்களைக் கொண்டுசேர்க்க முடிந்தது. உற்பத்தி வெகுவாக உயர்ந்தது.

ஃபோர்ட் தனது கார்ப்பந்தய ஆர்வத்தைத் தனது விளம்பரத்துக் காகப் பயன்படுத்திக்கொண்டார். 1909-ம் ஆண்டு ஜூன் மாதம். கிழக்கே நியூ யார்க்கிலிருந்து மேற்கே சியாட்டில் வரை கார் ரேஸ் ஒன்று ஏற்பாடு செய்யப்பட்டிருந்தது. இந்த வாய்ப்பைப் பயன்படுத்திக்கொள்ள ஃபோர்ட் விழைந்தார். அந்தப் பந்தயம் நியூ யார்க்கில் தொடங்கி செயிண்ட் லூயிஸ் வழியாகச் சென்று சியாட்டிலில் முடியும்.

ஹென்றி ஃபோர்ட் ஒரு சவால் அறிக்கையை வெளியிட்டார். 'மாடல் டி-யைக் களத்தில் இறக்குகிறேன். அதற்கு எதிராக எந்தக் கார் உற்பத்தியாளரும் எவ்வளவு எடையிலும் எந்தக் காரையும் போட்டியில் இறக்கலாம். பந்தயப் பணம் எவ்வளவு என்பதை அவர்களே நிர்ணயிக்கட்டும்.'

மொத்தம் ஆறு கார்கள் போட்டியில் கலந்துகொண்டன. அவற்றில் இரண்டு மாடல் டி கார்கள். ஜூன் 1-ம் தேதி நியூ யார்க்கிலிருந்து பந்தயம் தொடங்கியது. ஜூன் 5-ம் தேதி அனைத்துக் கார்களுக்கும் முன்னதாக ஒரு மாடல் டி செயிண்ட்

லூயிஸை வந்தடைந்தது. முதல் கட்டத்தில் சற்றே பின்தங்கிய மற்றக் காரோட்டிகள் அடுத்த கட்டத்தில் எப்படியேனும் வென்றுவிட வேண்டும் என்று தீவிரம் காட்டினர்.

செயிண்ட் லூயிஸிலிருந்து ஓட்டம் தொடங்கியது. கார்கள் புறப்பட்டுச் சென்ற சிறிது நேரத்தில் பயங்கர மழை. சில இடங்களில் ஆலங்கட்டி மழை பெய்தது. மண்சாலைகளில் அரிப்பெடுத்து வெள்ளம் ஓடியது. செல்லும் பாதை சரியானது தானா எனத்தெரியாத அளவு புகைமூட்டம். ராக்கி மலைப்பகுதி யில் ஒரு மாட்டுவண்டி மட்டுமே செல்லக்கூடிய அளவு குறுகிய பாதை. இவற்றையெல்லாம் சமாளித்துக்கொண்டு மாடல் டி ஓடியது. அங்கங்கே உடைந்த பாகங்கள் சீர்செய்யப்பட்டன.

வழியில் யாரோ ஒருவன் தூக்கிப்போட்ட தீக்குச்சியால் மாடல் டி தீப்பற்றிக்கொண்டது. காரோட்டி கவனமாக இருந்ததால் தீ உடனே அணைக்கப்பட்டது. கண்ணுக்குத் தெரியாத ஒரு மேட்டில் ஏறி தூக்கியெறியப்பட்டு ஒரு நதியில் போய் விழுந்து, அதையும் சமாளித்து ஓடியது மாடல் டி. பாதை தவறிவிட்டதால் ரயில்வே தண்டவாளத்திலேயே எட்டு மைல்கள் சென்று, பிறகு ஒரு மலை வழியாகப்போய், விட்ட பாதையைப் பிடிக்க வேண்டியிருந்தது.

ஜூன் மாதம் 22-ம் தேதி மாடல் டி சியாட்டிலை வந்தடைந்தது. இரண்டு லட்சம் பேர் அந்நகரில் மாடல் டி-யை வரவேற்றனர். ஃபோர்ட் பெருமிதத்துடன் முன்னணியில் நின்றார். 22 நாள்கள் 55 நிமிட நேரம் எடுத்து மாடல் டி வென்றது. அடுத்த கார் 17 மணி நேரம் கழித்து வந்தது. மூன்றாவதாக இன்னொரு மாடல் டி, இரண்டாவதாக வந்த காரை ஒட்டியே வந்தது. வென்ற மூன்று கார்களில் இரண்டு கார்கள் மாடல் டி என்ற செய்தி மறுநாள் அமெரிக்கா முழுவதும் பத்திரிகைகளில் வெளிவந்தது.

பந்தயத்தில் ஓடிய மாடல் டி கார்கள், பொது மக்களுக்கு விற்கப் படும் அதே கார்தான் என்றும் பந்தயத்துக்காகச் சிறப்பாக ஏதும் செய்யப்படவில்லை என்றும் ஃபோர்ட் அறிவித்தார். ரேஸ் நடந்து கொண்டிருந்தபோது எல்லா ஏஜெண்டுகளின் கடைகளி லும் பெரிய அளவு அமெரிக்கத் தேசப்படத்தை விற்பனைக் கூடத்தின் ஜன்னலில் ஒட்டிவைக்கச் சொன்னார் ஃபோர்ட். அதில் பந்தயப் பாதையைத் தெளிவாக வரைந்து வைக்கச் சொன்னார். மாடல் டி கார் எந்த இடத்தில் இருக்கிறது என்பது

தந்தி மூலம் எல்லா முகவர்களுக்கும் தெரிவிக்கப்பட்டது. அவர்கள் ஒரு சிறு காரை தேசப்படத்தில் அந்த இடத்தில் பொருத்திவைப்பார்கள். இப்படியாக பந்தயத்தின் ஒவ்வொரு கட்டத்திலும் மாடல் டி-யின் முன்னேற்றம் மக்களுக்குத் தெரிவிக்கப்பட்டது.

ஏஜெண்டுகளின் கடைகளில் அதைப் பார்க்கக் கூட்டம் அலை மோதியது. அதைப் பயன்படுத்திக்கொண்டு முகவர்கள் மாடல் டி-யைப்பற்றிய எல்லா விவரங்களையும் மக்களுக்கு எடுத்துச் சொன்னார்கள். கோடிக்கணக்கில் செலவு செய்தாலும் கிடைக் காத விளம்பரம் இதன் மூலம் கிடைத்தது. ஒரு சிறு குழந்தை யிடம் ஃபோர்ட் என்பவர் யாரென்று கேட்டால் பதில் சொல்லக் கூடிய அளவுக்கு அவரது புகழ் பரவியது.

டேவிட் அண்ட் கோலியாத் கதையைச் சுட்டிக்காட்டி, குறைந்த எடை மாடல் டி, அதிக எடைக் கார்களை வென்றது என்று விளம்பரப்படுத்தினார் ஃபோர்ட். அதுமட்டுமல்ல, 'ஃபோர்டின் மாடல் டி வந்திருக்காவிட்டால் கார்கள் பெரிய படகுகளைப் போலப் பணக்காரர்களின் கேளிக்கைப்பொருளாக ஆகியிருக் கும்' என்றது வேறொரு விளம்பரம்.

ஃபோர்டைப் பொருத்தமட்டில் மாடல் டி-தான் அவரது இதய இளவரசி. தான் நினைத்ததை அது சாதித்ததால் ஃபோர்ட் அதன் மேல் அளவு கடந்த நேசம் கொண்டிருந்தார். அமெரிக்காவில் நுகர்வோர் மறுமலர்ச்சியையும் பொருளாதார எழுச்சியையும் உருவாக்கிய மாடல் டி ஃபோர்டுக்குக் கிடைத்த பொக்கிஷம்.

1912-ம் ஆண்டு ஃபோர்ட் ஐரோப்பியப் பயணம் மேற்கொண்டார். பல மாதங்கள் அங்கே சுற்றுப்பயணம் செய்தார். அவர் திரும்பி வருவதற்குள் மாடல் டி-யிலிருந்து வேறுபட்டு, பெரியதாகவும் அழகியதாகவும் வசதிகள் நிறைந்ததாகவுமான ஒரு காரை உருவாக்கிவிட வேண்டும் என்று ஃபோர்ட் மோட்டார் கம்பெனி யின் பொறியாளர்களும் நிர்வாகிகளும் எண்ணினர். அதன்படி மிக அழகான கார் ஒன்று உருவாகியது.

சிவப்பு வண்ணத்தில் நான்கு கதவுகள் கொண்ட அந்தக் காரை ஃபோர்டின் அலுவலகம் அருகே நிறுத்தி வைத்திருந்தனர். அவர் வந்தவுடன் அவர் ஆச்சரியப்படும்படி அதைக் காட்டவேண்டும் என்பது திட்டம். அந்த வகைக் காரை உற்பத்தி செய்வதற்கான

ஏற்பாடுகளெல்லாம் கூடச் செய்துவிட்டனர். ஃபோர்ட் ஐரோப் பியப் பயணத்திலிருந்து திரும்பினார். தனது அலுவலகத்துக்குச் சென்று சில கடிதங்களைப் பார்த்தார். பிறகு வெளியே வந்தபோது புதிதாகத் தயாரிக்கப்பட்ட அந்தக் காரைப் பார்த்தார். அது என்ன, எப்படி அங்கே வந்தது என வினவினார்.

சார்லி அதைப்பற்றி விளக்கினார்.

ஃபோர்ட் அந்தக் காரையே சிறிது நேரம் பார்த்துக் கொண்டிருந் தார். பிறகு அதை நான்கு முறை சுற்றி வந்தார். புயலுக்கு முன்னே இருக்கும் அமைதியைப்போல அவர் முகம் இருந்தது. கொஞ்சம் கொஞ்சமாக முகபாவம் மாறியது.

திடீரென அந்தக் காரின் இடதுபுறம் சென்று ஒரு கதவைத் திறந்து அதை அசைத்து இழுத்தார். அவருக்கு அந்த அசுர பலம் எங்கிருந்து வந்தது என்று தெரியவில்லை. கார்க்கதவு கையோடு பிய்ந்து வந்தது. இப்படியே ஒவ்வொன்றாக நான்கு கதவுகளை யும் பிய்த்தெறிந்தார். 'உஸ் உஸ்' என்று பெருமூச்சு விட்டார். பிறகு காரின் கூரையில் ஏறிக்குதித்து அதை நசுக்கினார். இருக்கைகள் பிய்த்தெரியப்பட்டன. பயங்கரப் புயல் அடித்து நாசமானதைப்போல அந்தக் கார் சேதமடைந்து நின்றது.

'மாடல் டி மட்டும்தான் ஃபோர்ட் கம்பெனியின் கார். யார் அதை மாற்ற நினைத்தாலும் அது அவருக்கு நல்லதல்ல. மாற்ற வேண்டும் என்று நினைப்பவர்கள் வெளியேறிவிடலாம்' என்று கத்தினார்.

ஒரே மாடல் கார் தயாரித்ததால் ஆணியிலிருந்து இன்ஜின் வரை ஒரே தரமாகச் செய்யமுடிந்தது. அதிக அளவில் செய்ததால் விலை குறைந்தது. புதிது புதிதாகக் கற்க வேண்டிய அவசியம் இல்லாமல் ஊழியர்கள் தேர்ச்சி பெற்றிருந்தனர். ஃபோர்ட் கார் வாங்க விரும்புபவருக்கு எதைத் தேர்ந்தெடுப்பது என்ற பிரச்னை இல்லை.

●

விளம்பர அலுவலகத்திலிருந்து விளம்பரம் ஒன்றைத் தயாரித்து ஃபோர்டின் பார்வைக்கு அனுப்பினர். அதில் 'ஒரு ஃபோர்ட் வாங்குங்கள், மீதியைச் சேமியுங்கள்' (Buy a Ford and Save the Difference) என்று எழுதப்பட்டிருந்தது. ஃபோர்ட் தன் மேஜையில்

இருந்த பென்சிலை எடுத்தார். ஒரே ஒரு சொல்லை மாற்றினார். 'ஒரு ஃபோர்ட் வாங்குங்கள். மீதியைச் செலவழியுங்கள்.'

'சார்லி நான் ஏன் அப்படிச் செய்தேன் தெரியுமா? சேமிப்பது நல்லதுதான். ஆனால் அதை அதிகம் வலியுறுத்தினால் அமெரிக்கப் பொருளாதாரம் படுத்துவிடும். செலவழிப்பதில்தான் மகிழ்ச்சி இருக்கிறது. மக்கள் செலவழித்தால்தான் பணம் புழங்கும். வியாபாரிகள் பொருள்களை உற்பத்தி செய்வார்கள். மக்களுக்கும் மகிழ்ச்சி. வியாபாரிகளுக்கும் மகிழ்ச்சி. முடக்கிவைப்பதில் அல்ல, பணப் புழக்கத்தில்தான் சமுதாயம் வாழும்' என்றார் ஃபோர்ட்.

சேமிப்பும் சுகமறுப்பும் கொண்டு விளங்கிய சமுதாயத்தை செலவழிப்பும் அதனால் மகிழ்ச்சியும் என்ற நிலைக்கு மாற்றியவர் ஹென்றி ஃபோர்ட்.

8

ஒரு மனிதன் அடையும் பெரிய ஆச்சரியம் எது தெரியுமா? தன்னால் முடியாது என்று அஞ்சிய செயலை, தான் செய்ய முடிகிறபோது அடை கிற ஆச்சரியம்தான்.

'மிஸ்டர் கான், நான் சொன்னதுபோல் செய்ய முடியுமா, முடியாதா?' என்று உலகப்புகழ் பெற்ற ஆர்க்கிடெக்ட் ஆல்பெர்ட் கானிடம் (Albert Kahn) கேட்டார் ஃபோர்ட்.

'முடியாது என்று சொல்லமாட்டேன். பெரிய பெரிய கலைக்கூடங்கள், பொருட்காட்சிகள் ஆகியவற் றுக்குத்தான் நீங்கள் சொன்னபடி செய்வது வழக்கம். பேக்கார்ட் மோட்டார் கார் கம்பெனிக்கு நான்தான் ஆர்க்கிடெக்ட். அதை எப்படி டிசைன் செய்தேன் என்று கேள்விப்பட்டிருப்பீர்கள்' என்றார் கான்.

'கான், நான் மற்றவர் பாதையில் செல்பவன் அல்ல. என் வழி தனி வழி. என் தொழிற்சாலையில், எல்லாம் ஒரு கூரையின் கீழ் அமைய வேண்டும்.'

'அப்படி அமைப்பதில் சிக்கல்கள் உண்டு. அது வழக்கமும் அல்ல.'

'சிக்கல்களைத் தீர்ப்பதற்காகத்தான் உங்களை அழைத்திருக்கிறேன். நான் சொன்னபடி செய்தால்

உங்களுக்கும் ஒரு பெரிய தொழிற்சாலையைப் புதிய முறையில் டிசைன் செய்ததாக இருக்கும். எனக்கும் நான் நினைத்த காரியம் நடக்கும். துணிந்து இறங்குங்கள். பார்த்துக்கொள்ளலாம். ஒரு மனிதன் அடையும் பெரிய ஆச்சரியம் எது தெரியுமா? தன்னால் முடியாது என்று அஞ்சிய செயலை, தான் செய்ய முடிகிறபோது அடைகிற ஆச்சரியம்தான். அந்த ஆச்சரியத்தை நீங்கள் பெற எனது வாழ்த்துகள்' என்றார் ஃபோர்ட்.

'உடனேயே நான் என் வேலையைத் தொடங்கிவிடுகிறேன். ஆனால் உங்களை அடிக்கடிச் சந்திக்க வேண்டியிருக்கும்.'

'எப்பொழுது வேண்டுமானாலும் நீங்கள் என்னைப் பார்க்கலாம்' என்றார் ஃபோர்ட்.

ஃபோர்ட் கேட்டுக்கொண்டபடி திட்டமிட்டு வரைபடம் தயாரித்தபோதுதான் ஃபோர்ட் எவ்வளவு ஆழமாகச் சிந்தித் திருக்கிறார் என்பது கானுக்குத் தெரிந்தது.

மாடல் டி-யின் தேவை அதிகமாகவே அப்போதிருந்த பிக்கெட் அவென்யு தொழிற்சாலையில் இடம் போதவில்லை. உடனடி யாக ஒரு புதிய தொழிற்சாலை பெரிய அளவில் நிறுவ வேண்டிய அவசியம் ஏற்பட்டது. உற்பத்தியான கார்களை உடனுக்குடன் அனுப்புவதற்கு ஏற்றவகையில் அது ரயில்வே நிலையத்துக்கு அருகில் இருக்கவேண்டும். அப்படி ஓர் இடம் வடக்கு டெட் ராய்ட்டில் ஹைலண்ட் பார்க் பகுதியில் கிடைத்தது. 55 ஏக்கர் நிலம். ஃபோர்ட் அதை விலைக்கு வாங்கினார். அந்த இடத்தில் தான் கட்டடம் டிசைன் செய்யும் பொறுப்பைக் கானிடம் ஒப்படைத்தார்.

865 அடி நீளமும் 75 அடி அகலமும் உள்ள நான்கு மாடிக் கட்டடம். அதை ஒட்டியே 840 அடி நீளமும் 140 அடி அகலமும் உள்ள இன்னொரு கட்டடம். இரண்டும் கண்ணாடிக்கூரையால் இணைக்கப்பட்டன. இரண்டுக்கும் இடையில் சாமான்களைக் கொண்டு செல்ல கிரேன்கள் நிறுவப்பட்டன. இன்ஜின், காருக்கு வேண்டிய அனைத்துப் பாகங்கள், டயர் ஆகிய அனைத்தும் அங்கேயே உற்பத்தி செய்யப்பட்டன. ஒரு காரை அடுத்தடுத்து இணைக்க என்னென்ன தேவையோ அவையனைத்தும் தேவைப் பட்ட ஒழுங்கிலே ஒன்றடுத்து ஒன்றாகக் கிடைக்குமாறு ஏற்பாடு செய்யப்பட்டது.

தொழிற்சாலையில் 75 சதவீதம் கண்ணாடிச் சுவர்கள் (55,000 சதுர அடி). உள்ளே இயற்கை வெளிச்சமும் செயற்கை மின் வெளிச்சமும் சேர்ந்து அந்தத் தொழிற்சாலை வெளியே இருந்து பார்ப்பவருக்குச் ஜெகஜ்ஜோதியாகத் தெரிந்தது. அந்தத் தொழிற்சாலைக்கு கிரிஸ்டல் பேலஸ் என்று பெயர் சூட்டினார் ஃபோர்ட். சுவர்களைத் தவிர மற்றவை காங்க்ரீட் டிலும் எஃகிலும் கட்டப்பட்டன. ஒரு தொழிற்சாலைக்குத் தேவைப்பட்ட அனைத்தும் அந்த ஒரு கட்டடத்திலேயே நடை பெற்றன.

1913-ம் ஆண்டு அங்கே உலகத்தில் அதுவரை இல்லாத ஒரு புதிய முறை அறிமுகப்படுத்தப்பட்டது. அதுதான் புகழ்பெற்ற 'அசெம்பிளி லைன்'.

ஊழியர் வேலையிடம் செல்லாமல் வேலை ஊழியரைத் தேடி வரும் முறை அது. வண்டியின் சேசிஸ் மட்டும் கன்வேயர் பெல்ட்டில் ஏற்றப்பட்டு ஒவ்வொரு இடமாக நகர்ந்து செல்லும். செல்லும் வழியில் சேசிஸ்மீது பாகங்கள் ஒவ் வொன்றாகப் பொருத்தப்படும். பெரும்பாலான பாகங்கள் பொருத்தப்பட்ட பின்னர் கடைசியாக டயர்கள் பொருத்தப் பட்டு கார் வெளியேறும்.

ஒவ்வொரு கட்டத்திலும் பொருத்தப்படவேண்டிய பாகங்கள் தயாராக இருக்கும். கார் அவ்விடம் வரும்போது அப்பாகங்கள் பொருத்தப்படும். இப்படி ஆள்கள் நகராமல், இணைக்கப்பட வேண்டிய கார் நகர்ந்து வருவதற்கு அசெம்பிளி லைன் என்று பெயர்.

அசெம்ப்ளி லைன் பலத்த ஆய்வுக்குப் பிறகு நிறுவப்பட்ட ஏற்பாடு. ஆரம்ப காலத்தில் சிறு சிறு விபத்துகளும் நேர்ந்திருக் கின்றன. விபத்து நிகழக் காரணமான அனைத்துக் குறைபாடு களும் சீர்செய்யப்பட்டு உலகின் முதல் உன்னதமான அசெம்ப்ளி லைன் செயல்படுத்தப்பட்டது. இதனால் குறைந்த மனிதவளத் தில் கார் உற்பத்தி பலமடங்கு அதிகரித்தது.

ஒரு நாள் படப்பிடிப்பு நிறுவனம் ஒன்று இந்த அசெம்பிளி லைனைப் படம்பிடிப்பதற்காக ஹைலண்ட் பார்க்குக்கு வந்தது. அதன் பொறுப்பாளர் ஃபோர்டிடம் அந்த அசெம்பிளி லைனில் ஒரு காரை இணைக்க எவ்வளவு நேரம் ஆகிறது என்று காட்ட விரும்புகிறோம் என்றார்.

'காட்டுங்களேன். எவ்வளவு நேரம் ஆகுமென்று எதிர்பார்க்கிறீர்கள்?' என்று கேட்டார் ஃபோர்ட்.

'ஒரு மணி நேரம். மிக வேகமாக இணைப்பதை நாங்கள் காட்ட விரும்புகிறோம்' என்றார் பொறுப்பாளர்.

'சரி, நாளைக் காலையில் வாருங்கள்' என்றார் ஃபோர்ட்.

மறுநாள் காலையில் அந்தப் படப்பிடிப்பு நிறுவனம் எல்லா உபகரணங்களையும் கொண்டு வந்தது.

'நீங்கள் தயாரா?' என்று கேட்டார் ஃபோர்ட்.

'நாங்கள் தயார்' என்றார் பொறுப்பாளர்.

'சரி வாருங்கள். இதுதான் மாடல் டி-யின் கூடு. இங்கிருந்து தொடங்குகிறோம். கடிகாரத்தைப் பார்த்துக்கொள்ளுங்கள். 'ஸ்டார்ட்' என்றார் ஃபோர்ட். அந்தக் காரின் கூடு ஒவ்வொன்றாக நகர்ந்துவர அதில் பாகங்கள் பொருத்தப்பட்டன. தமது கேமராவைத் தூக்கிக்கொண்டு அதன்பின் தொடர்ந்துசெல்ல கேமரா இயக்குபவரால் இயலவில்லை. அவ்வளவு வேகம். இரண்டரை நிமிடங்களில் ஒரு கார் இணைக்கப்பட்டது. இந்தச் செய்தி பத்திரிகைகளில் ஓர் அதிசயச் செய்தியாக வெளியிடப் பட்டது.

தொழிற்சாலைக்கு வெளியே எங்கும் மாடல் டி கடல்தான்.

அசெம்பிளி லைன் அறிமுகப்படுத்தப்பட்ட முதல் ஆண்டில் 1,89,000 கார்கள் உற்பத்தி செய்யப்பட்டன. முந்தைய வருடத்தில் 82,000 கார்கள் மட்டும்தான் உற்பத்தி ஆயின. இந்த வேகம் படிப்படியாக முன்னேறி மூன்றாம் ஆண்டில் 5,85,000 கார்கள் உற்பத்தி செய்யப்பட்டன. 1923-ம் ஆண்டு மட்டும் 20,00,000 கார்கள் உற்பத்தி செய்யப்பட்டன. எப்படி இப்படி என்று மக்கள் அதிசயித்தனர். ஹைலண்ட் பார்க் ஓர் அற்புத பூமியாகவே கருதப்பட்டது. ஃபோர்ட் எதிர்பார்த்ததைப்போலவே ஊழியர்களும் ஆர்வத்தோடு உழைத்தனர்.

'இயந்திரம் கடவுள் தந்த பரிசு. அதுதான் புதிய இறைதூதர்' என்றார் ஃபோர்ட்.

இல்லத்தரசிகள், விவசாயிகள், தொழிற்சாலை ஊழியர்கள் ஆகியவர்களின் தோளிலிருந்து சுமையை இறக்கிவைத்தவை

இயந்திரங்கள். இத்தனை ஆண்டு காலமாக எழுத்துகளும் பிரசாரங்களும் பாதிரிகளின் பிரசங்கங்களும் செய்ய முடியாத வற்றை இயந்திரங்கள் செய்துகாட்டிவிட்டன' என்றார். ஹைலண்ட் பார்க் தொழிற்சாலையைப் பற்றிய செய்திகள் - இல்லை இல்லை - கதைகள் உலகமெங்கும் பத்திரிகைகளில் வெளியாயின.

1914-ல் ஒரு பத்திரிகை எழுதியது: 'இவ்வாண்டு ஏப்ரல் மாதத்தில் ஒவ்வொரு 24 வினாடிக்கும் ஒரு மாடல் டி பிறந்தது.'

உற்பத்தி அதிகமானதால் மாடல் டி-யின் விலை 500 டாலருக்குக் குறைக்கப்பட்டது

1913-ம் ஆண்டு ஆகஸ்ட் மாதம் 8-ம் தேதி ஹைலண்ட் பார்க் தொழிற்சாலைக்கு வெளியே 12,000 தொழிலாளர்கள் தேவை யான ஒழுங்கில் நிறுத்தப்பட்டனர். பின்பு அவர்கள் அனைவரும் சேர்ந்து இருக்குமாறு ஒரு புகைப்படம் எடுக்கப்பட்டது. இதற்காக இரண்டு மணிநேரம் தொழிற்சாலையில் உற்பத்தி நிறுத்தப்பட்டது. இரண்டு மணி நேரத்தில் குறைந்தபட்சம் 200 கார்கள் இணைக்கப்பட்டிருக்கும். எனவே, அந்தப் புகைப்படம் தான் மிகவும் விலையுயர்ந்த ஒன்றாகக் கருதப்பட்டது. மனிதக் கடலை அது காட்டியது.

அசெம்ப்ளி லைனின் தாக்கம் -

1. மனிதன் வேலையிடம் செல்வதைத் தவிர்த்து வேலை மனிதனிடம் வந்தது.
2. சிறு சிறு பாகங்களாக வேலை பகுக்கப்பட்டது.
3. குறைந்த நேரத்தில் நிறைந்த உற்பத்தி.
4. குறைந்த ஊழியர்களின் எண்ணிக்கையைக் கொண்டு அதிக உற்பத்தி.
5. முறைப்படி ஒழுங்கான திட்ட அமைப்பால் உற்பத்தி செய்யவேண்டிய அளவு முன்னரே வகுக்கப்பட்டது.
6. ஊழியர்கள் அவரவர்களுக்குக் கொடுக்கப்பட்ட வேலையைச் செய்தால் போதும். அதனால் அவர்கள் அதில் திறமை பெற்றவர்களாகிவிடுவர்.

7. ஊழியர் இதற்காகத் தனியாகச் சிந்திக்கத் தேவையில்லை. இயந்திரகதி இயக்கம்தான். எனவே கல்லூரிப்படிப்பு இதற்குத் தேவையில்லை. ஓரளவு அனுபவம் மட்டுமே போதும்.

8. உற்பத்தி அதிகமாவதால் ஊழியர்களின் ஊதியம் அதிக மாகிறது.

9. பயிற்சி கொடுப்பது மிக எளிது.

10. இன்னின்னாருக்கு இன்னின்ன வேலை என்று தெரிந்து விடுவதால் பணிக்குழப்பம் இல்லை.

11. வேலை செய்வதும் வேலை வாங்குவதும் எளிது.

12. குறிப்பிட்ட நேரத்தில் பணியில் இருந்தாகவேண்டும். ஒருவரிடமிருந்து மற்றவருக்குத் தொடர்ச்சியாக மாற்றப் படுவதால் இணைப்பு அறுந்து போகாதிருக்கவேண்டும்.

13. எல்லோரும் கிட்டத்தட்ட ஒரே வேகத்தில் இயங்க வேண்டும்.

இணைக்கும் திறனுக்கேற்பப் பாகங்களும் விரைவாகத் தயாரிக் கப்பட்டன. ஒரு காலகட்டத்தில் பாகங்கள் மிக அதிகமாகத் தயாரிக்கப்பட்டுத் தேங்கும் நிலைக்கு வந்தபோது அசெம்ப்ளி லைனை விரிவுபடுத்தி இயக்கத்தை வேகப்படுத்தினர்.

ஒரு பத்திரிகை அசெம்ப்ளி லைன் பற்றி இப்படிச் செய்தி வெளியிட்டது: 'ஒரு இன்குபேட்டரிலிருந்து கோழிக்குஞ்சுகள் ஒட்டுமொத்தமாக ஒன்றன்பின் ஒன்றாக வெகு வேகமாக வருவதைக் கற்பனை செய்துகொள்ளுங்கள். அப்படி ஃபோர்ட் டி கார்கள் ஹைலண்ட் தொழிற்சாலையிலிருந்து வெளி யாயின.'

1913 வாக்கில் அமெரிக்காவில் ஐந்து லட்சம் கார்கள் புழக்கத்தில் இருந்தன. அவற்றில் மூன்றில் இரண்டு பங்கு ஃபோர்டின் மாடல் டி கார்களே!

தன் தொழிற்சாலையில் அசெம்ப்ளி லைன் எப்படி வேலை செய்கிறது என்பதைப் பொதுமக்கள் பார்த்தால் அதுவே ஒரு பெரிய விளம்பரமாக இருக்கும் என்று ஃபோர்ட் எண்ணினார்.

ஆனால் தொழிற்சாலைக்குள் மக்களை அனுமதித்தால் கட்டுப் படுத்த முடியாது. அத்துடன் உற்பத்தியின் வேகமும் தாமதப் படும்.

எனவே சான் ஃபிரான்ஸிஸ்கோவில் நடந்த பனாமா பஸிஃபிக் இண்டெர்நேஷனல் கண்காட்சியில் டெட்ராய்ட்டில் இருப் பதைப்போலவே, ஆனால் சற்றே சிறிய அளவில் அசெம்ப்ளி லைன் ஒன்றை நிறுவினார். பொதுமக்கள் மிக நெருங்கி வர முடியாதபடி தடைக்கம்பிகள் நிறுவப்பட்டன. முதல் நாள் கூடிய கூட்டத்தைக் கட்டுப்படுத்த இயலவில்லை. தடைக்கம்பியைத் தகர்த்துக்கொண்டு மக்கள் உள்ளே நுழைந்தனர்.

மாடல் டி-யின் கூடு நகர்ந்து நகர்ந்து சிறிது சிறிதாக ஒவ்வொரு நிலையிலும் வளர்ந்து வருவதைப் பார்த்த மக்களின் ஆர்வம் கரைகடந்தது. நாள்தோறும் கூட்டம் அதிகமாகிக்கொண்டே போனது. அதைப்பற்றிப் பத்திரிகைகள் புகைப்படத்துடன் செய்தி வெளியிட்டன.

அசெம்ப்ளி லைன் முறையில் குறைகள் இல்லாமல் இல்லை. ஊழியர்கள் இயந்திரம் போல் உழைக்க வேண்டியிருந்தது. ஃபோர்ட் நிறுவனத்தின் பொறியாளர்கள் கையில் ஒரு செகண்ட் கடிகாரத்தை வைத்துக்கொண்டு ஒவ்வொருவரும் எவ்வளவு உற்பத்தி செய்ய முடியும் என்று கணித்தார்கள். அவர்களிடம் வேலை வாங்கும் போர்மென்கள் அவர்களை முடுக்கியபடியே இருந்தனர். ஃபோர்மென்கள் அடிக்கடிச் சொல்லும் ஒரே வாசகம் 'ஹர்ரி அப்' (வேகமாகச் செய்) என்பதுதான். ஊழியர் களுக்கு ஒதுக்கப்பட்ட குறியீட்டளவை அவர்கள் எட்டுமணி நேரம் இடைவிடாமல் பணிபுரிந்தால்தான் எட்டமுடியும் என்ற அளவுக்கு அவர்கள் வேலை செய்ய நேர்ந்தது.

ஒரே வேலையைத் திரும்பத் திரும்ப இடைவிடாது செய்ததால் ஊழியர்கள் மனத்தளவில் சோர்வடைய நேர்ந்தது. ஹென்றி ஃபோர்டிடம் இதைப்பற்றிக் கேட்டபோது அவர் சொன்னார்: 'உண்மைதான். மனத்தளவில் சிலசமயங்களில் சோர்வடைய நேரும் என்பதை மறுக்க முடியாது. இதற்கு ஏதாவது வழி செய்துதான் ஆகவேண்டும். ஊழியர்களின் தோளிலிருந்து பெருமளவு சுமையை இறக்கி வைத்துள்ளோம். அவர்கள் உழைத்துக்கொண்டே இருக்கவேண்டுமே தவிர கடினமாக உழைக்கவேண்டியதில்லை. வேலை எளிமையானதுதான்.

ஆனாலும் மனச்சோர்வு தவிர்க்க முடியாது. விரைவில் அதற்கும் ஏதாவது வழி செய்வேன்.'

அப்படிச் சொன்னாலும் அப்போதுள்ள முறையை ஆதரித்துப் பேசவும் அவர் தயங்கவில்லை. சிலசமயங்களில் அவர் பேசுவது முன்னுக்குப்பின் முரணாகக் கூடத் தோன்றியது. அவர் சொன்னார்:

'நாங்கள் சொல்வதை அவர்கள் தொடர்ந்து செய்துகொண்டே இருக்கவேண்டும். அவ்வளவுதான். ஒருவரது வேலையைச் சார்ந்தே மற்றவரது வேலையும் இருப்பதால் நாங்கள் ஒவ்வொரு தொழிலாளியிடமிருந்தும் இடைவிடாது வேலை வாங்கியே ஆகவேண்டியிருக்கிறது. ஆனால் அதிக வேலையில் அதிகச் சம்பளம் கிடைக்கிறதல்லவா? அதுமட்டுமல்ல, எங்கள் ஊழியர்கள் என்ன வேலை செய்கிறார்களோ அதையே தொடர்ந்து செய்ய விரும்புகிறார்கள். மாற்றத்தை அவர்கள் விரும்புவதில்லை. மக்களுக்கு எங்கள் கார்கள் தேவை. அந்தத் தேவையைப் பூர்த்திசெய்ய நாங்கள் அதிகமாக உழைக்கிறோம். அதிகம் உற்பத்தி செய்கிறோம். மக்களுடைய தேவைகளுக்காக உழைக்கிறோம் என்ற திருப்தி இருப்பதால் ஒரே வேலையைச் செய்வதைத் தொழிலாளர்கள் வெறுப்பதில்லை.'

சில சமயங்களில் கிறிஸ்துமஸ் போன்ற விழாச் சமயங்களில் ஊழியர்கள் அதிகம் குடித்துவிடுவதால் மறுநாள் வேலைக்கு வராமல் இருந்தனர். 'ஊழியர்கள் வேலைக்கு வரவில்லை என்றால் அதிக ஊழியர்களை வேலைக்கு எடுத்துக்கொள்ளுங்கள்' என்றார் ஃபோர்ட். அவரைப் பொருத்தமட்டில் கார்களை மட்டுமல்ல ஊழியர்களையும் உற்பத்தி செய்யமுடியும். செய்யும் வேலையில் மகிழ்ச்சி என்பதை விட செய்த வேலையின் பயனில் கிடைக்கிற மகிழ்ச்சிதான் பெரிது என்பது அவரது சித்தாந்தம்.

9

நேர்மையான தோல்விக்கு வெட்கப்படத் தேவையில்லை. தோற்றுவிடுவோமோ என்னும் பயம்தான் அவமானம்.

'மிஸ்டர் ஃபோர்ட், ஆலத்துடன் போராடித்தான் ஆக வேண்டுமா?' என்று கேட்டார் சோரன்சன்.

'இது என்ன கேள்வி சார்லி? அவர்களிடம் முதலில் பணிந்துதானே போனேன்! லைசன்ஸ் கொடுங்கள் என்று கேட்டேன். கொடுக்க மறுத்துவிட்டார்களே! நான் ஒரு சின்ன மெக்கானிக்காம். அவர்கள் நிர்ண யித்த தரத்துக்குக் கார் உற்பத்தி செய்ய முடியாதாம். அவர்கள் தரத்தையும்விடச் சிறப்பாக இப்பொழுது நாம் கார் உற்பத்தி செய்கிறோமே! அத்துடன், அவர்களுக்கு நாம் ராயல்டியும் தரவேண்டுமாம். இது என்ன நியாயம்? கோர்ட்டில் வழக்கு போட்டு இருக்கிறார்கள். நான் விடப்போவதில்லை' என்றார் ஃபோர்ட்.

'அது சரி, ஆனால் இந்த வழக்கில் தோற்றால் நமது தொழிற்சாலையையே இழுத்து மூடவேண்டிய நிலை வரலாம்' என்றார் சோரன்சன்.

'தெரியும். நேர்மையான தோல்விக்கு வெட்கப்படத் தேவையில்லை. தோற்றுவிடுவோமோ என்னும் பயம்தான் அவமானம். தோற்கமாட்டோம். நாம்

நியாயத்தின் பக்கம் இருக்கிறோம். ஆமாம், நான் தெரியாமல் தான் கேட்கிறேன், யாரந்த செல்டன்? அவனுக்குக் காரைப் பற்றி என்ன தெரியும்? 1879-ம் ஆண்டு ஏதோ காருக்கு பேடண்ட் பெற மனு போட்டானாம். அதை மாற்றி மாற்றி ஒருவழியாக அவனுக்கு 1895-ல் காப்புரிமை கிடைத்தது. காப்புரிமை பெறுவதற்கு ஒரு மாதிரியை உருவாக்க வேண்டுமே! அதைக்கூட அவன் செய்யவில்லையே. பெட்ரோலில் ஓடும் ஓர் ஆட்டோ மொபைல் என்று மட்டும்தான் காப்புரிமையில் இருக்கிறது.'

'நமக்குத் தெரிகிறது. ஆனால் ஜட்ஜுக்குத் தெரியவேண்டுமே!'

'செல்டன் ராயல்டி கேட்டிருந்தாலும் பரவாயில்லை. அவன் அதை எலெக்ட்ரிக் வெஹிக்கிள் கம்பெனிக்கு விற்றுவிட்டான். சரி, அந்த நிறுவனம் ராயல்டி கேட்டாலும் பரவாயில்லை. அந்த நிறுவனம் வழக்கு போட்டுவிடுமோ என்று பயந்து, தாம் விற்கும் ஒவ்வொரு காருக்கும் 1.25% ராயல்டி கொடுப்பதாக ஒப்புக் கொண்டு 26 கார் தயாரிப்பு நிறுவனங்கள் இணைந்து அசோசியேஷன் ஆஃப் லைசன்ஸ்ட் ஆட்டோமொபைல் மேனுஃபேக்சரர்ஸ் (ALAM - ஆலம்) என்ற அமைப்பை உருவாக்கியுள்ளனர். கார் தயாரிப்பவர்கள் அனைவரும் அவர்களிடம் லைசன்ஸ் பெற வேண்டும் என்கிறார்கள். அந்த 1.25 சதவிகிதத்தில் எலெக்ட்ரிக் வெஹிக்கிள் கம்பெனி சிறிது எடுத்துக்கொண்டு, கொஞ்சத்தை செல்டனுக்குக் கொடுக்குமாம். மீதி ஆலத்துக்குப் போகுமாம். இதன் மூலம் அந்த 26 நிறுவனங்களும் ஆதாயம் தேடப் பார்க்கிறார்கள். இந்தப் பணமுதலைகளுக்கு நான் பணிந்து போக வேண்டுமா?' என்றுகேட்டார் ஃபோர்ட்.

'நான் அப்படிச் சொல்லவில்லை. ஆனால்...'

'ஆனால், அந்த 26 பேரையும் எதிர்த்து நம்மால் சமாளிக்க முடியுமா என்பதுதானே உங்கள் கேள்வி? முடியும். நிச்சயமாக முடியும். மக்கள் நம் பக்கம் இருக்கிறார்கள். பணக்காரர்கள் சிலர் கார்ப்பொரேட் நிறுவனங்களை அமைத்துக்கொண்டு எதேச்சாதி காரமாக மக்களைச் சுரண்டுவதை அரசும் அறிந்திருக்கிறது. அதிபர் தியோடர் ரூஸ்வெல்ட்கூட இந்தக் கார்ப்பொரேட் சுரண்டலைப் பற்றிப் பேசியிருக்கிறார். இதை இப்படியே விட்டால் அமெரிக்கப் பொருளாதாரமே இவர்கள் கையில் போய்விடும். அந்த அஸ்திவாரத்தை நான் ஆட்டம் காண வைப்பேன். நம்மை நம்பியிருக்கும் மக்களுக்காக நான் எல்லா

வற்றையும் இழக்கத் தயார். நான் தோற்றாலும் வென்றாலும் வரலாற்றில் இடம் பெறுவேன்' என்றார் ஃபோர்ட்.

ஃபோர்டின் துணிச்சல் வேறு எவருக்கும் வராது. தனது வாழ்க்கையையே பணயம் வைக்க அவர் தயாராகிவிட்டார். அவரது காரை வாங்கும் மக்களைப் பயமுறுத்தி ஆலம் விளம்பரம் கொடுத்தது. தன்னிடம் கார் வாங்குபவர்களுக்கு என்ன இழப்பு வந்தாலும் தான் பொறுப்பேற்பதாக ஃபோர்ட் அறிவித்தார். அவரது கம்பெனியின் சொத்து மதிப்பைத் தெரிவித்து ஃபோர்ட் மாடல் டி வாங்குபவர்கள் விரும்பினால் அவர்களுக்கு பாண்ட் எழுதித் தரவும் தான் தயார் என்றார். எவ்வளவோ கார்கள் விற்றாலும் 50 பேர்கள் மட்டுமே பாண்ட் எழுதி வாங்கிக்கொண்டார்கள். மற்றவர்கள் ஃபோர்ட் தம்மை ஏமாற்றமாட்டார் என்று நம்பினர். தொடர்ந்து ஃபோர்ட் கார்கள் விற்பனையாகிக் கொண்டிருந்தன. அமெரிக்கா முழுதும் இந்த வழக்கை உன்னிப்பாகக் கவனித்து வந்தது.

ஆலம் அமைப்பு எதேச்சாதிகார அமைப்பு என்றும் அதற்கு மற்றக் கார் உற்பத்தியாளர்களைத் தடைசெய்ய எந்த உரிமையும் இல்லை என்றும், அந்தப் போக்கை வளரவிட்டால் பொருளாதாரம் சீரழியும் என்றும் ஃபோர்ட் விளம்பரம் கொடுத்தார். ஆலம் பேராசைக்காரர்களின் கூட்டமைப்பு என்றார். தீமைக்கு எதிராகக் கொடிபிடித்திருக்கும் மாவீரனாக மக்கள் ஃபோர்டை மதித்தனர். ஃபோர்ட் எது சொன்னாலும் அது பத்திரிகைகளில் வெளி வந்தது. 1903-ம் ஆண்டு அக்டோபர் மாதம் 3-ம் தேதி தொடுக்கப் பட்ட வழக்கு இழுத்துக்கொண்டே சென்றது.

ஃபோர்டும் ஒரு தொழிற்சாலைக்கு உரிமையாளர் என்றாலும் அவரை ஒரு முதலாளியாக மக்கள் பார்க்கவில்லை. தம்முள் ஒருவராகவே அவரைக் கருதினர். எனவே மக்கள் சக்தியின் மாபெரும் ஆதரவு ஃபோர்டுக்கு இருந்தது. அந்தக் காலகட்டத்தில் ஃபோர்ட் காரின் விலை 900 டாலர். ஆனால் ஆலம் லைசன்ஸ் பெற்றவர்களின் காரின் குறைந்தபட்ச விலையோ 1,500 டாலர். அவர்களது காரைவிட ஃபோர்டின் கார் சிறப்பாக இருந்தது. இதையும் தனக்குச் சாதகமாகப் பயன்படுத்திக்கொண்டார் ஃபோர்ட்.

கௌசன்ஸ் ஒரு பத்திரிகைக்கு எழுதிய கடிதத்தில் 'ஆலம் ஒரு தர்மஸ்தாபனம் அல்ல. அவர்கள் கொள்ளை லாபம்

அடிப்பதற்காகவே கூட்டு சேர்ந்திருக்கிறார்கள். செல்டனின் பேட்டண்ட் உடைக்கமுடியாத ஒன்றல்ல என்பதும் அவர்களுக்குத் தெரியும்' என்று சொன்னார்.

'எதிர்ப்பு இல்லையென்றால் ஆலம், மோசமான காருக்கு மக்களிடமிருந்து அதிகப் பணம் கறந்துவிடும். எதேச்சாதிகாரத்தை அனுமதிக்கக் கூடாது. ஃபோர்ட் அந்த நிறுவனத்துக்கு சாவுமணி அடிக்கத்தான் போகிறார்' என்றெல்லாம் பத்திரிகைகள் எழுதின.

ஜான் ராக்கெஃபெல்லர் தன் இஷ்டத்துக்கு பெட்ரோலின் விலையை நிர்ணயிப்பதை எதிர்த்து ஒரு புரட்சி வெடித்துக் கொண்டிருந்தது. இடா டார்பெல் என்பவர் 'ஸ்டாண்டர்ட் ஆயிலின் வரலாறு' என்று பத்திரிகைத் தொடர் எழுதி மக்களை உசுப்பிவிட்டார். அந்தச் சூழ்நிலையின் காரணமாக எதேச்சாதிகாரத்தை எதிர்க்கவந்த ஃபோர்ட் மக்கள் தலைவராகிவிட்டார். அவரது வெற்றிக்காக மக்கள் பிரார்த்தனை செய்தனர்.

ஆலம் கூட்டணி ஆட்டோமொபைல் தொழிலுக்குச் செய்ததைவிட ஃபோர்ட் தனியொருவராகச் செய்தது அதிகம் என்று விளம்பரம் கொடுக்கப்பட்டது. இன்னமும் ஆராய்ச்சி செய்தால் மிகச் சிறந்த காரை மக்களுக்கு வழங்க முடியும் என்றும், செல்டன் பேட்டண்டைக் காட்டி ஆலம் தன்னைக் கட்டிப் போடக் கூடாது என்றும், தன்போக்கில் தன்னை விட்டுவிட வேண்டும் என்றும் ஃபோர்ட் சொன்னார்.

மக்கள் எழுச்சி ஃபோர்டுக்குச் சாதகமாக இருந்தும் 1909-ம் ஆண்டு நியூ யார்க் நீதிமன்றத்தில் கொடுக்கப்பட்ட தீர்ப்பு ஆலம் அமைப்புக்குச் சாதகமாகவும் ஃபோர்டுக்குப் பாதகமாகவும் அமைந்துவிட்டது.

நியூ யார்க் மேல்முறையீட்டு நீதிமன்றத்தில் ஃபோர்ட் மேல்முறையீடு செய்தார். மூன்று நீதிபதிகள் அடங்கிய குழு அந்த வழக்கை விசாரித்தது. 1911-ம் ஆண்டு ஜனவரி மாதம் 9-ம் தேதி மூன்று நீதிபதிகளும் ஏகமனதாக ஃபோர்டின் பக்கம் தீர்ப்பு வழங்கினர்.

1879-லிருந்து வெவ்வேறு கார் உற்பத்தியாளர்கள் தயாரித்து வரும் இயந்திரங்களின் உடலமைப்பு, எரிபொருளை உந்து சக்தியாக மாற்றும் அமைப்பு ஆகியவை செல்டனின்

பேட்டண்டில் இருந்து மாறுபட்டவை என்றும், அந்த பேட்டண்ட் உரிமை ஃபோர்டைப் பாதிக்காது என்றும் தீர்ப்பளித்தனர்.

எதேச்சாதிகாரத்துக்கு மரண அடி என்று மக்கள் அந்தத் தீர்ப்பை வரவேற்றனர். ஒரே நாளில் ஃபோர்ட் அமெரிக்காவின் நாயக னாகிவிட்டார். வீட்டுக்கு வீடு அவரைப்பற்றிய பேச்சுத்தான். மற்றக் கார் உற்பத்தியாளர்கள் எட்டி நின்று வேடிக்கை பார்த்துக் கொண்டிருந்தபோது தனியொரு மனிதனாக உரிமைக்குக் குரல் கொடுத்த சுதந்தரப் போராட்ட வீரன் என்று ஃபோர்டைப் புகழ்ந்தார்கள். எட்டு ஆண்டுகளாக இழுத்தடிக்கப்பட்ட வழக்குக்கு அவர் எவ்வளவு செலவழித்திருப்பார். அந்த வழக்கு தோற்றிருந்தால் இருந்த இடம் தெரியாமல் போயிருப்பாரே என்றெல்லாம் மக்கள் அவரைக் கரிசனத்தோடு கொண்டாடி னார்கள்.

'ஆட்டோமொபைல் சுதந்தரத்தின் பிரகடனம் அந்தத் தீர்ப்பு' என்று பத்திரிகைகள் எழுதின. அவரை எதிர்த்தவர்களே ஃபோர்டைப் புகழ்ந்தால்தான் தமக்கு வாழ்வு என்று எண்ணி அவரைப் புகழத்தொடங்கினர். ஆலம் அமைப்பின் இயக்குநர் ஆல்ஃப்ரெட் ரீவ்ஸ் என்பவர் 'ஆட்டோமொபைல் உலகில் ஹென்றி ஃபோர்ட் மிகப் பெரிய மனிதன், ஃபோர்டின் தொழிற்சாலைதான் உலகிலேயே மிகப்பெரிய ஆட்டோ மொபைல் தொழிற்சாலை, ஃபோர்ட் நிறுவனம்தான் உலகி லேயே மிகப்பெரிய ஆட்டோமொபைல் நிறுவனம்' என்று புகழ்ந்தார்.

தனக்குக் கிடைத்திருக்கும் விளம்பரத்தையும் புகழையும் கருதும்போது அத்தனை ஆண்டுகள் கொண்ட மன உளைச்சலும் செலவும் ஒரு பொருட்டே இல்லை என்றார் ஃபோர்ட்.

அவர் சாதாரண மக்களின் தலைவனாகிவிட்டார். அவர் எதைப் பற்றிப் பேசினாலும் பத்திரிகைகள் அதைப் பிரசுரிக்கத் தயாராக இருந்தன. நாட்டில் - ஏன், உலகில் - என்ன நிகழ்ச்சிகள் நடந் தாலும் ஃபோர்ட் அதைப்பற்றி என்ன நினைக்கிறார் என்று அறிய மக்கள் ஆவலாக இருந்தார்கள். பொதுக்கூட்டங்களில் பேசுவதற்கும் விருந்துகளுக்கும் அழைப்புகள் குவிந்தன. ஃபோர்ட் உரையாடுவதில் வல்லவர். ஆனால் பொதுக் கூட்டங்களில் பேசும் திறமை கிடையாது. அப்படிக் கலந்து

கொள்ள நேர்ந்தால் ஓரிரு வாக்கியங்கள் பேசிவிட்டு அமர்ந்து விடுவார்.

சில சமயங்களில் ஃபோர்ட் சொல்லும் சில கருத்துகளை வேறு யாராவது சொல்லியிருந்தால் ஏதோ பிதற்றுகிறார் என்று மக்கள் ஒதுக்கியிருப்பார்கள். ஆனால் ஃபோர்ட் சொல்லுகிறார் என்றால் அதில் ஏதாவது இருக்கும் என்று அவர் சொல்லும் எக்கருத்தையும் ஏற்க மக்கள் தயாராக இருந்தார்கள்.

அந்தப் புகழ் ஃபோர்டுக்கு மகிழ்ச்சியைக் கொடுத்தாலும் அதைத் தக்கவைத்துக் கொள்வதற்குத் தானே புகழை உற்பத்தி செய்ய வேண்டிய அவசியம் அவருக்கு ஏற்பட்டது. அதற்காக விளம்பரம் எழுதுவதற்கும் தன்னைப்பற்றிக் கட்டுரைகள் எழுதுவதற்கும் தன் பெயரில் புத்தகங்கள் எழுதுவதற்கும் அறிஞர்களை நியமித்தார். அவர் கருத்தைச் சொல்ல அவற்றை நயமாக ஃபோர்டின் பொன்மொழிகளாகப் பிற அறிஞர்கள் எழுதினர். அவர் பெயரில் அறிஞர்கள் புத்தகங்கள் எழுதினர்.

செல்டென் வழக்குக்குமுன் இருந்த ஃபோர்ட் வேறு. அதற்குப் பிறகு அவர் சற்று மாறிவிட்டார். 'உன்னைப் பற்றிப் பரபரப்பான செய்தி வரவேண்டுமா, முதலில் நீ பரபரப்பானவனாக மாற வேண்டும். அப்படி மாறினால் தெருவில் போகிறவர்கள் உன்னைக் கவனிப்பார்கள். அவர்கள் உன்னை உலகுக்கு விளம்பரப்படுத்துவார்கள். எந்தச் செலவும் செய்யாமல் நீ பெரிய மனிதன் ஆகிவிடுவாய்' என்றார் ஃபோர்ட்.

அவரது நிறுவனத்திலிருந்து பல விளம்பரங்கள் வெளியாயின. அவரது புகைப்படத்துடனே விளம்பரங்கள் கொடுக்கப்பட்டன.

'சொன்னதைச் செய்தவர், சொல்வதைச் செய்பவர்.'

'அன்று சொன்னார், இன்று செய்தார்.'

'ஹென்றி ஃபோர்ட் தோற்றதே இல்லை.'

'ஃபோர்டும் மாடல் டி-யும் ஒன்று. குறைந்த எடை, நிறைந்த வலு, கம்பீரம், நம்பகம்.'

'மக்களின் தொண்டன் ஃபோர்ட்.'

'விலையைக் குறைத்தார், குறைக்கிறார், இன்னமும் குறைப்பார்.'

‘ஆடம்பரத்தை அவசியமாக்கியவர்.’

‘ஃபோர்ட் காரில் இருப்பவை இயந்திரங்களல்ல. உள்ளே இருப்பவை உண்மை, உழைப்பு, எளிமை, வலிமை, இயக்கம்.’

‘புகை பிடிக்காதவர், மது குடிக்காதவர்.’

‘உழைக்கும் முதலாளி.’

என்றெல்லாம் ஃபோர்ட் விளம்பரப்படுத்தப்பட்டார். அவரது குடும்பத்தைப்பற்றி, அவரது அன்றாடச் செயல்கள் பற்றி எல்லாம் பேட்டி கண்டு பத்திரிகைகள் எழுதின. ‘ஃபோர்டுடன் ஒருநாள்’, ‘கற்றுக்கொடுக்கிறார், கற்றுக்கொள்கிறார்’, ‘பணக் காரப் பாமரர்’ என்றெல்லாம் பத்திரிகைகள் போட்டி போட்டுக் கொண்டு எழுதின.

‘தொழிலதிபர்கள் லாபத்தைக் கருதாமல் மக்கள் சேவையைக் கருதவேண்டும். மக்களுக்குத் தொண்டு செய்யப்போகிறோம், சக ஊழியர்களுக்காகவும் தமக்காகவும் உழைக்கப்போகிறோம் என்ற எண்ணத்தோடு தொழிலில் இறங்கும் எந்த முதலாளியும் தோற்பதில்லை’ என்றார் ஃபோர்ட்.

1914-ம் ஆண்டு ஃபோர்ட் புகழின் உச்சகட்டத்தில் இருந்த சமயம். எல்லாப் பத்திரிகைகளிலும் அவரைப்பற்றிய செய்திகள் வந்த வண்ணம் இருந்ததைப் பார்த்தார் முன்னாள் ஜனாதிபதி தியோடர் ரூஸ்வெல்ட். டெட்ராய்ட் கார் உற்பத்தியாளர் ஃபோர்ட், ஜனாதிபதி உட்ரோ வில்சனைவிடப் பேசப்படுபவராக இருக் கிறாரே! அவர் தன்னை விளம்பரப்படுத்த என்றே பத்திரிகை ஏஜெண்டுகளை வைத்திருக்கிறார் போலும்’ என்றார்.

இதை அறிந்த ஒரு பத்திரிகை தனது தலையங்கத்தில் ‘தான் எப்பொழுதும் விளம்பரப்படுத்தப்படவேண்டும் என்பதி லேயே குறியாக இருந்த டெடியா இப்படிச் சொல்வது! ‘திருமணத்தில் தான் மாப்பிள்ளையாக இருக்கவேண்டும். சாவு வீட்டில் தான் பிணமாக இருக்கவேண்டும்’ என்ற டெடி ரூஸ்வெல்ட்டின் கூற்று பிரபலமாயிற்றே! ஃபோர்ட் எப் பொழுதும் மக்களுக்காக நன்மை செய்துகொண்டிருக்கிறார், நன்மை செய்து கொண்டிருக்கவேண்டும் என்று விழைகிறார். அவர் எளிமையானவர். எனவேதான் மக்கள் அவரை விரும்புகிறார்கள்’ என்று எழுதியது.

அட்லாண்டிக் சிட்டியில் நடந்த அசோசியேட்டட் அட்வெர்டைசிங் க்ளப்ஸ் ஆஃப் தி வோர்ல்ட் மாநாட்டில் அமெரிக்காவில் சிறந்த விளம்பரம் பெறும் நபராக ஃபோர்டைத் தேர்ந்தெடுத்துக் கௌரவித்தனர். 'அவருக்குக் கிடைக்கும் விளம்பரத்தில் 99 சதவிகிதம் அவர் தேடிப்போகாமலேயே அவருக்குக் கிடைக்கிறது' என்று அவ்வமைப்பு அவரைப் பாரட்டியது.

அமெரிக்கா முழுதும் 'ஃபோர்ட் ஜுரம்' பரவியிருப்பதாக டெட்ராய்ட்டில் ஒரு பத்திரிகை எழுதியது.

ஃபோர்ட் தனது புகழை நிலைநிறுத்திக் கொள்ளச் சில நல்ல காரியங்களையும் செய்தார். டெட்ராய்ட்டில் தனது சொந்தச் செலவில் ஒரு மருத்துவமனையை நிறுவினார். அது மக்கள் மத்தியில் ஒரு பரபரப்பை ஏற்படுத்தவேண்டும் என்பதற்காக அந்த மருத்துவமனைக்கு ஒரு நல்ல பெயரைத் தேர்ந்தெடுத்துச் சொல்லுபவருக்குப் பரிசு கொடுப்பதாக அறிவித்தார்.

மாடல் டி-யைப் பற்றிப் பேட்டி கொடுக்கும் போது, 'இனி எனக்குப் பணம் எதற்கு? ஊழியர்களுக்கு நல்ல சம்பளம் கொடுக்கவேண்டும். வேலை நேரத்தைக் குறைக்கவேண்டும். மாடல் டி-யின் விலையைக் குறைக்கவேண்டும்' என்று சொல்லுவாரே தவிர தனக்குக் கிடைக்கும் லாபத்தை பற்றியோ ஆதாயத்தைப் பற்றியோ ஃபோர்ட் பேசமாட்டார்.

தன்னைபற்றி என்ன செய்தி வருகிறது என்பதைப் பற்றி அவருக்குக் கவலையில்லை. அவரைக் குறைகூறிச் செய்தி வந்தாலும் அவருக்கு மகிழ்ச்சியே. அவரைப்பற்றிச் செய்திகள் வந்துகொண்டே இருக்கவேண்டும், அவ்வளவுதான். மாடல் டி உற்பத்தி செய்த அளவுக்குச் செய்திகளையும் உற்பத்தி செய்யத் தொடங்கினார். விளம்பரம்தான் வியாபாரம் என்பதால் அதை அடைவதில் அவர் தீவிரம் காட்டினார்.

இதை எல்லாம் தூக்கியடிப்பதுபோல ஓர் அறிவிப்பைச் செய்தார். அதுதான் ஐந்து டாலர் அறிவிப்பு.

அது அமெரிக்கத் தொழில் முதலாளிகளை அதிர வைத்தது.

10

ஊழியர்களின் சம்பாத்தியத்தில் கிடைக்கும் லாபம் தனது சொத்து என்று தொழிலதிபர்கள் நினைக்கக் கூடாது. அது அவர்களிடம் பாதுகாப்புக்காக ஒப்படைக்கப்பட்டிருக்கிறது, அவ்வளவுதான். வியாபாரம் என்பது ஒரு சேவை. இதைப் புரிந்துகொண்டால் போதும்.

'மிஸ்டர் கௌசன்ஸ், நீங்கள் படியுங்கள்' என்றார் ஃபோர்ட்.

'நீங்கள் முதலில் பேசுகிறீர்களா?' என்று கேட்டார் கௌசன்ஸ்.

'வேண்டாம். நீங்கள் படியுங்கள். அவர்கள் ஏதாவது கேள்வி கேட்டால் நான் பதில் சொல்கிறேன். நீங்கள் படித்து முடித்ததும் அந்த அறிக்கை நகலை அவர்களுக்குக் கொடுக்கலாம்' என்றார் ஃபோர்ட்.

1914-ம் ஆண்டு ஜனவரி மாதம் 5-ம் தேதி ஹைலண்ட் பார்க் தொழிற்சாலையில் அவசரமாகப் பத்திரிகை யாளர்களை அழைத்திருந்தார்கள். ஒரு முக்கியமான அறிவிப்பை ஃபோர்ட் தெரிவிக்க விரும்புவதாக அழைத்திருந்தார் கௌசன்ஸ்.

டெட்ராய்ட்டிலுள்ள பத்திரிகை நிருபர்கள் பலரும் வந்திருந்தனர்.

கௌசன்ஸ் எழுந்தார். ஃபோர்டும் எழுந்து அவரது பக்கத்தில் நின்றுகொண்டார்.

'உங்கள் அனைவரையும் ஃபோர்ட் மோட்டார் கம்பெனியின் சார்பில் வரவேற்கிறேன். மிஸ்டர் ஃபோர்டின் சார்பில் இந்த அறிக்கையை நான் படிக்கிறேன். மிகத் தீவிரமான ஆலோசனைக்குப் பிறகு மிஸ்டர் ஃபோர்ட் சில முடிவுகளை எடுத்திருக்கிறார். அவற்றை உங்களுக்கு அறிவிப்பதில் நான் பெருமகிழ்ச்சி அடைகிறேன்' என்று சொல்லி அறிக்கையைப் படிக்கத் தொடங்கினார் கௌசன்ஸ்.

தீர்மானம் 1: ஊழியர்களின் வேலை நேரம் நாளுக்கு ஒன்பது மணியிலிருந்து எட்டு மணியாகக் குறைக்கப்படுகிறது.

தீர்மானம் 2: இப்பொழுதுள்ள இரண்டு ஷிஃப்ட் முறை மூன்று ஷிஃப்ட்டுகளாக மாற்றப்படுகிறது. அதாவது தொழிற்சாலை இடைவெளி இல்லாமல் இயங்கும்.

தீர்மானம் 3: இன்னமும் ஒருவாரத்தில் ஒவ்வொரு தொழிலாளிக்கும் இப்பொழுதுள்ள சம்பளத்தை இரண்டு மடங்கு அதிகரித்து நாளொன்றுக்குக் குறைந்தபட்சம் 5 டாலர் சம்பளம் வழங்குவதென்று ஃபோர்ட் மோட்டார் கம்பெனி உறுதியளிக்கிறது.

பத்திரிகையாளர்களால் தங்கள் காதுகளை நம்பமுடியவில்லை. இது ஏதாவது விளையாட்டோ அல்லது சூழ்ச்சியோ என்று கூடச் சிலர் நினைத்தார்கள்.

'நீங்கள் சொல்வது உண்மைதானா?' என்று ஒரு பத்திரிகையாளர் கேட்டார்.

'உண்மைதான்' என்றார் ஃபோர்ட்.

பத்திரிகையாளர்களுக்கு அந்த இரண்டுபக்க அறிக்கையின் நகல் கொடுக்கப்பட்டது.

'இதற்கு நிறையச் செலவாகுமே' என்று கேட்டார் ஒருவர்.

'ஆமாம். அத்துடன் இந்த ஆண்டு மொத்தம் 10 மில்லியன் டாலர் ஊழியர்களுக்கு போனஸாக வழங்கப்படும்.'

பத்திரிகையாளர்களின் வியப்பு இன்னமும் அதிகமாயிற்று. இன்னமும் ஏதாவது வியப்பான அறிவிப்பைச் செய்வாரோ

என்று சிலர் நின்றார்கள். மற்றவர்களுக்கு முன்னால் இந்தச் செய்தியைத் தங்கள் பத்திரிகைக்குக் கொடுத்துவிட வேண்டும் எனச் சிலர் பறந்தார்கள்.

பத்திரிகையாளர்களுக்குக் கொடுக்கப்பட்ட அந்த அறிக்கை இப்படித் தொடங்கியது.

'உலகத்திலேயே மிகப் பெரிய, வெற்றிகரமாக நடந்துகொண்டிருக்கும் ஃபோர்ட் மோட்டார் கம்பெனி எந்தத் தொழிலகமும் இதுவரை செய்திராத ஒரு புரட்சியாக ஜனவரி 12-ம் தேதியில் இருந்து எங்கள் ஊழியர்களுக்கு வெகுமதி அளிக்கிறது. குறைந்த பட்சச் சம்பளமாக நாளொன்றுக்கு 5 டாலர் வழங்கப்படும். ஃபோர்ட் ஊழியர்களில் 90% பேருக்கு இது உடனே வழங்கப்படும். மீதி 10% ஊழியர்கள் விரைவிலேயே இதற்குத் தகுதி உடையவர் ஆவார்கள்.'

விதவிதமாகத் தலையங்கங்கள் பத்திரிகைகளில் வெளிவந்தன. இவை மட்டுமன்றிப் புதிது புதிதாகக் கேலிச்சித்திரங்கள் வெளியாயின. ஒரு கேலிச்சித்திரத்தில் தன் தந்தையின் பண்ணையில் பணி புரியும் ஒரு பையன் தந்தையிடம் சொல்கிறான்: 'அப்பா, எனக்கு உடனடியாக எட்டு மணி நேர வேலைக்கு 5 டாலர் கொடுக்கவேண்டும். இல்லையென்றால் நான் டெட்ராய்ட் சென்றுவிடுவேன்.'

பத்திரிகைகள் ஃபோர்டிடம் பேட்டி எடுக்கப் படையெடுத்தன. எதிர்பார்த்ததற்கு மேல் விளம்பரம் கிடைத்தது.

ரஷ்யத் தொழிலாளர் தலைவர்கள், அமெரிக்கத் தொழிற்சங்கத் தலைவர்கள் ஆகியோர் ஃபோர்டின் திட்டத்தைப் பெரிதும் வரவேற்றனர்.

'உங்களுக்கு இப்படி அள்ளிக்கொடுக்க எப்படி மனம் வந்தது?' என்று ஃபோர்டிடம் ஒரு நிருபர் கேட்டார்.

'என்னுடைய ஊழியர்கள் அவர்களுடைய உழைப்பினால் எனக்கு அள்ளிக்கொடுத்தார்கள். நான் அவர்களுக்குக் கொடுக்கிறேன். அவர்களுக்குக் கொடுக்கவில்லை என்றால் என் உறவினர்களுக்குக் கொடுக்கவேண்டும். என் உறவினர்களால் எனக்கு ஒரு சென்ட்கூட ஆதாயமில்லை. ஆகவே என் உறவினர்களுக்கு நான் எதற்குக் கொடுக்க வேண்டும்?' என்றார் ஃபோர்ட்.

‘இது மற்றத் தொழிலகங்களைப் பாதிக்காதா?’

‘புரிந்து கொள்ளவேண்டும். ஊழியர்களின் சம்பாத்தியத்தில் கிடைக்கும் லாபம் தனது சொத்து என்று தொழிலதிபர்கள் நினைக்கக் கூடாது. அது அவர்களிடம் பாதுகாப்புக்காக ஒப்படைக்கப்பட்டிருக்கிறது, அவ்வளவுதான். வியாபாரம் என்பது ஒரு சேவை. இதைப் புரிந்துகொண்டால் போதும்.’

‘நிர்வாகப் பொறுப்பிலிருக்கும் சில நிபுணர்களுக்கும் உங்கள் ஊழியர்களுக்கும் இடையே இடைவெளி அதிகமாமே!’

‘யார் சொன்னது, எனது ஊழியர்களும் வல்லுநர்கள்தாம். ஒன்றுமே தெரியாத ஓர் இளைஞனை என்னிடம் கொடுங்கள். ஓரிரு வாரங்களில் அவனை வல்லுநராக மாற்றிக்காட்டுகிறேன்.’

‘ஊழியர்களுக்குப் பணம் கொடுத்தால் மட்டும் போதுமா?’

‘நான் அவர்களுக்குப் பணம் கொடுக்கவில்லை. வாங்கும் சக்தியை அதிகப்படுத்தியிருக்கிறேன். இப்படி ஒவ்வொரு முதலாளியும் செய்தால் மக்களின் வாங்கும் சக்தி அதிகரிக்கும். பொருள் உற்பத்தி அதிகமாகும். பொருளாதாரம் செழிக்கும். அதுமட்டுமல்ல. நான் இருபது ஏக்கர் நிலத்தில் அவர்களுக்கு விளையாட்டுத்திடல் அமைத்திருக்கிறேன். கலை ஆர்வம் உள்ளவர்களுக்காகச் சிறப்பு நிகழ்ச்சிகள் ஏற்பாடு செய்கிறேன். இசைக்குழு வைத்திருக்கிறேன். தகுந்த காரணமில்லாமல் ஃபோர்மென் ஊழியர்களை வேலை நீக்கம் செய்ய முடியாது. அவர்களுக்கிடையே ஏற்படும் சச்சரவுகளைத் தீர்ப்பதற்கென்றே ஒரு துறை வைத்திருக்கிறேன்.’

‘நீங்கள் சோஷியலிஸத்தைப் பரப்புவதற்காக இப்படிச் செய்வ தாகச் சொல்கிறார்களே?’

‘எந்த இஸமும் எனக்கில்லை. எனக்குக் கிடைக்கிறது. அதைச் சாத்தியம் ஆக்கியவர்களுக்குக் கொடுக்கிறேன். அவ்வளவே.’

‘பங்குச்சந்தையில் உங்கள் திட்டத்தைக் குறை சொல்கிறார் களே?’

‘அவர்கள் குறை சொல்லாமலிருந்தால்தான் அதிசயம். வால் ஸ்ட்ரீட் (பங்குச்சந்தை), ஆட்டோமொபைல் தொழிலைக் கட்டுப்படுத்த முடியாது. பங்குச்சந்தைப் பிடியில் இருக்கும்

டெட்ராய்ட் ஆட்டோமொபைல் உற்பத்தியாளர்கள் கொஞ்சம் கொஞ்சமாகக் கதவை இழுத்து மூடிக்கொண்டிருக்கிறார்கள். ஏன் தெரியுமா? அவர்கள் சம்பாதிக்கும் பணம் வேறெங்கோ செல்கிறது. நான் வால் ஸ்ட்ரீட்டின் கட்டுப்பாட்டில் இல்லை. இன்னொன்று தெரியுமா? தொழிற்சாலையின் சொந்தக்காரர் களால் நிர்வகிக்கப்படாமல் வேறு யாராலோ நிர்வகிக்கப்படும் இடங்களில் நான் தொடர்பு வைத்துக்கொள்வதில்லை.'

'நீங்கள் கைதிகளைக்கூட வேலையில் அமர்த்தி இருக்கிறீர் களாமே?'

'கைதிகளை அல்ல. முன்னாள் கைதிகளை வேலைக்கு வைத்து இருக்கிறேன். அவர்கள் எப்படிப்பட்டவர்கள் என்று எனக்கும் தண்டனை கொடுத்த நீதிபதிகளுக்கும் போலீஸுக்கும் மட்டுமே தெரியும். அவ்வூழியர்கள் திருந்தி மிகச் சிறப்பாகப் பணிபுரிகி றார்கள்.'

'உங்கள் அறிக்கையில் இன்னமும் 10% ஊழியர்கள் விரைவில் தகுதி பெற்றுவிடுவார்கள் என்று கொடுத்திருக்கிறீர்கள். இந்த அடிப்படைச் சம்பளத்தைப் பெறத் தனித்தகுதிகள் வேண்டுமா?'

'ஆம். திருமணமான எல்லா ஆண்கள், 22 வயதுக்குக் கீழே திருமணமாகாதிருந்தாலும் பெற்றோரை, சகோதர சகோதரி களைப் பராமரிக்கும் ஆண்கள், குடும்பத்தைப் பராமரிக்கும் அனைத்துப் பெண்கள் ஆகியோர் தகுதியுள்ளவர்கள். திருமண மாகாத பெண்கள், பராமரிக்கத் தன்னைச் சார்ந்து எவரும் இல்லாத ஆண்கள் ஆகியோருக்கு ஊதிய உயர்வு கிடையாது. குடிகாரர்கள், குடும்பத்தைக் கவனியாதவர்கள், நல்லொழுக்கம் இல்லாதவர்களுக்கும் கிடையாது. அது மட்டுமல்ல, அதிக ஊதியம் பெறுபவர்களுக்கு சில கட்டுப்பாடுகள் உண்டு.'

'என்ன கட்டுப்பாடுகள்?'

'அவர்கள் குடும்பத்தை நன்கு கவனித்துக்கொள்ளவேண்டும். குடிக்கக் கூடாது. தங்கள் வீடுகளில் வெளி ஆட்களைக் குடக் கூலிக்கு வைத்துக் கொள்ளக் கூடாது. வீட்டைச் சுத்தமாக வைத்திருக்க வேண்டும். அவர்களது குழந்தைகளை நன்கு படிக்க வைக்க வேண்டும். உடல்நிலை சரியில்லை என்றால் உடனே மருத்துவரிடம் செல்ல வேண்டும். தங்களுக்கு அதிகமாகக் கிடைக்கும் ஊதியத்தில் ஒரு பகுதியைச் சேமிக்க வேண்டும்.

வீட்டுப்பொருள்களோ மரச்சாமான்களோ தவணை முறையில் வாங்கக் கூடாது. கார்களும் வீடும் இதற்கு விதிவிலக்கு.'

'அவர்களை எப்படிக் கண்காணிப்பீர்கள்?'

'அதற்கும் ஏற்பாடு செய்திருக்கிறோம். சோஷியாலஜிகல் டிபார்ட்மெண்ட் ஒன்று உருவாக்கியிருக்கிறோம். அதில் அப்பழுக்கில்லாத ஒழுக்கமுள்ளவர்கள் பணிபுரிவார்கள். அவர்கள் ஊழியர்களின் வீடுகளுக்குச் சென்று அவர்களுக்கு இடைஞ்சல் இல்லாமல் கண்காணிப்பார்கள். பக்கத்து வீடுகளில் விசாரிப்பார்கள். தவறு செய்பவர்கள் பணியிலிருந்து நீக்கப்படு வார்கள். ஆனால் அதற்குமுன் அவர்கள் திருந்துவதற்குச் சந்தர்ப்பம் கொடுக்கப்படும்.'

'இது அடுத்தவர்களின் உரிமையில் தலையிடுவதாகாதா?'

'ஆகாது. நான் கார் மாத்திரம் உற்பத்தி செய்யவில்லை. நல்ல மனிதர்களையும் உற்பத்தி செய்கிறேன். குடித்துக் கூத்தடிப்பவன் எப்படித் தொழிலகத்தில் சரியாக வேலை செய்வான்? வீட்டை ஒழுங்காக வைத்துக்கொள்ளத் தெரியாதவன் எப்படித் தன் பணியை ஒழுங்காகச் செய்வான். இதை எல்லாம் நான் ஏன் செய்கிறேன்? அவர்கள் குடும்பத்தோடு மகிழ்ச்சியாக வாழ வேண்டும் என்றுதானே! அதிக ஊதியத்தால் கையில் பணம் அதிகம் சேரும். அதைச் சரியான வழியில் செலவு செய்தால் சரி. நான் கொடுக்கும் பணம் கெட்டவழியில் போய்விடக் கூடா தல்லவா? தாய் தந்தையரைக் கவனித்தே ஆகவேண்டும் என்று நான் சொல்லும்போது குடும்பப் பொறுப்பு அதிகமாகும். வயதான காலத்திலே பெற்றோருக்கு ஆதரவு கிடைக்கும். மருத்துவமனையில் இலவச மருத்துவத்துக்கு ஏற்பாடு செய்திருக் கிறேன். குழந்தைகளுக்குக் கல்வி கற்பிக்கப் பள்ளிகள் கட்டு கிறேன். ஊழியர்களுக்கு ஆங்கிலம் கற்றுக்கொடுக்கும் திட்டமும் இருக்கிறது.'

'ஆங்கிலம்தான் அவர்களுக்குத் தெரியுமே!'

'இல்லை, என் தொழிற்சாலையில் பணி புரிபவர்கள் 70% ஆங்கிலம் தெரியாதவர்கள். அவர்களுக்கு நாங்கள் என்ன சொல்கிறோம் என்பது கூடப் புரியவில்லை. அவர்களுக்கு ஆங்கிலம் கற்றுக்கொடுக்கும் திட்டம் இருக்கிறது. எங்கள் தொழிலாளர்கள் பணம் சேமித்து அவர்கள் வங்கிக் கணக்கைக்

காட்டவேண்டும். அதற்காக நாங்களே ஒரு வங்கி தொடங்கி இருக்கிறோம்.'

'நல்லதுதான். வழிபாடு ஏதாவது...'

'இல்லை. யாருடைய மத வழிபாட்டிலும் தலையிட மாட்டோம். ஆனால் நல்லொழுக்கத்தைப் போதிப்பதன் மூலம் ஏசு கிறிஸ்துவை எங்கள் தொழிற்சாலைக்குள் அழைத்து வருகிறோம்.'

பத்திரிகைகளில் இச்செய்திகள் பெரும் பரபரப்பை ஏற்படுத்தின. ஊதிய உயர்வைக் கொடுத்துவிட்டுப் பேசாமல் இருக்க வேண்டியதுதானே, அவர்கள் வாழ்க்கையில் தலையிட இவர் யார் என்று கேட்டவர்களும் உண்டு. ஆனால் பெரும்பாலும் அவரைப் பாராட்டியே செய்திகள் வந்தன.

ஊழியர்கள் தங்களது வீடுகளைச் சுத்தமாக வைத்துக்கொண்டதாலும் பிள்ளைகளைப் பள்ளிக்கு அனுப்பியதாலும், நோயின்றி வாழ வழி ஏற்பட்டதாலும் இந்தத்திட்டத்தை பெரிதும் வரவேற்றவர்கள் குடும்பத்தலைவிகள். மது குடிக்கக் கூடாது என்ற கட்டுப்பாட்டினால் செலவு குறைந்ததோடு ஆண்கள் வீட்டில் ஒழுங்காக நடந்துகொண்டார்கள். பொழுதுபோக்குப் பூங்காக்கள் நிறுவப்பட்டிருந்ததால் உடற்பயிற்சி செய்யவும் விளையாட்டுகளில் பங்கேற்கவும் வசதியாக இருந்தது.

தினமும் வேலை நேரத்தில் ஒரு மணி நேரம் குறைந்ததால் ஊழியர்கள் தமது குடும்பத்துடன் அதிக நேரம் செலவழிக்க முடிந்தது. பணத்தைச் சேமித்துக் கணக்கு காட்டவேண்டும் என்று சொன்னதால் அநாவசியமான செலவுகளில் ஈடுபடாமல் ஊழியர்கள் பணம் சேமித்தனர். பலர் வீட்டுமனைகள் வாங்கினர்.

ஓர் ஊழியர் பத்திரிகைப் பேட்டியில் சொன்னார்: 'எனது மகன் இப்பொழுது பேப்பர் போடப் போவதில்லை. வேறொரு வீட்டில் வேலை செய்துகொண்டு வாரம் ஒருநாள் மட்டுமே எங்களைப் பார்க்க வந்த என் மகள் இப்பொழுது எங்களுடனேயே இருக்கிறாள். என் குடும்பம் ஒன்றாக, மகிழ்ச்சியாக இருக்கிறது.'

ஐந்து டாலர் திட்டம் தொடங்கி ஆறு மாதத்துக்குப் பிறகு எடுத்த சர்வேயில் கிடைத்த புள்ளிவிவரங்கள் வியப்பளித்தன.

87% ஊழியர்கள் ஆயுள்காப்பீடு செய்தனர். வீடு வாங்கியவர் களின் எண்ணிக்கை 95% உயர்ந்தது. மோசமான பகுதிகளில் வாழ்ந்து வந்த பலர் நல்ல குடியிருப்புப் பகுதிகளுக்கு மாறினர். சுகாதாரமற்ற வீடுகளே இல்லை என்னுமளவுக்கு வீடுகள் சுத்தமாக இருந்தன.

சோஷியாலஜிகல் துறைக்கு கிறித்துவப் பாதிரியார் ரெவெ ரெண்ட் சாமுவேல் மார்கோஸ் தலைவராக நியமிக்கப்பட்டார். அதில் அவர் மிகச் சிறப்பாகத் தொண்டாற்றினார். அவரது சேவை பெரிதும் வரவேற்கப்பட்டது. அவரது துறையின் செயற் பாடுகளாக அவர் வகுத்துக்கொண்டவை:

1. மனிதனுடைய ஆர்வத்தை நல்லவழியில் செலுத்தி அவனுக்கு அதிகம் சம்பாதிக்கும் சக்தியை உருவாக்குவது.
2. தனது வருவாயைப் பயனுள்ள வழியில் செலவழிக்கக் கற்றுக்கொடுப்பது.
3. குடும்பத்தோடு அமைதியாக வாழ வழிவகுப்பது.
4. சமுதாயத்தோடு இணக்கமாக வாழக் கற்றுக்கொடுப்பது.
5. முதலாளிக்கும் தொழிலாளிக்கும் இடையே நல்லிணக் கத்தை உருவாக்குவது.
6. வெளிநாட்டிலிருந்து வந்து பணிபுரியும் ஊழியர்களை அமெரிக்கக் குடிமக்கள் ஆக்குவது.
7. நொந்துகிடப்பவனை முன்னேற்றுவது.

அவருக்குக் கீழ் பணிபுரிந்த சோஷியல் கண்காணிப்பாளர்கள் முதலில் தாங்கள் ஒழுக்கமுடையவர்களாகவும் மற்றவர்களை வழிநடத்தத் தகுதி உள்ளவர்களாகவும் இருக்கவேண்டும் என்றும் வலியுறுத்தினார். அந்தத் திட்டம் ஏழு ஆண்டுகள் மிகத் திறமையாகச் செயல்பட்டுவந்தது. அதன் பிறகு நிறுவனத்தின் உயர்மட்டத்தில் இருந்தவர்களுக்கும் மார்கோஸுக்கும் இடையே எழுந்த தன்மானப் பிரச்னையால் அவர் பதவி விலகினார். அந்தத் துறையும் கலைக்கப்பட்டது.

ஃபோர்ட் மோட்டார் கம்பெனியில் பணிபுரிந்த பலர் வெளி நாட்டிலிருந்து அங்கே குடியேறி வந்தவர்கள். அவர்களது தாய் மொழி மட்டும்தான் அவர்களுக்குத் தெரியும். தொழிற்

சாலையில் வெவ்வேறு மொழிகளின் பேச்சுகள் கேட்கும். 53 வெவ்வேறு நாட்டைச் சேர்ந்தவர்கள் 100-க்கும் மேற்பட்ட மொழிகள் பேசினர். அவர்களிடம் வேலை வாங்குவது மிகவும் கடினமாக இருந்தது. அவர்களுக்கு அமெரிக்கப் பழக்கவழக்கங்கள் சுத்தமாகத் தெரியவில்லை.

சோஷியலைசேஷன் துறை அவர்களை அமெரிக்க வழிக்குக் கொணர்வதில் ஓரளவு வெற்றி பெற்றது. அவர்களுக்கு ஆங்கிலம் கற்றுக் கொடுத்தால்தான் அவர்களை முழு அமெரிக்கக் குடிமக்களாக ஆக்கமுடியும் என எண்ணினார் ஃபோர்ட். நூறு மொழிகளுக்கும் நூறு மொழிபெயர்ப்பாளர் களையா வைக்கமுடியும்? அவர்களுக்கு ஆங்கிலத்தை எந்த மொழி மூலம் கற்றுக்கொடுப்பது என்பது அடுத்த பிரச்னை.

YMCA அமைப்பில் பீட்டர் ராபர்ட்ஸ் என்பவர் ஆசிரியராகப் பணியாற்றிக் கொண்டிருந்தார். பென்சில்வேனியாவிலுள்ள நிலக்கரிச் சுரங்க ஊழியர்களுக்கு அவர் புதிய முறையில் ஆங்கிலம் கற்றுக்கொடுத்தாராம். அவரைத் தனது தொழிற் சாலையில் பணிபுரியும் வெளிநாட்டு ஊழியர்களுக்கு ஆங்கிலம் கற்றுக்கொடுக்க நியமித்தார் ஃபோர்ட். 'அமெரிக்காவுக்கு வருபவர்களுக்கு ஆங்கிலம்' என்ற புத்தகத்தை அவர் எழுதி யிருந்தார்.

1914-ம் ஆண்டு மே மாதம் ஃபோர்ட் ஆங்கிலப்பள்ளி தொடங்கப் பட்டது. முதலில் பன்னிரண்டு மாணவர்களுடன் பள்ளி தொடங்கப்பட்டது. சில மாதங்களில் ஊழியர்கள் காட்டிய ஆர்வத்தால் 7,500-க்கும் மேற்பட்ட மாணவர்கள், மூன்று பிரிவுகளாகப் பயின்றார்கள். 163 ஆசிரியர்கள் நியமிக்கப்பட்டார் கள். முதல் வகுப்பு காலை 8.30 மணிக்கு. இரவு ஷிப்ட் முடித்துச் செல்லுபவர் அதில் பயில வேண்டும். இரண்டாவது வகுப்பு பிற்பகல் 1.30 மணிக்கு. பிற்பகல் ஷிஃப்டில் பணிபுரிபவர்கள் அதில் பயிலவேண்டும். 3.30 மணிக்கு மூன்றாவது வகுப்பு. பகல் ஷிஃப்டை முடித்துக்கொண்டு செல்பவர்களுக்காக. ஒவ்வொரு வகுப்பும் ஒன்றரை மணி நேரம். ஒவ்வொரு வாரத்துக்கும் இரண்டு வகுப்புகள். 36 வாரங்கள் அவர்கள் கற்கவேண்டும்.

ஆங்கிலம் பேசத்தெரியாத ஊழியர்கள் வகுப்புக்குக் கட்டாயம் செல்லவேண்டும். வகுப்புக்குச் செல்லாதவர்கள் ஓரிரு வாரங் கள் வேலையிலிருந்து நிறுத்தப்படுவர். அதற்குள் அவர்கள்

மனம் மாறி வகுப்பில் சேர்ந்தால் சரி. இல்லையென்றால் அவர்கள் வேறிடத்தில் வேலை தேடிக்கொள்ள வேண்டியது தான். நடிப்பின் மூலமும் கூட்டாகச் சேர்ந்து குரல் எழுப்புவதன் மூலமும் ஆங்கிலம் கற்றுக்கொடுக்கப்பட்டது.

ஃபோர்ட் அந்த வகுப்பில் அதிக ஈடுபாடு காட்டினார். அடிக்கடி வந்து வகுப்புகள் எப்படி நடக்கின்றன என்று பார்த்துச் செல்வார். கடைக்குச் சென்று எப்படி ஆங்கிலம் பேசிச் சாமான்கள் வாங்குவது, எப்படி வங்கிகளில் பணம் போட்டு எடுப்பது போன்ற அவசியமான பாடங்கள் சொல்லிக்கொடுக்கப்பட்டன. அமெரிக்கக் குடிமகனாவதற்கு வேண்டிய அனைத்தும் கற்றுக் கொடுக்கப்பட்டன.

ஊழியர்கள் சிலர் இதை எதிர்த்ததும் உண்டு. 38 பேர் பள்ளிக்குச் செல்ல மறுத்ததால் வேலையிலிருந்து நீக்கப்பட்டனர். பல ஊழியர்களிடம் வரவேற்பும் இருந்தது. ஆங்கிலம் கற்றுக் கொடுக்கும் முயற்சியால் ஃபோர்ட் ஊழியர்கள் பலர் தெளிவாக ஆங்கிலம் பேசினர். பயிற்சி முடிந்ததும் அவர்களுக்குப் பட்ட மளிப்பு விழா ஏற்பாடு செய்யப்பட்டது.

வரிசையில் சென்று சான்றிதழ் பெற்றுக்கொண்டபின் அவர்கள் 'ஃபோர்ட் இங்கிலீஷ் ஸ்கூல்' என்று எழுதப்பட்ட ஒரு பெரிய கொதிகலன் அமைப்பு வழியாக வெளியே செல்லவேண்டும் கொதிகலனைத் தாண்டியதும் அமெரிக்கக் கொடிகள் பறக்கும். அதாவது ஃபோர்ட் ஆங்கிலப் பள்ளியில் படித்துத் தேர்ச்சி பெற்றவர்கள் நல்ல அமெரிக்கக் குடிமக்களாக விளங்குவார்கள் என்பதைக் குறியீடாகக் காட்டுகிற ஏற்பாடு அது.

பொதுமக்களிடையே இந்தத் திட்டத்துக்கு எதிர்ப்பும் ஆதரவும் இருந்தது. எதிர்த்தவர்கள், மக்களின் சுதந்தரத்தில் ஃபோர்ட் குறுக்கிடுவதாகக் குற்றஞ்சாட்டினர். ஃபோர்ட் ஓர் அடாவடித் தந்தை போல நடந்துகொள்கிறார் என்றது ஒரு பத்திரிகை. 'அடாவடித் தந்தை அல்ல, அரவணைக்கும் சகோதரன்' என்றது இன்னொரு பத்திரிகை.

எது எப்படியிருந்தாலும், ஃபோர்டின் இந்தப் புதிய திட்டத்தால் உற்பத்தி பெருகியது. ஊழியர்கள் வசதியாக வாழ்ந்தார்கள்.

11

‘தேசபக்தி, தேசபக்தி என்று பூச்சாண்டி காட்டுகிறார்கள். போரில் கலந்துகொள்வது தான் தேசபக்தியா? போர் வேண்டாம் என்ப வன்தான் சிறந்த தேசபக்தன். வீண்பெருமை பாராட்டி மார்தட்டுவதில் பொருள் விரயம் தான்... என் நாட்டு மக்கள் ரத்தம் சிந்துவதை நான் விரும்பவில்லை. இயந்திரத்தின் ஓசை கேட்கவேண்டிய இடத்தில் துப்பாக்கியின் ஓசை கேட்கக் கூடாது. ’

‘மிஸ்டர் ஃபோர்ட், இதற்கு நான் ஒப்புக்கொள்ள முடியாது. இது நமது கம்பெனியின் உள்சுற்றிதழ். இந்தக் கட்டுரையை இதில் பிரசுரிக்க முடியாது’ என்றார் கௌசன்ஸ்.

‘மிஸ்டர் கௌசன்ஸ், அது யார் எழுதிய கட்டுரை என்பது தெரியுமல்லவா?’ என்று கேட்டார் ஃபோர்ட்.

‘தெரியும். நீங்கள் எழுதியதுதான். ஆனாலும் அரசியல் சார்ந்த எதையும் உள்சுற்றிதழில் நான் வெளியிட அனுமதிக்க மாட்டேன்’ என்றார் கௌசன்ஸ்.

‘மிஸ்டர் கௌசன்ஸ், இந்தக் கட்டுரை வெளிவந்தே ஆகவேண்டும்.’

‘மிஸ்டர் ஃபோர்ட், இதை வெளியில் எந்தப் பத்திரிகையில் வேண்டுமானாலும் போட்டுக்கொள்ளுங்கள். ஆனால் ஃபோர்ட் டைம்ஸில் வெளியிடச் சம்மதிக்க மாட்டேன். போரில் அமெரிக்கா கலந்து கொள்ளக் கூடாது என்று இதில் எழுதியிருக் கிறீர்கள். போருக்குத் தயாராக இருக்கவேண்டும் என்று கூறும் பெரிய தலைவர்களையும் இதில் சாடியிருக்கிறீர்கள். இதற்கும் நமது உள்சுற்றிதழுக்கும் என்ன தொடர்பு?’

‘இது எனது கொள்கை. போரில் அமெரிக்கா ஈடுபடாமலிருக்க நான் என்னவேண்டுமானாலும் செய்வேன்.’

‘செய்துகொள்ளுங்கள். ஆனால் இந்தப் பத்திரிகையில் வெளி யிட்டால் இது நமது நிறுவனத்தைப் பாதிக்கும். மக்களில் பெரும்பாலோர் போருக்கு அமெரிக்கா ஆயத்தமாகவேண்டும் என்ற கருத்துடையவர்களாக இருக்கிறார்கள். இக்கட்டுரை இங்கு வெளியானால் நாம் தேசபக்தி இல்லாதவர்கள் என்பது போன்ற ஓர் எண்ணத்தை உருவாக்கும். அது நிறுவனத்துக்கு நல்லதல்ல. இவ்வளவு காலம் கண்ணேபோல் காத்து வந்திருக்கும் நிறுவனத்தின் பேர் கெட்டுப்போகக் கூடாது.’

‘எனது கட்டுரையை நீங்கள் நிறுத்த முடியாது!’

‘அந்த உரிமை எனக்கில்லையென்றால் இனி நான் இந்த நிறுவனத்தில் பணிபுரிவதில் பொருளில்லை’ என்றார் கௌசன்ஸ்.

‘அது உங்கள் இஷ்டம்’ என்று சொல்லிக்கொண்டே ஃபோர்ட் வெளியே சென்றுவிட்டார்.

பதினோரு ஆண்டுகள் இணைபிரியாது நிறுவனத்தின் மேன் மைக்குப் பணியாற்றிய இருவருக்குள் ஒரு சிறு பிரச்னை பிளவை ஏற்படுத்திவிட்டது. அதற்குக் காரணம் தன்முனைப்பு தான். தான் நிர்வாகத்தைக் கவனித்திருக்காவிட்டால் நிறு வனம் இந்த அளவுக்கு வளர்ந்திருக்காது என்பது கௌசன்ஸின் கருத்து. அது உண்மைதான். நிறுவனத்தின் விதிமுறைகளை யார் மீறி நடந்தாலும் தட்டிக்கேட்கத் தயங்காதவர் கௌசன்ஸ். முன்னொருமுறை தன்னுடைய முதலாளி மால் கம்ஸன் ஒருவருக்குத் தள்ளுபடி விலையில் கார் விற்றார் என்பதற்காக அவரை இழப்பை ஈடுசெய்யச் சொன்னவ ராயிற்றே!

கௌசன்ஸ் எவ்வளவு கடினமானவராயினும் கம்பெனியின் நலனில் அதிக அக்கறை உள்ளவர் என்பதை மறுக்க முடியாது. அப்படிப்பட்டவரின் உரிமையில் ஃபோர்ட் தலையிட்டதும் அவரால் தாங்கிக்கொள்ள முடியவில்லை. ஃபோர்ட், பொதுவாக நிர்வாகத்தில் தலையிடுவதில்லை. அதைப்போல பொறியியல் துறையில் கௌசன்ஸ் தலையிடுவதில்லை. அப்படி ஒற்றுமை யாகப் போய்க்கொண்டிருந்தவர்கள் இடையே ஒரு சிறு பிரச்னை விரிசலை ஏற்படுத்திவிட்டது. உண்மையில் ஐந்து டாலர் திட்டத் துக்கு மூல காரணமே கௌசன்ஸ்தான். அவர் இரவு பகல் பார்க் காமல் ஃபோர்ட் மோட்டார் கம்பெனிக்காக உழைத்தார்.

தேவைக்கும் அதிகமாகப் பணம் சேர்ந்த பிறகு பணத்தின் மேலேயே கௌசன்ஸுக்கு வெறுப்பு வந்துவிட்டது. ஊழியர் களுக்கு ஏதாவது செய்யவேண்டும் என்று ஆசைப்பட்டார். அதன் விளைவுதான் ஐந்து டாலர் திட்டம். அதை ஃபோர்டிடம் நேரம் பார்த்துச் சொல்லி அவரை ஒப்புக்கொள்ளச் செய்தார். ஃபோர்டும் ஊழியர்களுக்கு உதவுவதில் ஆசையுள்ளவர் என்பதால் இரண்டு மனங்களும் ஒத்துப்போகவே கௌசன்ஸின் திட்டத்துக்கு ஃபோர்டும் ஒப்புதல் அளித்தார். அந்தத் திட்டத் தால் பெரும் புகழையும் பெற்றார்.

ஐந்து டாலர் திட்டத்துக்குப் பிறகு ஃபோர்டின் புகழ் உச்ச கட்டத்தில் இருந்த நேரம். புகழ் போதை ஏறி, தான் எது சொன்னாலும் மக்கள் கேட்பார்கள் என்று ஃபோர்ட் எண்ணி யிருந்தார். அப்படிப்பட்ட தன்னைத் தனது நிறுவனத்தில் பணிபுரியும் ஒருவர் கேள்வி கேட்பதா எனச் சினந்தார்.

அப்படித் தனக்குப் பெரும்புகழ் வரக் காரணமாயிருந்த கௌசன்ஸை ஒரு நொடியில் தூக்கி எறிந்துவிட்டார் ஃபோர்ட். கௌசன்ஸின் வெளியேற்றம் ஃபோர்டுக்குத்தான் இழப்பு.

கௌசன்ஸ் தனது ராஜினாமாக் கடிதத்தை எழுதிவைத்துவிட்டு வெளியேறினார். பின்னாளில் அவர் அரசியலில் ஈடுபட்டு அமெரிக்க நாடாளுமன்றத்தின் மேலவைக்கு செனட்டராகத் தேர்ந்தெடுக்கப்பட்டார். ஃபோர்டு மோட்டார் கம்பெனியை விட்டு விலகியதில் கௌசன்ஸுக்கு எந்த இழப்பும் இல்லை.

அப்பொழுது ஐரோப்பாவில் முதலாம் உலகப்போர் நடந்து கொண்டு இருந்தது. அமெரிக்கா அந்தப் போரில் ஈடுபட ஆயத்தமானது.

அரசியலை ஒரு தொழிலதிபரின் பார்வையில் பார்த்ததால் ஃபோர்ட் யுத்தத்தை வெறுத்தார். இயந்திரத்தின் ஓசை கேட்க வேண்டிய இடத்தில் துப்பாக்கியின் ஓசை கேட்கக் கூடாது என்றார் ஃபோர்ட்.

'போரால் தொழில்கள் பாதிக்கப்படும். மக்கள் மடிவார்கள். பொருளாதாரம் பாதிக்கப்படும். அனாவசியமாகப் போர்த் தள வாடங்களில் பணம் செலவாகும். பணத்தைக் கொடுத்து வெறுப்பைச் சம்பாதித்துக்கொள்வதா?' என்று கேட்டார் ஃபோர்ட்.

நல்லெண்ணத்தின் அடிப்படையில் மக்கள் நலவாழ்வைக் கருதித்தான் அவர் போரை வெறுத்தார். பல பெரிய தொழிலதிபர் கள் போருக்கு ஆயத்தமாக அனைத்தையும் செய்யவேண்டும் என்று கூக்குரல் எழுப்பியபோது அவர்கள் நாட்டின்மேல் கொண்ட தேசபக்தியால் அப்படிச் சொல்லவில்லை என்பதும் போர் வந்தால் தாங்கள் ஆயுதங்களை உற்பத்தி செய்து பணம் சம்பாதிக்கலாமே என்ற எண்ணத்தில்தான் சொல்கிறார்கள் என்பதும் ஃபோர்டுக்குத் தெளிவாக விளங்கியது. ஃபோர்ட் அப்படிப்பட்ட தொழிலதிபர்களைக் கடுமையாகச் சாடினார்.

நாட்டுமக்களுக்குப் போரின் அபாயத்தை எடுத்துச் சொல்லக் கையேடுகளையும் செய்திகளையும் வெளியிட்டார். 'இந்த உலகத்தில், குறிப்பாக அமெரிக்காவில் போர் நடைபெறாமல் இருக்க என்னாலான ஆவன அனைத்தும் செய்வேன். இப் பொழுது உள்ள அமைதியான சூழலும் அதற்கான வேட்கையும் தொடர என் வாழ்நாள் முழுதும் பாடுபடுவேன். வீட்டிலும் பள்ளிகளிலும் போர் எவ்வளவு கொடியது என்பதையும் போருக்குத் தயாராவது என்பது போரில்தான் முடியும் என்பதை யும் நமது குழந்தைகளுக்கு எடுத்துச் சொல்வேன். பொதுமக்கள் அமைதியைத்தான் விரும்புகிறார்கள். ஆனால் நெறிதவறிய ஆட்சியாளர்கள் அரசியல் ஆதாயங்களுக்காகாவும் தமது செல்வாக்குக்காகவும் போரை ஆதரிக்கிறார்கள். அவர்கள் சுய ஆதாயம் தேடும் ஒட்டுண்ணிகளான தொழிலதிபர்களின் கைப்பாவையாக விளங்குகிறார்கள்' என்று பத்திரிகைச் செய்தி வெளியிட்டார்.

'தேசபக்தி, தேசபக்தி என்று பூச்சாண்டி காட்டுகிறார்கள். போரில் கலந்துகொள்வதுதான் தேசபக்தியா? போர் வேண்டாம்

என்பவன்தான் சிறந்த தேசபக்தன். வீண்பெருமை பாராட்டி மார்தட்டுவதில் பொருள்விரயம்தான்... என் நாட்டு மக்கள் ரத்தம் சிந்துவதை நான் விரும்பவில்லை' என்றார்.

சொல்லில் மட்டுமல்ல, செயலில் இறங்கவேண்டும் என்பதற் காகச் சில திட்டங்கள் தீட்டினார்.

அமைதிக்கப்பல் என்ற பெயரில் ஆஸ்கார் II என்ற ஒரு கப்பலை ஏற்பாடு செய்து ஃபோர்டும் சில பிரபல அறிஞர்களும் ஐரோப்பா வுக்குச் சென்று அங்கு நடுநிலை நாடு ஒன்றில் கூட்டம் போட்டு மற்ற நாடுகளுக்குத் தங்கள் கொள்கைகளை எடுத்துச் சொல்வது என்று தீர்மானமாயிற்று. வானொலி, பத்திரிகை ஆகியவற்றின் மூலமும் போருக்கு எதிரான விளம்பரங்களைச் செய்யத் திட்டமிட்டார்.

ஃபோர்டின் முயற்சி நல்லெண்ணத்தில் எடுக்கப்பட்டது என்றா லும் பலர் அதைக் கேலி செய்தனர். பணத்தை வைத்துக்கொண்டு என்ன செய்வதென்று தெரியவில்லை என்றும் விளம்பர தந்திரம் என்றும் அமைதிக்கப்பல் பயணம் கேலிக்கூத்தென்றும் பேசியும் எழுதியும் ஃபோர்டை வெறுப்படையச் செய்தனர்.

ஆனாலும் சில நண்பர்களுடன் ஃபோர்டின் அமைதிக்கப்பல் அட்லாண்டிக் பெருங்கடலில் பயணம் செய்தது. பயணம் தொடங்கிய ஒரு சில நாள்களில், ஜனாதிபதி உட்ரோ வில்சன் போருக்கு ஆயத்தமாகும் ஏற்பாடுகளைச் செய்யச் சொல்லி விட்டார் என்ற செய்திவந்தது. மேலும் பயணத்தைத் தொடர்ந் தால் அது அரசுக்கு எதிரானதாக இருக்குமோ என்று கப்பலில் பயணம் செய்த சிலர் அஞ்சினர். அவர்களுக்குள்ளே சண்டை எழுந்தது. கைகலப்பு அளவுக்குப் போய்விட்டது.

அந்தக் கப்பலில் பயணம் செய்த பத்திரிகை நிருபர்களுக்கு இது ஒரு பொழுதுபோக்காக இருந்தது. 'அமைதிக்கப்பலில் போர்' என்று செய்தி அனுப்பினர். இப்படியெல்லாம் நடந்தாலும் ஃபோர்ட் மனம் தளரவில்லை. தினமும் இரண்டு முறை நிருபர்களைச் சந்தித்துத் தனது செய்தியைச் சொல்லிவந்தார். உடன் வந்தவர்கள் எரிச்சல் மூட்டினாலும், தான் எரிச்சலடை யாமல் அமைதியாக இருந்த ஃபோர்டைப் பாராட்டி நிருபர்கள் பத்திரிகைகளுக்குச் செய்தி அனுப்பினர். அமைதிக் கப்பலின் பெயரும் ஃபோர்டின் நிலையும் மட்டும்தான் 'அமைதி'யாக

இருந்தது என்றனர். சில நாள்கள் கழித்து கப்பலில் இருந்த பலர் இன்ஃப்ளுயன்ஸா காய்ச்சலால் பாதிக்கப்பட்டு அவதியுற்றனர். ஃபோர்டின் உடல்நிலையும் பாதிக்கப்பட்டது.

ஐரோப்பியக் கடற்கரையை ஒட்டிச் செல்லும்போது பிரிட்டிஷ் கப்பல் ஒன்றில் வந்த போர்வீரர்கள் அமைதிக்கப்பலை வழிமறித்துக் கடுமையாகச் சோதனை போட்டுத் துன்புறுத்தினர். இக்கட்டுகளையெல்லாம் தாண்டி அமைதிக்கப்பல் நார்வே நாட்டின் கரையை அடைந்தது. நார்வே மக்களும் அரசும் அமைதிக்கப்பலை வரவேற்க ஆர்வம் காட்டவில்லை. போருக்குத் தயாராக வேண்டும் என்றே மக்கள் விரும்பினர். எனவே மனவருத்தமுற்ற ஃபோர்ட் தான் தங்கியிருந்த ஹோட்டலை விட்டு நான்கு நாள்கள் வெளியே வரவில்லை.

இனியும் தான் அங்கிருப்பதில் பயனில்லை என்று கருதி ஃபோர்ட் வேறொரு கப்பலில் அமெரிக்காவுக்குப் பயணமானார். 1916-ம் ஆண்டு ஜனவரி மாதம் 2-ம் நாள், அமெரிக்கா வந்து சேர்ந்தார். தனது பயணம் தோல்வி என்று பிறர் சொன்னாலும் தான் அப்படிக் கருதவில்லை என்றும் தனது முயற்சி மக்களைச் சிந்திக்க வைத்திருக்கிறது என்றும், தமக்கு அதுவே போதும் என்றும் ஃபோர்ட் சொன்னார்.

அவர் திரும்பிவந்தாலும் அமைதிக்கப்பலில் மேலும் தொடர்ந்து இருந்தவர்களுக்கு அடுத்து ஒருவருடம் ஆகும் அனைத்துச் செலவுகளையும் ஃபோர்ட் கொடுத்து வந்தார்.

தேவைப்பட்டால் தானே மீண்டும் அமைதிக்கப்பலுக்குச் செல்வதற்குத் தயார் என்றார்.

‘போருக்காக இயந்திரம் தயாரித்துச் சீரழிப்பதைவிட ஊருக்காக இயந்திரம் தயாரித்து மக்களுக்குச் சேவை செய்வது சிறந்தது’ என்றார்.

‘போர் எதற்காகச் செய்யப்படுகிறது? ஒருசிலரின் ஆதாயத்துக்காக. ஆதாயம் இல்லையென்றால் போர் இல்லை. சில பணமுதலைகள் அரசுகளைத் தூண்டிக் குறுக்குவழியில் குறுகிய காலத்தில் பணம் சம்பாதிக்கவே போர் நடத்துகிறார்கள்’ என்றார் ஃபோர்ட்.

‘மக்களே, ஆயுதங்களை உற்பத்தி செய்து விற்பவர்களைக்கூட நான் குற்றம் சொல்லமாட்டேன். நீங்கள்தான் குற்றவாளிகள்.

ஆயுதங்கள் வாங்குவதற்காகப் பணம் எங்கிருந்து வருகிறது? உங்களிடமிருந்துதான். உங்கள் வயிற்றைக் காயவைத்து, உங்கள் முதுகை முறித்து, உங்கள் மூளையைக் குழப்பி ஆயுதங்கள் வாங்கப்படுகின்றன. செம்மறியாடுகள்போல நீங்களும் தலையாட்டுகிறீர்கள்' என்றார்.

●

ஃபோர்டுக்கு அரசியலில் ஈடுபாடு இல்லை. ஆனாலும் அவரை அறியாமலேயே அவரை மக்கள் அரசியலுக்கு இழுத்தனர்.

போருக்கு எதிராக ஃபோர்ட் போர்க்கொடி தூக்கிக்கொண்டிருந்த காலத்தில் 1916-ம் ஆண்டு அமெரிக்க ஜனாதிபதி தேர்தல் வந்தது. உட்ரோ வில்சன் டெமாக்ரட்டிக் கட்சியின் சார்பில் மீண்டும் தேர்தலுக்கு நின்றார். ரிபப்ளிக்கன் கட்சியினர் உட்ரோ வில்சனை எதிர்த்துப் போட்டியிடச் சரியான ஆளைத் தேடிக்கொண்டிருந்தனர். தியோடர் ரூஸ்வெல்ட் மீண்டும் போட்டியிட விரும்பினார்.

யாரை நிறுத்தலாம் என்று மாநிலவாரியாகக் கருத்துக்கணிப்பு நடைபெற்றபோது யாரும் எதிர்பாராத வகையில் ஹென்றி ஃபோர்டின் பெயர் முன்னணியில் இருந்தது. மிஷிகன் மாநில ரிபப்ளிக்கன் கட்சியினர் ஃபோர்டின் பெயரை முன் மொழிந்தனர். நெப்ராஸ்கா மாநிலமும் ஃபோர்டுக்கு ஆதரவு தெரிவித்தது.

செய்தியை அறிந்த ஃபோர்டுக்கு அது அதிர்ச்சியாக இருந்தது. தான் ஜனாதிபதி தேர்தலில் போட்டியிட விரும்புவதாக எவரிடமும் சொல்லவில்லை. அப்படியிருக்கத் தன் பெயர் எப்படி முன்மொழியப்படுகிறது என்பதுதான் அவரின் அதிர்ச்சிக்குக் காரணம்.

உடனே ஓர் அறிக்கை வெளியிட்டார். தனக்கும் அரசியலுக்கும் வெகுதூரம் என்றும், தான் ஜனாதிபதி தேர்தலில் போட்டியிட விரும்பவில்லை என்றும் கூறினார். தன்னைப் பொருத்தமட்டில் பதவி தனக்குத் தகுதியான மனிதனை அழைக்கவேண்டுமே தவிர எவரும் பதவியைத் தேடிப் போகக்கூடது என்றார்.

உடனே நியூ யார்க் டைம்ஸ் பத்திரிகை 'மக்கள் அழைத்தால் ஹென்றி ஃபோர்ட் ஜனாதிபதி தேர்தலில் போட்டியிடத் தயார்' என்று செய்தி வெளியிட்டது. அவரைப் போட்டியிடச்சொல்லி

வற்புறுத்தி பொதுமக்களிடமிருந்து தினமும் ஆயிரக்கணக்கில் கடிதங்கள் வந்து குவிந்தன. 'மக்கள் நலனைக் கருத்தில் கொண்டு பாடுபடும் ஒரே தலைவன் ஃபோர்ட்தான்' எனக் கூட்டம் போட்டு மக்கள் பேசினர்.

நெஃப்ராஸ்கா மாநிலத்திலிருந்து ஒருவர் சொன்னார்:

'நான் ஒரு சாதாரண விவசாயி. எனக்கு மூன்று ஆசைகள் உண்டு.

1. ஃபோர்டுக்கு வாக்களிக்க வேண்டும்.
2. ஒரு ஃபோர்ட் காருக்குச் சொந்தக்காரனாக இருக்க வேண்டும்.
3. ஃபோர்டு ஜனாதிபதி தேர்தலில் இதுவரை யாரும் பெறாத அளவுக்கு அதிகம் வாக்குகள் பெற்று வெற்றி பெற வேண்டும்.'

மின்னசோட்டா மாநிலத்திலிருந்து ஒருவர் சொன்னார்: 'எனக்கும் பல மொழிகள் தெரியும். நான் ஃபோர்டுக்காக வெவ்வேறு மொழிபேசும் மக்களிடையே அவரவர் மொழியில் பேசி வாக்கு சேகரிப்பேன்.'

ஃபோர்ட் அரசியலுக்குப் போவதற்கு அஞ்சினார். அதற்குப் பல காரணங்கள் உண்டு. முதல் காரணம், அவரால் பொதுக்கூட்டங்களில் சரளமாகப் பேச முடியாது. அமெரிக்க ஜனாதிபதித் தேர்தலில் போட்டியிடுபவர்கள் ஒரே மேடையில் தத்தம் கொள்கைகளை ஆணித்தரமாக எடுத்துச் சொல்லவேண்டும். தன்னால் அப்படிச்செய்ய இயலாது என ஃபோர்ட் பயந்தார்.

எனவே தனக்கு ஜனாதிபதி தேர்தலில் போட்டியிடும் ஆர்வம் இல்லை என்றும், டெமாக்ரட்டிக் கட்சியில் போட்டியிடும் உட்ரோ வில்சனையே தாம் ஆதரிக்கப் போவதாகவும் தனது ஆதரவாளர்களுக்குக் கடிதம் எழுதினார்.

உட்ரோ வில்சனின் தேர்தல் பணிக்காக ஃபோர்ட் நிறைய பணம் செலவு செய்தார். உட்ரோ வில்சன் வெற்றிபெற்றார். அதன் பிறகும் ஃபோர்ட் அவரைத் தொடர்ந்து ஆதரித்தார்.

'ஜெர்மனி அநியாயமாக அமெரிக்கக் கப்பல்களை வழிமறிக்கிறது. மெக்ஸிகோவில் வாலாட்டுகிறது. இந்நிலையில்

ஜனாதிபதி வில்சன் போரில் ஈடுபடுவது என்று தீர்மானித்தால் எனது தொழிற்சாலையை அரசின் பயன்பாட்டுக்குத் திறந்து விடுகிறேன். ஒரு சென்ட்கூட லாபம் இல்லாமல் உழைக்கத் தயார்' என்று 1917-ம் ஆண்டு பிப்ரவரி மாதம் 3-ம் தேதி அறிவித்தார். அதே ஆண்டு ஏப்ரல் மாதம் 6-ம் தேதி அமெரிக்கா யுத்தத்தில் இறங்கியது.

ஃபோர்ட் உறுதியளித்ததைப் போலவே 1917-ம் ஆண்டு ஏப்ரல் முதல் 1918-ம் ஆண்டு நவம்பர்வரை அவரது தொழிற்சாலை அரசுப்பணிக்காகவே இயங்கியது. அசெம்ப்ளி லைன், அதிக உற்பத்தி என்ற தனது திட்டத்தைப் பயன்படுத்தி ஆயிரக் கணக்கில் ஆம்புலன்ஸுகளும் கார்களும் டிரக்குகளும் லிபெர்ட்டி விமான இன்ஜின்களும் அவரது தொழிற்சாலையில் தயாரிக்கப்பட்டன.

ஃபோர்ட் மாறிவிட்டார் என்று குறைகூறுபவர்கள் இருந்தாலும் ஃபோர்ட் உண்மையான தேசபக்தர் என்பதை மக்கள் தெரிந்து கொண்டார்கள். மக்களிடையே அவருடைய மதிப்பு மேலும் உயர்ந்தது.

1917-ம் ஆண்டு ஜூன் மாதம் ஒருநாள் ஜனாதிபதி உட்ரோ வில்சன் ஹென்றி ஃபோர்டை வெள்ளை மாளிகைக்கு அழைத்தார். ஃபோர்ட் ஜனாதிபதியின் அழைப்பை ஏற்று அங்குச் சென்றார்.

'நீங்கள் மிஷிகனிலிருந்து செனட்டுக்குத் தேர்ந்தெடுக்கப்பட வேண்டும் என்று விரும்புகிறேன். ரிபப்ளிக்கன் ஆதரவு அதிகமிருக்கும் அப்பகுதியில் டெமாக்ரட்டிக் கட்சி சார்பில் நீங்கள் போட்டியிட வேண்டும்' என்றார் ஜனாதிபதி.

'மிஸ்டர் ப்ரெசிடென்ட், என்னை மன்னிக்க வேண்டும். எனக்கு அரசியலில் ஈடுபாடு இல்லை. என்னை என் வழியிலேயே போக விடுங்கள்' என்றார் ஃபோர்ட்.

'மிஸ்டர் ஃபோர்ட், இப்பொழுது அமெரிக்கா மிக இக்கட்டான ஒரு சூழ்நிலையில் இருக்கிறது. நீங்கள் தேர்ந்தெடுக்கப்பட்டால் உங்களால் அமைதிக்குப் பாடுபட முடியும். அதுதானே உங்கள் விருப்பம்? அது மட்டுமல்ல. எனது திட்டமான லீக் ஆஃப் நேஷன்ஸையும் நீங்கள் ஆதரிக்கவேண்டும். எனவே நீங்கள் மறுக்காமல் தேர்தலில் போட்டியிடவேண்டும்' என்றார் ஜனாதிபதி.

‘ஜனாதிபதி சொல்லும்போது அதை மறுப்பது சரியல்ல என்பதால் ஒப்புக்கொள்கிறேன். ஆனால், நான் இரண்டு கட்சிக்கும் பொதுவானவன். எனவே நான் மக்கள் சார்பில் தனித்து நின்று போட்டியிடுவதையே விரும்புகிறேன்’ என்றார் ஃபோர்ட்.

‘அப்படியே செய்யுங்கள்’ என்றார் ஜனாதிபதி.

செய்தி காட்டுத்தீ போல் பரவியது. தனது நிலைமையைத் தெளிவுபடுத்துவதற்காக ஃபோர்ட் ஓர் அறிக்கை வெளியிட்டார்: ‘நானாக செனட்டர் பதவியைத் தேடிப் போகவில்லை. ஜனாதிபதி சொல்லும்போது மறுப்பது தேசபக்தியல்ல, எனவே ஒப்புக்கொண்டேன். ஆனால் ஒன்று, மக்கள் என்னைத் தேர்ந்தெடுக்க வேண்டுமே தவிர நான் வாக்கு வேட்டை ஆடமாட்டேன். இந்தத் தேர்தலுக்காக நான் என் சுண்டுவிரலைக்கூட அசைக்கமாட்டேன். அதுமட்டுமல்ல. ஒரு சென்ட் கூடச் செலவு செய்யமாட்டேன். நான் பயனுள்ளவனாக இருப்பேன் என்று கருதினால் மக்கள் என்னைத் தேர்ந்தெடுக்கட்டும்.’

‘அமெரிக்கா போரில் ஈடுபடாதிருக்க ஜனாதிபதி என்னவெல்லாம் செய்தார் என்பதை அறிந்தேன், அவரது கொள்கையான லீக் ஆஃப் நேஷன்ஸை நான் ஆதரிக்கிறேன். என்னுடைய தொழிற்சாலையில் அமெரிக்கக் கொடியை இறக்கிவிட்டு லீக் ஆப் நேஷன்ஸ் கொடியை ஏற்றவும் நான் தயார்’ என்றார் ஃபோர்ட்.

அமெரிக்கத் தேர்தல்களில் ஒரு கட்சியின் வேட்பாளராக ஒருவரை நியமிப்பதற்கு ஒருவரை அந்தக் கட்சியின் பதிவுபெற்ற உறுப்பினர்கள் முதலில் தேர்வு செய்யவேண்டும். அத்தகைய தேர்தலை பிரைமரி தேர்தல் என்று சொல்வார்கள். டெமாக்ரட்டிக் கட்சி, ரிபப்ளிக்கன் கட்சி இரண்டுமே இப்படியான பிரைமரி தேர்தலை நடத்தி அதில் வெற்றி பெறுபவர்களையே தங்கள் வேட்பாளர்களாக நிறுத்தும்.

டெமாக்ரட்டிக் கட்சி பிரைமரி தேர்தலில் ஃபோர்ட் முதல் ஆளாகத் தேர்வு செய்யப்பட்டார். ஆனால், ரிபப்ளிக்கன் கட்சியின் பிரைமரி தேர்தலில் ஃபோர்டுக்கு இரண்டாவது இடம்தான் கிடைத்தது. எந்தக் கட்சியின் சார்பிலும் நிற்காமல் சுயேச்சையாக நிற்கவே அவர் விரும்பினார்.

தனது கொள்கைகளைத் தெளிவாக ஓர் அறிக்கையில் வெளியிட்டார்:

'நான் செனட்டரானால் -

1. போரை ஒழிக்கப் பாடுபடுவேன்.
2. நுகர்வோர் நலனைக் கண்ணைப்போல் போற்றுவேன்.
3. மக்களுக்கு அதிக வசதியும் தேவையான அளவுக்கு ஓய்வும் கிடைக்கப் பாடுபடுவேன்.
4. விவசாயிகளுக்குப் பயன்படும் திட்டங்களை ஆதரிப் பேன்.'

தனது மகன் எட்செல், ஃபோர்ட் மோட்டார் கம்பெனி பணியில் அவசியம் இருக்கவேண்டிய காரணத்தால் அவனுக்கு போர்ப் பயிற்சியிலிருந்து விலக்கு அளிக்கும்படி வெகு நாள்களுக்கு முன் அரசுக்கு ஹென்றி ஃபோர்ட் மனு கொடுத்து விலக்கு பெற்றிருந் தார்.

ஃபோர்டின் எதிரணியினர் அவரை எதிர்க்க இதை ஓர் ஆயுதமாகப் பயன்படுத்தினர். ஃபோர்டை எதிர்த்துப் போட்டியிட்டவர் நியூபெர்ரி என்பவர். அவர் அமெரிக்க ராணுவத்தில் லெஃப்டி னன்ட் கமாண்டராக இருந்தவர். அவரது இரண்டு மகன்களும் ராணுவப்பணியில் இருந்தார்கள். எனவே அவர்கள் மூவரின் புகைப்படங்களையும் சுவரொட்டிகளாக அச்சடித்து அங்கங்கே ஒட்டிவைத்தார்கள். 'தேச சேவை செய்பவருக்கா, அல்லது தேச சேவை செய்யாதவருக்கா உங்கள் வாக்கு?' என்று நோட்டீஸ் அச்சடித்து வழங்கினார்கள். 'ராணுவத்தில் பணிபுரிவதைத் தவிர்த்த ஒருவரின் தந்தைக்கா உங்கள் ஓட்டு?' என்று எழுதி னார்கள்.

முன்னாள் ஜனாதிபதி தியோடர் ரூஸ்வெல்ட், ஃபோர்டைப் பற்றிக் கேலியாக எழுதினார்:

'ஃபோர்ட் சர்வதேசச் சங்கத்தின் கொடியைப் பறக்கவிடுவாராம். சர்வதேசச் சங்கத்துக்கு ஒரு ஹிந்துவோ சைனாக்காரரோ தலைவ ராக இருப்பார். ஃபோர்ட் ஹிந்துக் கொடியைப் பறக்கவிடு வாரா? இதுதான் அவரது அமெரிக்க தேசபக்தி. அவர் அமெரிக் கன் செனட்டுக்கு லாயக்கில்லாதவர்.'

ஆனாலும் பலர் ஃபோர்டை ஆதரித்து எழுதினர். 'நீங்கள் சிறந்த தேசபக்தர் என்பதை நிரூபித்திருக்கிறீர்கள். தங்களைப் போன்ற வர்கள்தான் அமெரிக்க ஐக்கிய நாடுகளின் காங்கிரஸுக்கு

அனுப்பப்படவேண்டும்' என்று ஜனாதிபதியின் செயலர் எழுதினார்.

வேறொருவர், 'நீங்கள் செனட்டுக்கு நிற்கக் கூடாது. அது உங்களை மழுங்கடித்துவிடும். நீங்கள் உங்கள் வேலைகளை முடித்துக்கொண்டு அடுத்த ஜனாதிபதி ஆகவேண்டும்' என்று எழுதினார்.

தான் தேர்தலில் வெற்றி பெற்றால் எந்த முயற்சியும் எடுக்காமல் எந்தப் பிரசாரமும் செய்யாமல் இருந்த தன்னை மக்கள் தேர்ந்தெடுத்திருக்கிறார்கள் என்று மார்தட்டிக்கொள்ளத்தான் ஃபோர்ட் பிரசாரம் செய்யாமல் இருக்கிறார். தோற்றால் தான் எந்த முயற்சியும் செய்யவில்லை என்று தப்பித்துக் கொள்ளலாம் அல்லவா என்று சிலர் குற்றம் சாட்டினார்கள்.

ஆனால் ஃபோர்ட் இதையெல்லாம் கண்டுகொள்ளவே இல்லை.

கடைசியில் செனட் தேர்தலில் வெறும் 5,000 வாக்குகள் வித்தியாசத்தில் ஃபோர்ட் தோல்வியுற்றார். அவரை எதிர்த்துப் போட்டியிட்ட நியூபெர்ரி 1,76,000 டாலர் செலவு செய்து குறுகிய வித்தியாசத்தில் ஓர் இடத்தைப் பிடித்திருக்கிறார் என்று ஃபோர்ட் கூறினார். ஃபோர்ட் சிறிது முயற்சி செய்திருந்தால் நிச்சயம் செனட்டர் ஆகியிருக்கக்கூடும்.

ஃபோர்ட் அரசியலில் தோற்றாலும் மக்கள் மனத்தில் நீங்காத இடம் பெற்றார்.

12

என்னைப் பொருத்தமட்டில் அதிக லாபம் மூலம் மக்கள் தங்கள் பணத்தை நம்மிடம் ஒப்படைத்திருக்கிறார்கள். நாம் அதற்கு தர்ம கர்த்தா மட்டும்தான். அதன் பலன் அவர்களுக் குத்தான் போய்ச் சேரவேண்டும்.

'தங்களைச் சந்திக்க எத்தனையோ முறை முயன்றும் முடியவில்லை மிஸ்டர் ஃபோர்ட்' என்றார் டாட்ஜ் சகோதர்களில் மூத்தவர்.

'மன்னிக்கவேண்டும். எத்தனையோ சிக்கல்கள். அதனால்தான் சந்திக்க முடியாமல் போயிற்று. சரி, என்ன வேண்டும் சொல்லுங்கள்' என்றார் ஃபோர்ட்.

'நானும் புதிதாக ஓர் ஆட்டோமொபைல் கம்பெனி தொடங்கி இருக்கிறேன்.'

'தெரியும். உங்களுக்கு என் நல்வாழ்த்துகள்.'

'வெறும் வாழ்த்து மட்டும் சொன்னால் எப்படி?'

'வேறு என்ன செய்ய வேண்டும் என்று சொல்கி நீர்கள்? பணம் ஏதாவது வேண்டுமா? சொல்லுங் கள், கடனாகத் தருகிறேன்.'

'வேண்டாம், எங்களுக்குச் சேரவேண்டிய பணத்தைத் தந்தால் போதும்.'

‘உங்களுக்குச் சேரவேண்டிய பணமா? உங்களிடம் நான் கடன் வாங்கவில்லையே!’

‘எங்களுக்குச் சேரவேண்டிய டிவிடெண்டைத் தந்தால் நல்லது.’

‘அதுதான் இதுவரை ஐந்தரை மில்லியன் டாலர்கள் தந்திருக் கிறேனே?’

‘மிஸ்டர் ஃபோர்ட், உங்களுக்கு ஆரம்பகாலத்தில் உதவியவர்கள் நாங்கள். அதை நீங்கள் மறந்துவிடக் கூடாது.’

‘நன்றி மறப்பவன் நானல்ல. நீங்கள் கொண்டுவந்த 10,000 டாலர் முதலீட்டுக்கு உங்களுக்கு ஐந்தரை மில்லியன் டாலர் டிவிடெண் டாகக் கிடைத்திருக்கிறதே, போதாதா?’

‘கம்பெனியின் லாபம் நிகரமாக 50 மில்லியன் டாலர்!’

‘தெரியும். எனக்குத்தான் அதிக பங்குகள். ஆனால் மற்றவர் களுக்குக் கொடுத்தபடிதானே நானும் டிவிடெண்ட் பெற்றேன்? அதிக லாபத்தைக் கம்பெனியில் முதலீடு செய்தால்தானே குறைந்த விலையில் கார்களை விற்க முடியும்? பொதுமக்க ளுக்குச் சேவையாகவும் இருக்கும். நமக்கு லாபமாகவும் இருக்கும்.’

‘ஃபோர்ட். நாம் தர்மத்துக்காகக் கம்பெனி நடத்தவில்லை. பணம் முதலீடு செய்தவனுக்கு லாபம்தான் முக்கியம்.’

‘மிஸ்டர் டாட்ஜ், என்னைப் பொருத்தமட்டில் அதிக லாபம் மூலம் மக்கள் தங்களது பணத்தை நம்மிடம் ஒப்படைத்து இருக்கிறார்கள். நாம் அதற்கு தர்மகர்த்தா மட்டும்தான். அதன் பலன் அவர்களுக்குத்தான் போய்ச் சேரவேண்டும்.’

‘உங்கள் சித்தாந்தம் புதிதாத இருக்கிறது. வேறு எங்கேயும் இதை நான் கேள்விப்பட்டதுகூட இல்லை. அதிக லாபம் கிடைக்கும் என்றுதானே முதலீடு செய்கிறோம்.’

‘மால்கம்ஸனை வெளியே அனுப்பியபோது நாம் செய்து கொண்ட ஒப்பந்தம் நினைவிருக்கிறதா? நான் என்ன செய்தாலும் சரி என்று ஏற்றுக்கொள்வதாகத்தானே சொன்னீர்கள்?’

‘ஆமாம். ஆனால் நீங்கள் எங்களுக்கு நன்மை செய்வதாகத் தெரியவில்லையே?’

‘புதிதாக வேறொரு பெரிய தொழிற்சாலை நிறுவலாம் என்றிருக்கிறேன். அதற்குப் பணம் தேவை.’

‘மிஸ்டர் ஃபோர்ட், நான் வேறொரு வழி சொல்கிறேன். எங்களது பங்குகளை நீங்கள் வாங்கிக்கொள்ளுங்கள். நாங்கள் விலகிக்கொள்கிறோம். உங்கள் இஷ்டம்போல் நீங்கள் என்ன வேண்டுமானாலும் செய்து கொள்ளுங்கள்.’

‘சரி, என்ன விலைக்கு விற்கிறீர்கள்?’

‘35 மில்லியன்.’

‘அநியாயமான விலை. அந்த அளவுக்கு என்னிடம் பணம் இல்லை.’

‘அப்படியென்றால் 20 மில்லியனை டிவிடெண்டாகப் பங்கு போட்டுக் கொடுங்கள்.’

‘இப்பொழுது முடியாது.’

‘மிஸ்டர் ஃபோர்ட். இதற்காக நீங்கள் வருத்தப்படப் போகிறீர்கள்’ என்று சொல்லிவிட்டுக் கோபமாக வெளியே சென்றார் டாட்ஜ்.

20-ம் நூற்றாண்டின் முதல் முப்பது ஆண்டுகளில் ஃபோர்ட் அமெரிக்காவின் பொருளாதாரத்தை நிலைநிறுத்தியிருந்தார். நுகர்வோரின் நலனைக் கருத்தில் கொண்டு அவர் மட்டும் குறைந்த விலையில் கார் விற்காமல் இருந்திருந்தால் கொள்ளை லாபம் அடிக்கும் மற்ற முதலாளிகள் மக்களைச் சுரண்டி இருப்பார்கள். ஃபோர்டுக்குப் போட்டியாக அவர்களும் விலையைக் குறைக்கவேண்டியிருந்தது. ஊழியர்களுக்கு, ஃபோர்டு கொடுத்த அளவு இல்லாவிட்டாலும், சம்பளத்தை உயர்த்திக் கொடுக்கவேண்டியிருந்தது.

பெரிய பெரிய அரசியல் தலைவர்கள் அமெரிக்காவை ஆண்டு வந்தாலும் பொருளாதார நிபுணர்கள் அந்தக் காலகட்டத்தில் ஹென்றி ஃபோர்டுதான் அமெரிக்கா என்றும் அவர் சாதாரண அமெரிக்கனின் கதாநாயகன் என்றும் கூறினார்கள். தறிகெட்டுப் போயிருக்க வேண்டிய பொருளாதாரத்தை மூக்கணாங்கயிறு போட்டுக் கட்டுப்பாட்டில் வைத்திருந்தவர் ஃபோர்ட் என்றும் நகர்ப்புற நாகரிகத்தில் கிராமத்தைக் கொணர்ந்தவர் ஃபோர்ட் என்றும் நிபுணர்கள் புகழ்மாலை பாடினர்.

ஃபோர்ட் மோட்டார் கம்பெனியில் பங்குதாரர்கள் அதிகம் கிடையாது. பெரும்பகுதிப் பங்குகள் ஃபோர்ட், கௌசன்ஸ், டாட்ஜ் சகோதரர்கள் ஆகியோர் வசமிருந்தது. டாட்ஜ் சகோ தரர்கள் நிறுவனம் தொடங்கும் போது 10,000 டாலர் முதலீடு செய்திருந்தார்கள். 1903-ம் ஆண்டிலிருந்து 1915-ம் ஆண்டுக்குள் அவர்களுக்கு 5.5 மில்லியன் டாலர் டிவிடெண்ட் கொடுக்கப் பட்டது. டிவிடெண்ட் கொடுத்தது போக மீதமிருந்த பணத்தை ஃபோர்ட், கம்பெனியை மேம்படுத்த முதலீடு செய்தார். அதனால் நிறுவனம் பல்கிப் பெருகியது.

டிவிடெண்ட் கொடுத்தது, முதலீடு செய்தது போக 50 மில்லியன் டாலர் பணமாகவே நிறுவனத்தின் கையில் இருந்தது. அதையும் முதலீடு செய்து தனது நிறுவனத்தை உலகிலேயே மிகப்பெரிய தாக மாற்றவேண்டும் என்றும் அதிகக் கார்களை உற்பத்திசெய்து மிகக்குறைந்த விலைக்கு மக்களுக்கு வழங்கவேண்டும் என்றும் ஆசைப்பட்டார் ஃபோர்ட்.

இதற்கிடையில் ஃபோர்டின் மகன் எட்செலின் திருமணம் நடைபெற்றது. அந்தத் திருமணத்துக்கு டாட்ஜ் சகோதரர்கள் வந்து மிகவும் உற்சாகமாகக் கலந்து கொண்டனர்.

மறுநாள் ஃபோர்டுக்கு நீதிமன்றத்திலிருந்து நோட்டீஸ் வந்தது. டாட்ஜ் சகோதரர்கள் ஃபோர்ட் நிறுவனத்தின் மீது வழக்கு தொடர்ந்திருந்தனர். 'நிறுவனங்களில் முதலீடு செய்வதே அந்த முதலீட்டின் மூலம் வருவாய் கிடைக்கும் என்பதற்காகத்தான். ஆனால் ஃபோர்ட் நிறுவனம் கிடைக்கிற நிகர லாபம் அனைத்தை யும் மீண்டும் அதே நிறுவனத்தில் முடக்கிவிடுவதால் தங்க ளுக்குக் கிடைக்க வேண்டிய நியாயமான டிவிடெண்டு கிடைப் பதில்லை' என்பது வழக்கு.

முதல்நாள் அதைப்பற்றி ஒன்றுமே சொல்லவில்லையே என்பதுதான் ஃபோர்டுக்கு எரிச்சலைக் கொடுத்தது. இப்படிக் கமுக்கமாக இருந்து கழுத்தறுக்கிறார்களே என்று கோபம் கொண்டார்.

டிவிடெண்டை மட்டும் கேட்டிருந்தால் கூடப் பரவாயில்லை. ஆனால் வழக்கு முடியும் வரையில் மேற்கொண்டு நிறுவனத்தில் எந்த விரிவும் செய்யக் கூடாது என்றும் தடை விதிக்கவேண்டும் என்றும் அவர்கள் கேட்டிருந்தனர்.

'10,000 டாலர் முதலீடு செய்ததைத் தவிர கம்பெனியின் வளர்ச்சிக்கு அவர்கள் ஒரு துரும்பைக்கூடக் கிள்ளிப்போடவில்லை. லாபத்தில் பங்கு பெற வேண்டியதுதான். 5.5 மில்லியன் டாலர் ஏற்கெனவே கொடுத்தாயிற்று. ஆனால் கொள்ளை லாபம் அடிக்க வேண்டும் என்று எதிர்பார்ப்பது தவறு. தனது முயற்சியால்தான் அவ்வளவு லாபம் வந்தது. கம்பெனியில் மேலும் முதலீடு செய்தால்தானே கம்பெனி மேலும் வளரும்' என்பது ஃபோர்டின் வாதம்.

ஃபோர்டிடம் வேறு என்ன குறைபாடுகள் இருந்தாலும் மக்களுக்குச் சேவை செய்ய வேண்டும் என்ற ஃபோர்டின் எண்ணம் அப்பழுக்கில்லாதது. தனக்குக் கிடைக்கிற லாபம் கார் வாங்குவோர்களால் வந்தது என்பதால் அதில் பொதுமக்களுக்கும் பங்குண்டு. எனவே அப்பணத்தை மேலும் முதலீடு செய்து ஊழியர்களுக்கு அதிகச் சம்பளம் கொடுப்பதும் காரின் விலையைக் குறைப்பதும்தான் முறையானது, நியாயமானது என ஃபோர்ட் விவாதித்தார்.

கார் உற்பத்திக்கு வேண்டிய எஃகு கிடைப்பதில் தாமதமானதால் ஃபோர்ட் தாமே இரும்புத் தொழிற்சாலை தொடங்கிவிடலாம் என்று எண்ணினார். இது இரும்புத்தொழிலில் கொடிகட்டிப்பறந்த பிட்ஸ்பர்க் தொழிலதிபர்களுக்கு எரிச்சல் ஊட்டியது. தமது தொழிலில் ஃபோர்ட் நுழைந்தால் தங்களுக்கு ஆபத்து என்று எண்ணிய அவர்கள் டாட்ஜைத் தூண்டிவிட்டு ஃபோர்டுக்கு எதிராக வழக்குத் தொடுக்கச் சொன்னார்கள் என்றும் வதந்தி நிலவியது.

அந்த வழக்கு இடைஞ்சல் தந்தாலும் வேறொரு வகையில் ஃபோர்டுக்கு உதவியது. 'இனி, தனது நிறுவனங்களில் டாட்ஜ் போன்ற ஒட்டுண்ணிகளுக்கு இடமில்லை. யாருக்கும் பங்குகள் கிடையாது. இயக்குநர்கள் கிடையாது. தொழிலில் ஈடுபட்டு உழைக்காத முதலாளிகள் கிடையாது' என்று அறிவித்தார்.

நீதிமன்றத்தின் கூண்டில் நின்று ஃபோர்ட் அறிவித்தவை அப்பொழுது வழக்கில் இருந்த பொருளாதாரக் கொள்கைகளை சற்றே ஆட்டிப்பார்த்தன.

'எனது நிறுவனம் பணம் பண்ணும் தொழிற்சாலையில்லை. மக்களுக்கு வசதிகளை ஏற்படுத்தும் தொழிற்சாலை. அதிக லாபம் வந்தால் அதில் நுகர்வோருக்கும் பங்குண்டு. அதைத்

தனித்தனியே நுகர்வோருக்குக் கொடுக்க இயலாது என்பதால் பொதுமக்களுக்கு நன்மை செய்வதற்காக மேலும் தொழிலில் முடக்கி உற்பத்திச் செலவைக் குறைத்து பொருளின் விலையை யும் குறைக்கவேண்டும் என எண்ணுகிறேன்.

பணம் ஒரு சிலரது பைக்குள் சென்று முடங்கிவிடக் கூடாது. நான் எனது பங்குதாரர்களுடன் செய்துகொண்ட ஒப்பந்தம் இந்த நிறுவனத்தின் தலைவனாக பொதுமக்களிடமிருந்து ஒவ்வொரு சென்டையும் கறப்பதுதான் என்றால் அது எனக்குத் தேவை யில்லை. அப்படித்தான் செய்யவேண்டும் என்றால் நாட்டின் மிக உயர்ந்த நீதிமன்றம் வரை சென்று போராட நான் தயார். முதலீடு செய்தவர்களுக்கு லாபத்தில் நியாயமான பங்குப் போய்ச் சேர வேண்டும் என்பதில் மாறுபட்ட கருத்து இல்லை. தாம் எதையும் செய்யாமல் லாபம் முழுதும் தனக்கு வேண்டும் என்று கேட்பது சரியில்லை.'

இந்த வழக்கு பத்திரிகைகளாலும் பொது மக்களாலும் மிக உன்னிப்பாகக் கவனிக்கப்பட்டு வந்தது. ஃபோர்ட் வெற்றிபெற வேண்டும் என்று மக்கள் வேண்டினர். ஃபோர்ட் தோற்க வேண்டுமென்று 'பெருந்தலைகள்' தம்மால் என்னவெல்லாம் செய்யமுடியுமோ அனைத்தையும் செய்தனர்.

ஓர் ஆண்டு கழித்து ஃபோர்டுக்கு எதிராகத் தீர்ப்பு வழங்கப் பட்டது. ஃபோர்டு தன் மோட்டார் கம்பெனியை மேலும் விரிவுபடுத்தக் கூடாது என்றும் அவரது பங்குதாரர்களுக்கு 19 மில்லியனுக்கும் அதிகமாக டிவிடெண்ட் கொடுக்கவேண்டும் என்றும் தீர்ப்பு வழங்கப்பட்டது.

ஃபோர்டு உச்ச நீதிமன்றத்தில் மேல்முறையீடு செய்தார். மேலும் ஒன்றரை ஆண்டுகள் இழுத்தடிக்கப்பட்ட பின்னர் வழக்கில், கீழ்நீதிமன்றத்தின் தீர்ப்பை சற்றே மாற்றித் தீர்ப்பு வழங்கப்பட்டது. அத்தீர்ப்பில் 'நீதிபதிகள் தாங்களே வணிக நிபுணர்களாக மாறித் தீர்ப்பு வழங்கக் கூடாது. எனவே ஃபோர்டு கம்பெனியின் விரிவாக்கத்துக்குப் போட்ட தடை நீக்கப்படுகிறது. அதே சமயம் பங்குதாரர்களுக்கு உரிய டிவிடெண்டை ஃபோர்ட் வழங்கத் தவறிவிட்டார் என்பதை உறுதிசெய்து, 20 மில்லியன் டாலர்களுக்கு அதிகமாக வட்டி யுடன் பங்குதாரர்களுக்கு வழங்கவேண்டும் என்று உத்தர விடுகிறோம்' என்று கூறப்பட்டிருந்தது.

கோர்ட் உத்தரவுப்படி டிவிடெண்ட் வழங்க ஃபோர்ட் ஒப்புக் கொண்டார். ஆனால் நண்பர்களிடம் சொன்னார்: 'இனி என் நிறுவனத்துக்கு நான்தான் தலைவன். என் விருப்பப்படிதான் எல்லாம் நடக்கும். வேறெவரும் மூக்கை நுழைக்க அனுமதிக்க மாட்டேன்.'

அதற்கான திட்டங்களையும் மனத்தளவில் தீட்டத் தொடங்கி விட்டார்.

இதே சமயம் ஃபோர்ட் இன்னொரு வழக்கைச் சந்திக்க நேர்ந்தது. இந்த முறை ஃபோர்டே வழக்கைத் தொடுத்தார்.

மெக்ஸிகோவில் நடந்த புரட்சியின்போது அமெரிக்க எல்லைப் பாதுகாப்புப் பணியில் அமர்த்தப்பட்ட வீரர்களுக்கு ஃபோர்ட் மோட்டார் கம்பெனியில் வேலை கொடுக்க மறுத்துவிட்டதாக சிகாகோ டிரிப்யூன் பத்திரிகையில் அதன் நிருபர் எழுதியிருந்தார். அதன் அடிப்படையில் 1916-ம் ஆண்டு ஜூன் மாதம் 25-ம் தேதி அந்தப் பத்திரிகைத் தலையங்கத்தில் 'ஃபோர்ட் அறிவற்ற வெற்றுக்கொள்கை உடையவர், நாட்டை அழிக்க நினைக்கும் தேசத்துரோகி' (Ignorant idealist, An anarchistic enemy of the Nation) என்று எழுதியிருந்தனர்.

அதைப் படித்த ஃபோர்ட் அந்தப் பத்திரிகைக்கு எதிராக மானநஷ்ட வழக்கு தொடர்ந்தார்.

ஒரு மில்லியன் டாலர் கேட்டு மான நஷ்ட வழக்கு தொடரப் பட்டது. இரண்டு ஆண்டுகள் இழுத்தடிக்கப்பட்ட பின் 1919-ம் ஆண்டு மே மாதம் மவுண்ட் கிளமென்ஸ் என்ற இடத்தில் வழக்கு விசாரணைக்கு வந்தது. அந்த இடம் டெட்ராய்ட்டிலிருந்து 20 மைல் வடமேற்கே இருக்கிறது.

மவுண்ட் கிளமென்ஸில் என்றைக்குமில்லாத அளவு மக்கள் கூட்டம் அலைமோதியது. அலுவலகத்துக்கு விடுப்பு எடுத்துக் கொண்டு பலர் நீதிமன்ற வழக்கு விசாரணையைப் பார்க்க வந்தனர். அங்கிருந்த விடுதிகள் அனைத்தும் நிரம்பி வழிந்தன. ரயில்வே நிர்வாகம் மவுண்ட் கிளமென்ஸுக்கு தனி ரயில்கள் விட்டது. வாடகைக் கார்களுக்குக் கொண்டாட்டம்.

ஃபோர்ட் கோர்ட்டுக்கு எதிரே இருந்த வணிக வளாகத்தின் இரண்டாவது மாடி முழுவதையும் வாடகைக்கு எடுத்து மவுண்ட்

கிளமென்ஸ் செய்திக் குழுமம் ஒன்றை அங்கே இருத்தி இருந்தார். நீதிமன்றத்தின் விசாரணைத் தகவல்கள் அன்றாடம் 15,000 வார இதழ்களுக்கும் 500 தினசரி இதழ்களுக்கும் அச்சடித்து அனுப்பப்பட்டன. அந்தக் கட்டடத்தின் வாசலில் அமெரிக்க தேசப்படம் ஒன்றை நிறுவி தன்னை ஆதரிக்கும் பத்திரிகைகள் உள்ள இடங்களில் நீலக் குண்டூசி கொண்டும் எதிர்க்கும் இதழ்களை மஞ்சள் குண்டூசி கொண்டும் குத்திக்காட்டினார். நீலக் குண்டூசிகளே அதிகமிருந்தன.

நாற்பது உளவாளிகள் நகர் முழுதும் சுற்றியலைந்து மக்கள் என்ன பேசிக்கொள்கிறர்கள் என்றும் சாட்சிகளுடைய நிலைமையையும் அறிந்து ஃபோர்டிடம் அறிக்கையளித்தனர். மே மாதம் 12-ம் தேதி விசாரணை தொடங்கியது.

ஆரம்பத்தில் 'அனார்க்கிஸ்ட்' என்றால் என்ன பொருள் என்று இரு தரப்பும் விளக்கின. இரண்டு தரப்பிலும் வெவ்வேறு கல்லூரிப் பேராசிரியர்கள் சாட்சிக்கு அழைக்கப்பட்டு விளக்கம் அளித்தனர். ஜூலை மாதம் 14-ம் தேதி ஃபோர்ட் கூண்டில் நிறுத்தப்பட்டுக் குறுக்கு விசாரணை செய்யப்பட்டார்.

அவர் அறியாமை மிக்கவர் என்பதை நிரூபிக்கும் பணியில் எதிர்த் தரப்பு வக்கீல்கள் மும்முரமாக ஈடுபட்டனர்

'ஆரம்பத்தில் அமெரிக்கா என்னவாக இருந்தது?' என்று கேட்டார் வக்கீல் ஸ்டீவென்சன்.

'நிலமாக இருந்தது' என்றார் ஃபோர்ட்.

'சரி, அமெரிக்கப் புரட்சி எப்பொழுது நடைபெற்றது?'

'1812' என்றார் ஃபோர்ட்.

1812-ல் அமெரிக்காவுக்கும் பிரிட்டனுக்கும் இடையே இரண்டாவது யுத்தம் நடந்தது. ஆனால் அமெரிக்கப் புரட்சி 1776-ல் நடந்தது.

அமெரிக்கப் புரட்சிக்குக் காரணங்கள் என்ன என்ற கேள்விக்கு ஃபோர்டுக்கு பதில் சொல்லத் தெரியவில்லை.

அநேகமாக எல்லாக் கேள்விகளுக்குமே ஃபோர்ட் தவறாகப் பதில் சொன்னார்.

ஃபோர்டு தப்புத்தப்பாகப் பதில் சொல்வதைக் கண்டு அவரது வழக்குரைஞர்கள் மறுநாள் அவருக்கு வகுப்பு நடத்தினார்கள். ஆனால் ஃபோர்ட் கற்க விரும்பாத மாணவனைப் போல் நடந்துகொண்டார். பாடம் நடந்துகொண்டிருக்கும் போதே 'அதோ பாருங்கள். அந்தப் பறவை என்ன அழகாகப் பறந்து கொண்டிருக்கிறது' என்பார். இவருக்குப் பாடம் நடத்த இயலாது, நடப்பது நடக்கட்டும் என்று வக்கீல்கள் ஒதுங்கிக் கொண்டனர்.

எதிர்க்கட்சி வக்கீல் கேள்வி கேட்கும்போது சில சமயங்களில் ஃபோர்ட் எரிச்சலடைந்ததும் உண்டு. ஸ்டீவென்சன் வரலாறு சம்பந்தமான கேள்விகளை அடுக்கிக்கொண்டே போனார். அதற்குப் பதில் சொல்லிவந்த ஃபோர்ட் திடீரென்று, 'மிஸ்டர் ஸ்டீவென்சன், எனக்கு வரலாற்றைப்பற்றி விவரங்கள் தேவை யென்றால் ஐந்தே நிமிடத்தில் ஒரு வரலாற்றுப் பேராசிரியரைப் பதவிக்கு அமர்த்திக்கொள்ள முடியும். எனக்கு எது தேவையோ அது தெரியும்' என்றார்.

விசாரணையைப் பற்றி விதவிதமான செய்திகள் வெளிவந்தன. ஃபோர்டை ஜோக்கர் என்றது ஒரு பத்திரிகை. நேஷன் என்ற ஒரு பத்திரிகை, 'புதிர் விடுபட்டுவிட்டது. ஃபோர்ட் எளிமையான கல்வியறிவில்லாத மனிதர். அவருக்கு ஆட்டோமொபைல் தவிர வேறெதுவும் தெரியாது. பணம் சேர்ந்ததே தவிர அவருக்குப் பெருமை சேரவில்லை' என்று எழுதியது.

ஆனால் பாமர மக்கள் ஃபோர்டை ஆதரித்தனர். அவரது துறையில் அவர் பெரியவர். மற்றவற்றைப்பற்றிக் கவலைப் படாமல் தனக்கு ஆர்வமுள்ளதில் அவர் தேர்ச்சி பெற்றிருப் பதால் அவரது துறையில் அவர் சிறந்து விளங்க முடிகிறது என்றார்கள். லட்சக்கணக்கில் ஆதரவுக்கடிதங்கள் குவிந்தன.

'ஃபோர்ட், உலகில் உள்ள பணக்காரர்களில் உங்களிடம் மட்டும் தான் இதயம் இருக்கிறது. நீங்கள் மட்டும்தான் ஏழைகளைப் பற்றிச் சிந்திக்கிறீர்கள்.'

'ஃபோர்ட், நீங்கள்தான் என் கதாநாயகன். உங்களிடம் பொய்யும் புரட்டும் இல்லை. உங்கள் கருத்துகள் உண்மையானவை, நேர்மையானவை. ஆபிரஹாம் லிங்கன் ஒருவர்தான் உங்களைப் போல் இருந்தார். நேர்மையை விரும்புபவர்கள் உங்களை

மட்டுமே பார்க்கிறார்கள். மற்றவர்களை எண்ணிப் பார்ப்பது கூடப் பாவம்.'

'உலகமே உங்களை நேசிக்கிறது. உங்கள் பெயர் சொல்லப்படும் போதெல்லாம் மக்கள் உங்கள் நலனுக்காக வேண்டுகிறார்கள். வாழும் காலத்திலேயே வரலாறு படைத்தவர் நீங்கள். தயவு செய்து அதைரியப் படவேண்டாம்.'

இப்படிப் பல கடிதங்கள் அவரது அலுவலகத்தில் குவிந்தன.

ஆகஸ்ட் 14-ம் தேதி தீர்ப்பு வழங்கப்பட்டது.

சிகாகோ டிரிப்யூன் வெளியிட்ட செய்தி மானபங்கப்படுத்தும் ஒன்றுதான் என்றும் மானநஷ்டத் தொகையாக ஃபோர்டுக்கு சிகாகோ டிரிப்யூன் 10 சென்ட் வழங்க வேண்டும் என்றும் தீர்ப்பு வழங்கப்பட்டது. ஃபோர்ட் வென்றார். நஷ்ட ஈட்டுத் தொகை எவ்வளவு என்பதைப்பற்றி அவருக்குக் கவலை இல்லை.

'தன்னைப் பற்றி ஒரு பத்திரிகையின் முன் பக்கத்தில் வருகிற ஒரு செய்தி லட்சக்கணக்கில் பணம் செலவு செய்து வெளியிடும் விளம்பரத்தைவிடச் சிறந்தது' என்றார் ஃபோர்ட்.

சிகாகோ டிரிப்யூன் வழக்கு நடந்தபோது ஃபோர்டுக்கு மிகவும் உதவியாக இருந்தது, அவர் வாங்கி நடத்திவந்த டியர்பான் இண்டிபெண்டெண்ட் என்ற பத்திரிகை. 1918-ம் ஆண்டு, நஷ்டத்தில் இயங்கிக்கொண்டிருந்த இந்தப் பத்திரிகையை ஃபோர்ட் வாங்கினார். 1919-ம் ஆண்டு ஜனவரி முதல் தன் செலவில் பத்திரிகையை நடத்த ஆரம்பித்தார். இந்தப் பத்திரிகை யில் 'ஃபோர்டின் பக்கம்' என்ற பகுதியில் தனது கருத்துகளை ஃபோர்ட் எழுதத்தொடங்கினார்.

ஃபோர்டின் பெயரில் கட்டுரைகள் வெளிவந்தாலும் தன் பெயரில் எழுத வில்லியம் கேமரான் என்ற எழுத்தாளரை நியமித்தார். ஃபோர்டுடன் பழகிப் பழகி அவர் என்ன சொல்கி றார், அல்லது என்ன சொல்ல நினைக்கிறார் என்பதை அறிந்தவர் கேமரான். கட்டுரையை எழுதி ஃபோர்டிடம் வாசித்துக்காட்டி விட்டு வெளியிடுவார். பத்திரிகையாளர் கூட்டத்தில் ஃபோர்ட் என்ன சொன்னார் என்று தெரியாமல் நிருபர்கள் குழம்பும்போது இதுதான் ஃபோர்டின் கருத்து என்று விளக்கிச் சொல்வார் கேமரான்.

டியர்பார்ன் இண்டிபெண்டெண்ட் பத்திரிகைக்கு பிப் என்பவர் ஆசிரியராக இருந்தார். சிகாகோ டிரிப்யூன் வழக்கு நடந்தபோது பிப்பும் கேமரானும் இணைந்து, தினம் தினம் அந்த வழக்கின் விவரங்களைத் தங்கள் பத்திரிகையில் எழுதிவந்தனர். இந்தப் பத்திரிகையின் வாயிலாகத்தான் நாட்டின் அனைத்து செய்தித் தாள்களும் ஃபோர்ட் வழக்கின் விவரங்களைப் பெற்றனர். இதனால் டியர்பான் இண்டிபெண்டெண்ட் பிரபலமடைந்தது.

ஃபோர்ட், தன்னுடைய கார் விற்பனை ஏஜெண்டுகளை பத்திரிகை முகவர்களாக்கி மக்களுக்கு பத்திரிகையை விநியோகிக்கச் சொன்னார். அதில் விளம்பரங்கள் தேவையில்லை என்றார். 1925 வாக்கில் இந்தப் பத்திரிகை கிட்டத்தட்ட ஒன்பது லட்சத்துக்குமேல் விற்பனையானது.

ஃபோர்டுக்கு யூதர்களைக் கண்டால் பிடிக்கவில்லை. அவர்கள் தான் அமெரிக்கவின் பண முதலைகள் என்றும் பங்குச் சந்தை மூலம் நாட்டின் பொருளாதாரத்தைக் கெடுத்தவர்கள் என்றும் அவர் எண்ணினார். வாய்ப்பு கிடைக்கும் போதெல்லாம் தனது பத்தியான 'ஃபோர்டின் பக்கம்' என்ற பகுதியில் யூதர்களைத் தாக்கி எழுத அவர் தயங்கியதில்லை.

மே 1920 முதற்கொண்டு, டியர்பான் இண்டிபெண்டெண்ட் முதல் பக்கத்தில், 'சர்வதேச யூதர் - உலகின் பிரச்னை' (The International Jew: The World's Problem) என்ற தலைப்பில் கட்டுரைகள் வெளிவந்தன. இந்தக் கட்டுரைகள் வருவதை எதிர்த்து பிப் ராஜினாமா செய்துவிட்டார். அதனால் பிப்புக்கு பதில் கேமரானே ஆசிரியராக நியமிக்கப்பட்டார்.

91 கட்டுரைகள் வெளியானதும் அதைத்தொகுத்து ஃபோர்ட் புத்தகமாக வெளியிட்டார். இறுதிக் கட்டுரையில், 'இந்தக் கட்டுரைகளைப் படித்த பிறகாவது யூதர்கள் தங்கள் கெட்ட எண்ணங்களை மாற்றிக்கொள்ள வேண்டும். இல்லையென்றால் மற்றவர்கள் அதைச் செய்ய நேரிடும்' என்று எழுதப்பட்டிருந்தது.

அக்கட்டுரைத் தொடரை எதிர்த்துப் பல கட்டுரைகள் வெளிவந்தன. பல சமுதாய நிறுவனங்கள் எதிர்ப்புக்குரல் எழுப்பின.

'தி ப்ரொடொகால்ஸ் ஆஃப் தி லேர்னட் எல்டர்ஸ் ஆஃப் சியான்' (The Protocols of the Learned Elders of Zion) என்ற புத்தகத்தின் பிரதி

கேமரானுக்குக் கிடைத்தது. அதில் யூதர்கள் சதித்திட்டம் தீட்டி கிறித்துவ உலகத்தைத் தம் அடிமைகளாக்கவும் உலகின் பொருளாதாரத்தைத் தம் வசமாக்கவும் என்னென்ன முயற்சிகள் மேற்கொண்டார்கள் என்ற விவரங்கள் இருந்தன. 1897-ம் ஆண்டு யூதர்கள் பலர் சேர்ந்து இந்தத் திட்டத்தைத் தீட்டியதாகத் தகவல்கள் சொல்லின.

ஆனால், உண்மையில் இந்தப் புத்தகம் ஒரு ஃபோர்ஜரி. உண்மையில் யூதர்கள் இதைப்போன்ற ஒரு திட்டத்தைத் தீட்டவில்லை. 1864-ம் ஆண்டு பிரெஞ்சு எழுத்தாளர் மாரிஸ் ஜோலி என்பவர் நெப்போலியன் III-ம் அரசன் உலகைத் தன் அடிமையாக்கத் திட்டம் தீட்டுவதைப் போல கேலிச்சித்திர நாவல் ஒன்றை எழுதியிருந்தார். அதனை அப்படியே ஒட்டி 1869-ம் ஆண்டு ஜெர்மன் எழுத்தாளர் ஹெர்மன் கோட்ஷே என்பவர் யூதர்கள் சேர்ந்து உலகை அடிமைப்படுத்தத் திட்டம் தீட்டுவதைப் போல மாற்றி ஒரு நாவலைப் படைத்தார்.

1905-ம் ஆண்டு ரஷ்யாவின் ஜார் மன்னனின் கையாள் ஜெர்மன் நாவலை அடிப்படையாகக் கொண்டு ரஷ்யாவின் பிரச்னைகளுக்கு எல்லாம் காரணம் ரஷ்ய யூதர்களே என்று ஒரு புத்தகம் எழுதினார். இதனை அடிப்படையாகக் கொண்டு 1917-ல் பெர்லினில் இருந்த சில ரஷ்ய உளவாளிகள் 'தி ப்ரொடொகால்ஸ்' என்ற பெயரில் இந்தப் புத்தகத்தை எழுதினர்.

அதன் அடிப்படையில் டியர்பான் இண்டிபெண்டண்ட் பத்திரிகையில் செய்திகள் வெளியாயின. 'யூதர்கள் எதையும் தயாரிக்க விரும்புவதில்லை. ஆனால் மற்றவர் தயாரிக்கும் பொருள்களின் மூலம் பணம் சம்பாதித்து விடுவர்.' முதல் உலகப் போருக்குக் காரணமே யூத வங்கிச் சொந்தக்காரர்கள்தாம்' என்றெல்லாம் ஃபோர்ட் நம்பினார்.

'யூதர்கள் தம்மை யூத அமெரிக்கர்களாக மாற்றிக்கொள்ள வேண்டுமே தவிர அமெரிக்கர்களை யூதர்களாக மாற்ற முயற்சி செய்யக் கூடாது' என்றார் ஃபோர்ட்.

பித்தளை யூதர்களின் உலோகம் என்பதால் மாடல் டி காரில் பித்தளையைப் பயன்படுத்தக் கூடாது என்று ஃபோர்ட் உத்தரவிட்டிருந்தார். ஆனால் அவருக்குத் தெரியாமல் பித்தளையைப் பயன்படுத்தி அதற்குமேல் கருப்பு வண்ணம் பூசினர்.

ஃபோர்டின் மனத்தில் யூதர்கள் மேல் வெறுப்பைத் தூண்டி விட்டவர் அவரிடம் பணிபுரிந்த ஏர்னஸ்ட் லைபோல்ட் என்பவர். அவர் நிறுவன அதிகாரிகளிடம் கூடக் கடுமையாக நடந்து கொண்டார். அதைப்பற்றி ஒரு பெரிய அதிகாரி ஃபோர்டிடம் புகார் செய்தபோது ஃபோர்ட் சொன்னார்: 'ஒரு காவல் நாயை விலைக்கு வாங்கி வைத்திருக்கும்போது வாயில் அருகே வருவோரை எல்லாம் அது விரும்பவேண்டும் என்று கூறமுடியுமா?'

யூதர்கள் சங்கங்களிலிருந்து கடும் எதிர்ப்பு எழுந்தது. ஷாப்பிரோ என்ற யூதர் ஃபோர்ட் மீது மானநஷ்ட வழக்கு தொடுத்தார். அதை எவ்வளவு நாள்கள் தள்ளிப்போட முடியுமோ அவ்வளவு நாள்கள் இழுத்தடிக்கும்படி ஃபோர்ட் தனது வக்கீல்களிடம் சொன்னார். இரண்டாண்டுக்குப் பிறகு அது விசாரணைக்கு வந்தது.

விசாரணைக்கு இன்னமும் இரண்டு நாள்களே இருக்கும்போது ஃபோர்ட் ஒரு விபத்தில் சிக்கிக்கொண்டதாகவும், அவர் சென்று கொண்டிருந்த கார் கவிழ்ந்து தீப்பிடித்துக்கொண்டதாகவும், ஃபோர்ட் பலத்த காயங்களுடன் தப்பித்துக்கொண்டதாகவும், மருத்துவர்கள் தீவிர சிகிச்சை அளித்து வருவதாகவும் செய்திகள் வந்தன.

ஃபோர்ட் விசாரணைக்கு வரும் நிலையில் இல்லை என்பதால் விசாரணை ஒத்திப்போடப்பட்டது.

ஆனால் உண்மையில் விபத்து நடந்த வண்டியில் ஃபோர்ட் இல்லை. இருந்ததாகவும் விபத்தில் காயமுற்றதாகவும் சொல்லப்பட்டது ஒரு கட்டுக்கதை.

அந்த வழக்கை மேலும் நீட்டிக்க ஃபோர்ட் விரும்பவில்லை. எனவே டியர்பான் இண்டிபெண்டண்ட் பத்திரிகையை நிறுத்தி விடுவதாக அறிவித்தார். 1927-ம் ஆண்டுடன் அந்தப் பத்திரிகை முடிவுக்கு வந்தது.

'யூதர்கள் நல்லவர்கள் என்றும் பல்வேறு பணிகள் இருந்ததால் அவர்களுக்கு எதிராக எழுதப்பட்ட கட்டுரைகளைப் பார்ப்ப தற்குக்கூடத் தமக்கு நேரமில்லை என்றும் தன் பத்திரிகையில் எழுதப்பட்டவற்றுக்குத் தாம் பொறுப்பேற்பதாகவும் தம்மை மன்னிக்க வேண்டும் என்றும் ஃபோர்ட் அறிக்கை வெளி யிட்டார். நீதிமன்றத்துக்கு வெளியே ஏற்பட்ட சமரசத்தால் வழக்கு திரும்பப் பெறப்பட்டது.

உச்சியிலிருந்த ஃபோர்டின் புகழ் இண்டிபெண்டண்ட் பத்திரிகை வழக்கால் சரியத் தொடங்கியது.

●

ஆனால் யூதர்களுக்கு எதிரான எண்ணங்களை ஃபோர்ட் கடைசிவரை மாற்றிக்கொள்ளவில்லை.

1938-ம் ஆண்டு, ஜெர்மன் தூதரகம் அவரைத் தொடர்புகொண்டு ஜெர்மனியின் மிகப்பெரிய விருதான 'தி ஆர்டர் ஆஃப் தி க்ரேண்ட் க்ராஸ் ஃஆப் தி ஜெர்மன் ஈகிள்' என்ற விருதைப் பெற்றுக்கொள்வாரா என்று கேட்டது. ஃபோர்ட் மகிழ்ச்சியோடு ஏற்றுக்கொள்வதாகச் சொன்னார். இந்த விருதுதான் அன்றைய ஹிட்லரின் - ஜெர்மனியின் - தலைசிறந்த விருது.

1938-ம் ஆண்டு ஜூலை மாதம் 30-ம் நாள் டியர்பான் அலுவலகத்தில் அமெரிக்காவுக்கான ஜெர்மன் தூதர் ஃபோர்டுக்கு விருதை வழங்கினார். ஃபோர்டை வாழ்த்தி அடால்ஃப் ஹிட்லர் அனுப்பியிருந்த கடிதம் வாசிக்கப்பட்டது.

இரண்டாம் உலகப்போரின்போது அமெரிக்கா, ஹிட்லரின் ஜெர்மனியை எதிர்த்துப் போரில் இறங்கினாலும் ஃபோர்ட் தன் விருதைத் திருப்பித் தரவில்லை.

13

அடுத்தவரின் தோள்மேல் ஏறி அமர்ந்து கொண்டு இந்த உலகம் தனக்காக எல்லாம் செய்யவேண்டும் என்று எதிர்பார்ப்பவர்கள் அதிகம். எல்லோரும் இணைந்து உழைத்தால் தானே உன்னதம் கிடைக்கும். ஒருவன் உழைப்பில் மற்றவர்கள் குளிர்காய நினைப்பது தவறு.

'உண்மையாகவா மிஸ்டர் ஃபோர்ட்? நான் என் பத்திரிகையில் அப்படியே போடலாமா?' என்று கேட்டார் லாஸ் ஏஞ்சல்ஸ் எக்ஸாமினர் பத்திரிகையின் நிருபர்.

'தாராளமாகப் போடலாம். நான் சொல்வது அனைத்தும் உண்மை. உண்மையைத் தவிர வேறொன்றும் இல்லை' என்றார் ஃபோர்ட்.

'எவ்வளவு விரைவில் உங்களது புதுக் கம்பெனி தொடங்கப்படும்?'

'வெகு விரைவில்.'

'உங்கள் கம்பெனி நல்ல லாபத்தில் போய்க் கொண்டிருக்கிறதே! இவ்வளவு குறைவான விலைக்கு யாரால் கார் கொடுக்கமுடியும்?'

'லாபம்தான். ஆனால் என் விருப்பம்போல் செயல் பட முடியவில்லை. இன்னமும் விலையைக்

குறைத்து 200-300 டாலருக்குள் கொடுக்க வேண்டுமென்று ஆசைப்படுகிறேன். இப்பொழுது உள்ள சூழ்நிலையில் அது முடியாதுபோல் தெரிகிறது. அதனால்தான்...'

'டாட்ஜ் சகோதரர்கள் வழக்கு விளைத்த கசப்பு என்று நினைக்கிறேன்.'

'அப்படி என்று சொல்ல முடியாது. ஆனால், அதுவும்தான்' என்றார் ஃபோர்ட்.

'மாடல் டி என்னாகும்?'

'ஃபோர்ட் மோட்டார் கம்பெனி தொடர்ந்து உற்பத்தி செய்யும். புது நிறுவனத்தில் இன்னமும் மலிவாகக் கார் உற்பத்தி செய்ய முயற்சி செய்வேன். அமெரிக்காவில் மட்டுமல்ல. உலகத்தில் ஒவ்வொரு குடும்பத்துக்கும் ஒரு கார் தேவை. அதை அவர்களின் வாங்கும் சக்திக்குள் நான் கொடுப்பேன்' என்றார் ஃபோர்ட்.

'ஃபோர்ட் மோட்டார் கம்பெனியின் நிலை என்ன ஆகும்?'

'அதைப்பற்றி இப்பொழுது ஒன்றும் சொல்ல முடியாது. போகப் போகப் பார்க்கலாம்' என்றார் ஃபோர்ட்.

ஃபோர்டும் அவரது மனைவியும் கலிஃபோர்னியா சென்றிருந்த போது ஃபோர்ட் கொடுத்த பேட்டி இது.

இதைப்பற்றி ஃபோர்டு மோட்டார் கம்பெனியின் அதிகாரி களுக்கு எதுவும் தெரியாது.

லாஸ் ஏஞ்சல்ஸ் பத்திரிகையில் செய்தி வந்ததும் அதைப் பலரும் நம்பவில்லை. வதந்தி என்றே நினைத்தார்கள். ஆனால் பத்திரிகைகளில் செய்திக்குமேல் செய்தி வந்துகொண்டே இருந்தது. ஃபோர்டின் பங்குகளை விலைக்கு வாங்க போட்டா போட்டி என்றும், ஜெனரல் மோட்டார்ஸ் கம்பெனி ஃபோர்டின் பங்குகளை 187 மில்லியன் டாலருக்கு வாங்கத் தயார் என்றும் ஜெனரல் மோட்டார்ஸ் நிறுவனம் ஃபோர்டின் பங்குகளை ஏற்கெனவே வாங்கிவிட்டதாகவும் செய்திகள் வெளிவந்தன. அவை உண்மையா அல்லது வதந்தியா என்பதைக்கூடச் செய்தியாக்கினார்கள்.

புதிய கம்பெனியின் பங்குகளை வாங்குவதற்குப் பலர் கடிதம் எழுதினார்கள். ஏஜென்ஸி எடுப்பதற்குப் பலர் முன்வந்தனர். 250

டாலர் கார் எப்பொழுது வெளிவரும் என்று மக்கள் எதிர்பார்க்கத் தொடங்கினர்.

'ஃபோர்ட் மோட்டார் கம்பெனியின் மைனாரிட்டி பங்குகளை நான் வாங்கப்போவதாகச் சொல்கிறார்கள். எனக்கு அதில் ஈடுபாடு இல்லை' என்று ஃபோர்ட் அறிக்கை வெளியிட்டார்.

இதற்கிடையில் டாட்ஜ் சகோதரகள் மீண்டும் வழக்கு தொடரப் போவதாகப் பயமுறுத்தினர். 'ஃபோர்டின் பெயரும் அவரது அறிவும் ஃபோர்ட் மோட்டார் கம்பெனியின் ஒப்பந்தத்தால் கட்டுப்படுத்தப்பட்டுள்ளன. எனவே ஃபோர்ட் மோட்டார் கம்பெனியை விட்டு அவர் வெளியே செல்ல முடியாது. புதிதாக எந்தக் கம்பெனியையும் தொடங்க முடியாது' என்றனர்.

ஆனால் உள்ளுக்குள் அவர்களுக்குப் பதைபதைப்பு. ஃபோர்ட் வேறு கம்பெனியைத் தொடங்கினால் தங்களிடம் உள்ள பங்குகள் மதிப்பிழந்து போய்விடும், அதனால் ஃபோர்ட் மோட்டார் கம்பெனியின் பங்குகளை எப்படியாவது நல்ல விலைக்குத் தள்ளிவிட்டுவிடவேண்டும் என்று அவர்கள் துடித்தனர். அதைப் போலவே மைனாரிட்டி பங்குதாரர்களும் எங்கே தங்கள் பங்கின் விலை அதலபாதளத்துக்குப் போய்விடுமோ என்று பயந்தனர். எனவே அவர்களும் விற்பதற்குத் தயாராயினர்.

ஃபோர்ட் இந்த விவகாரத்துக்கும் தனக்கும் சம்பந்தம் இல்லாததைப்போலத் தன் பணிகளைச் செய்துகொண்டிருந்தார். புதுக் கார் வரட்டும் வாங்கிக்கொள்ளலாம் என்று மக்கள் மாடல் டி-யைக் கைவிட்டுவிடுவார்களோ என்று எண்ணி ஃபோர்டின் மகன் எட்செல் எல்லா ஏஜெண்டுகளுக்கும் கடிதம் எழுதினார். புதிய நிறுவனம் தொடங்க நாளாகலாம் என்றும் அப்படித் தொடங்கினாலும் புதிய கார் உருவாகக் குறைந்தது இரண்டு ஆண்டுகள் ஆகலாம் என்று அக்கடிதத்தின் முலம் தெரிவித்தார். மாடல் டி வழக்கம் போல் விற்பனையாகிக்கொண்டிருந்தது

இவை எல்லாமே போர்டின் தந்திரம். புது நிறுவனம் தொடங்கும் எண்ணமே அவருக்கில்லை. ஆனால் டாட்ஜ் வழக்குக்குப் பிறகு தன்னிச்சையாகத் தன்னால் செயல்பட முடியாமல் போய் விடுமோ என்ற பயம் வந்துவிட்டது. எனவே மைனாரிட்டி பங்குதாரர்களிடமிருந்து பங்குகளைத் தந்திரமாக வாங்கிவிட வேண்டும் என்றும் டாட்ஜ் சகோதரர்களுக்கு ஒரு பாடம் புகட்ட

வேண்டும் என்றும் தீர்மானித்தார். அதன் விளைவுதான் புது நிறுவனம் தொடங்கப்போவதாக அவர் செய்த அறிவிப்பு.

உண்மை மூன்று பேருக்கு மட்டுமே தெரியும். ஃபோர்ட், வில்லியம் மேயோ, எட்செல். தனக்கு எந்தச் சம்பந்தமும் இல்லை என்பதுபோல ஃபோர்ட் ஒதுங்கியிருந்துவிட்டார்.

வில்லியம் மேயோ ஃபோர்ட் மோட்டார் கம்பெனியின் தலைமைப் பொறியாளராக இருந்தவர். பங்குகளை வாங்கும் முழு உரிமையையும் மேயோவிடம் ஒப்படைத்தார் ஃபோர்ட். மேயோ, ஓல்ட் காலனி ட்ரஸ்ட் ஹவுஸ் என்ற நிதி நிறுவனத்தின் அதிகாரிகளையும் இம்முயற்சியில் கூட்டு சேர்த்துக் கொண்டார்.

அவர்கள் மைனாரிட்டி பங்குதாரர்களைத் தொடர்புகொண்டு பேரம் பேசினார்கள். நீண்ட விவாதங்களுக்குப் பிறகு எல்லாப் பங்குகளும் வாங்கப்பட்டன. யார் வாங்குகிறார்கள் என்ற உண்மை பங்குதாரர்களுக்குத் தெரியாது. 8,300 பங்குகள், பங்கு ஒன்றுக்கு 12,500 டாலர் வீதம் வாங்கப்பட்டன. டாட்ஜ் பங்குகளும் அதில் அடக்கம். கௌசன்ஸ் ஃபோர்ட் மோட்டார் கம்பெனிக்குச் செய்த சேவையின் காரணமாக அவரது பங்குகள் மட்டும் 13,000 டாலர் வீதம் வாங்கப்பட்டன. மூன்று நிதி நிறுவனங்கள் இணைந்து ஃபோர்டுக்கு 75 மில்லியன் டாலர் கடன் கொடுத்தன.

இதற்குப் பிறகு ஃபோர்ட் கைக்கு நிறுவனத்தின் மொத்தப் பங்குகளும் வந்து சேர்ந்தன. எல்லாப் பங்குகளும் வாங்கப்பட்ட பின்தான் ஃபோர்டின் சூழ்ச்சி அனைவருக்கும் தெரியவந்தது. ஃபோர்ட் மோட்டார் நிறுவனத்தின் தன்னிகரற்ற தனித்தலைவராக ஃபோர்ட் விளங்கினார். இனி அவர் தன் இஷ்டம் போல் செயல்பட முடியும். எல்லாம் தன் கையில் வந்ததும் ஃபோர்ட் மளமள என்று புது முயற்சியில் இறங்கினார்.

'இப்படி நாடகமாடி எல்லாப் பங்குகளையும் வாங்கிவிட்டீர்களே? இது நியாயமா?' என ஒரு பத்திரிகை நிருபர் ஃபோர்டைக் கேட்டார்.

'வியாபாரத்தில் நியாயத்தை எதிர்பார்ப்பவன்தான் நான். ஆனால் என் கை கட்டப்படுகிறபோது நான் என்ன செய்யமுடியும்? அவர்கள் பங்குகளுக்கு உரிய பணத்தைக் கொடுத்துத்தானே

வாங்கியிருக்கிறேன்!. டாட்ஜ் சகோதரர்கள் பணம் போட்டதைத் தவிர என்ன செய்தார்கள்? அடுத்தவரின் தோள்மேல் ஏறி அமர்ந்துகொண்டு இந்த உலகம் தனக்காக எல்லாம் செய்ய வேண்டும் என்று எதிர்பார்ப்பவர்கள் அதிகம். எல்லோரும் இணைந்து உழைத்தால்தானே உன்னதம் கிடைக்கும். ஒருவன் உழைப்பில் மற்றவர்கள் குளிர்காய நினைப்பது தவறு!'

1915-ம் ஆண்டிலேயே டியர்பானிலிருந்து தென்மேற்குப் பகுதியில் ரூஜ் நதிக்கரையில் 2,000 ஏக்கர் நிலம் வாங்கிவைத்திருந்தார் ஃபோர்ட். உலகத்தில் எங்கும் இல்லாத அளவுக்கு அங்கே ஒரு தொழில்நகரத்தை நிர்மாணிக்க விரும்பினார். அதில் வருஷத்துக்கு ஒரு மில்லியன் ட்ராக்டர் தயாரிக்க விரும்பினார். ஃபோர்ட் கம்பெனியை மற்றவர்கள் வாங்கிவிடலாம் என்ற வதந்தி நிலவிய போதே ரூஜ் நதிக்கரையில் தொழில்நகரம் உருவாகிக் கொண்டிருந்தது.

அப்பொழுது ஒரு நிருபர், 'ஃபோர்ட் கம்பெனியை வேறு யாராவது வாங்கிவிட்டால் இந்தத் தொழில்நகரத்தை என்ன செய்வீர்கள்?' என்று ஃபோர்டிடம் கேட்டார்.

'இது பணமுதலைகள் கையில் விழ நேர்ந்தால் என் கையாலேயே செங்கல் செங்கலாக உடைத்தெறிந்துவிடுவேன்' என்றார் ஃபோர்ட்.

அந்த இடத்தில் தொழிற்சாலை கட்டுவதை ஃபோர்டின் அதிகாரிகளும் ஊழியர்களும் விரும்பவில்லை. அது எதற்கும் மையமாக இல்லையே என்றார்கள். ஆனால் கட்டடம் கட்டி முடிக்கப்பட்ட பிறகுதான் ஃபோர்டின் சாமர்த்தியம் எல்லோருக்கும் தெரிந்தது.

2,000 ஏக்கர் வாங்கியிருந்தாலும் அங்கே பெரிய தொழில்நகரம் அமைக்கும் திட்டம் இருந்தாலும் ஃபோர்ட் அதை அப்படியே அறிவிக்கவில்லை. ஒரு சிறிய தொழிற்சாலை அங்கு வரப் போகிறது என்றும் 500 பேர் வரை அங்கே வேலை செய்யலாம் என்றும் சொன்னார். அதன் பிரும்மாண்டத்தை முதலிலேயே சொல்லிவிட்டால் அப்பகுதியில் வீட்டு மனைகளின் விலை பயங்கரமாக ஏறிவிடும் என்பதால் அடக்கியே வாசித்தார்.

ரூஜ் நதித் தொழில்நகரத்தில் இல்லாததே இல்லை. வேக வேகமாகக் கார்கள் உற்பத்தியாகும்போது இரும்போ அல்லது

நிலக்கரியோ சில சமயங்களில் உற்பத்தியாளர்களிடமிருந்து சரியான நேரத்தில் வந்து சேராது. அதனால் எல்லாமே அந்தத் தொழில் நகரத்தில் தனது நிறுவனமே உற்பத்தி செய்யவேண் டும் என ஃபோர்ட் விரும்பினார். எனவே அங்கேயே இரும்பு உற்பத்தி செய்யும் ஆலை உருவானது.

உற்பத்தியான பொருள்களை ஏற்றுமதி செய்ய பக்கத்திலேயே ரூஜ் நதி சென்றுகொண்டிருந்தது. தானே ஒரு ரயில்வே லைனைக் கட்டி அதனை மெயின் லைனோடு இணைத்தார். எனவே தொழிற்சாலை உள்ளிருந்தே ரயில்வே மூலம் கார்களை அனுப்ப முடிந்தது.

ரூஜ் நகரத்தில் ஃபோர்ட் அமைத்தது வெர்டிக்கல் இன்டெக்ரே ஷன். அதாவது ஆரம்பத்திலிருந்து கடைசிவரை உற்பத்தியின் எல்லாத் துறைகளையும் கட்டுப்படுத்துவது. நிலக்கரி, அதைக் கொண்டு செல்லும் போக்குவரத்து, நிலக்கரியை எரிக்கும் கொதிகலன், எஃகு தயாரிக்கும் உலை, மர அறுவைச் சாலை, காங்கிரீட் உற்பத்தித்தளம், கழிவுப்பொருள்களைக் கொண்டு மின்சக்தி தயாரிக்கப் பயன்படுத்தும் மின்னகம், காரின் உடல் தயாரிப்பு, காரின் பிற பாகங்கள் தயாரிக்கத் தனித்தனி இடங்கள், அவற்றை அசெம்ப்ளி லைனுக்குக் கொண்டுவரும் இழுவைகள், அசெம்ப்ளி லைன் என அனைத்துமே உள்ளேயே இருக்கும்படி அந்த நகரம் வடிவமைக்கப்பட்டது.

தொழில் நகரத்தின் ஒரு முனையில் இரும்புத் தாது உள்ளே நுழைந்தால் மறு முனையில் முற்றிலும் முடிக்கப்பட்ட கார் வெளியே வரவேண்டும். அப்படித் தனது தொழில் நகரம் அமையவேண்டும் என்றார் ஃபோர்ட்.

தொழில்நகரம் அவர் எண்ணப்படி உருவானால் எதற்கும் எவரையும் சார்ந்திருக்க வேண்டிய நிலை ஏற்படாது. காரை உற்பத்தி செய்வதற்கு வேண்டிய அனைத்துப் பொருள்களும் அங்கேயே தயாரிக்கப்படும் என்பதால் விலை குறையும். 200 முதல் 300 டாலருக்குள் கார் விற்கும் ஃபோர்டின் கனவும் நனவாகும்.

தொழில் நகரத்தை உருவாக்கும் பொறுப்பு சார்லஸ் சோரென்ஸ னிடம் ஒப்படைக்கப்பட்டது. ஃபோர்ட் சோரென்ஸனுடன் தனது கனவுத்திட்டத்தை மணிக்கணக்கில் விவாதித்தார். தூண் களை எப்படி அமைப்பது, எங்கெங்கே நிறுவுவது என்ற எல்லா ஆலோசனைகளையும் ஃபோர்ட் சொன்னார். அதற்கேற்ப

சோரென்ஸன் குறுகிய மாடல் ஒன்றை உருவாக்கிக்காட்டினார். தொழில்நகரம் கொஞ்சம் கொஞ்சமாக உருப்பெற்று வந்தது.

நிலக்கரி அடுப்பு அமையும் இடத்தை ஃபோர்ட் பார்வையிட்டார். அங்கே 200 அடி நீளமும் 35 அடி உயரமும் கொண்ட ஒரு சுவர் எழுப்பப்பட்டிருந்தது. அதை நான்கு முறை சுற்றிவந்தார் ஃபோர்ட். பிறகு பொறியாளரை அழைத்து அந்தச் சுவர் சற்று விலகியிருக்கிறது என்றார்.

'நிச்சயமாக அப்படி இருக்காது' என்றார் பொறியாளர்.

'அளந்து பாருங்கள்' என்றார் ஃபோர்ட்.

அளந்து பார்த்ததில் அரை அங்குலம் தள்ளியிருந்தது தெரிய வந்தது.

'அந்தச் சுவரை இடித்துத் தள்ளுங்கள்' என்று சொல்லிக் கொண்டே சென்றார் ஃபோர்ட்.

வரலாற்றுக்கேள்விகளுக்குப் பதில் சொல்லத் திணறிய ஃபோர்ட் எவ்வளவு கெட்டிக்காரர் என்பதைப் பார்த்துப் பொறியாளர் வியந்தார். இந்தச் செய்தி மற்றக் கட்டுமானப்பகுதிகளுக்கும் பரவியதால் எல்லாப் பகுதிகளும் துல்லியமாக இருக்குமாறு கட்டடம் எழுப்பப்பட்டது.

'ஒன்றோடொன்று இணைந்த சங்கிலித் தொடர் போன்ற அமைப்பு, உலகத்திலேயே பெரிய தொழிற்சாலை, கனவுகூடக் காண முடியாதபடி ஒழுங்குபடுத்தப்பட்ட அமைப்பு' என்றெல்லாம் பத்திரிகைகள் எழுதின. வேலைவாங்குவதில் ராட்சஸன் என்று சொல்லப்பட்ட சோரென்ஸன் ஃபோர்டு எதிர்பார்த்ததற்கு மேலேயே அந்தத் தொழில்நகரத்தை விரைவாகவும் சிறப்பாகவும் அமைத்துக்கொடுத்தார்.

ரூஜ் நதித் தொழில் நகரம் ஓர் அசுர சாதனையாகவே கருதப்பட்டது.

●

ஃபோர்ட் மோட்டார் கம்பெனியைத் தவிர ஃபோர்ட் வெறொரு நிறுவனத்தையும் வைத்திருந்தார். அவர் விவசாயக் குடும்பத்தில் இருந்து வந்ததால் விவசாயிகளுக்குப் பயன்படுகிற மாதிரி

ஏதாவது செய்யவேண்டும் என்று நினைத்திருந்தார். தேவைக்கு அதிகமாக மனிதசக்தி விரயமாகிறது என்றும் இயந்திரங்கள் விவசாய வேலையை ஓரளவு எடுத்துக்கொண்டால் விவசாயிக்குக் கொஞ்சம் ஓய்வு கிடைக்கும் என்றும் மற்றவர்களைப் போல விவசாயியும் தனது ஓய்வுநேரத்தை உல்லாசமாகக் கழிக்கக்கூடும் என்றும் ஃபோர்ட் நினைத்தார். எனவே விவசாயப்பண்ணைகளில் பயன்படும் வண்ணம் ட்ராக்டர்களை உற்பத்திசெய்ய முனைந்தார்.

1905-ம் ஆண்டிலேயே, ட்ராக்டர் உற்பத்தி செய்யும் வேலையை ஹைலண்ட் பார்க் தொழிற்சாலையில் செய்யலாம் என்றார் ஃபோர்ட். ஆனால் ஃபோர்ட் மோட்டார் கம்பெனியின் நிர்வாகம் ட்ராக்டரில் ஈடுபாடு காட்டவில்லை. எனவே 1915-ம் ஆண்டு ஹென்றி ஃபோர்ட் அண்ட் சன்ஸ் என்ற பெயரில் ஒரு தனிக் கம்பெனியைத் தொடங்கினார். அது ட்ராக்டர்களை உற்பத்தி செய்தது.

1916-ம் ஆண்டு 20 குதிரை சக்திகள் கொண்ட எடைகுறைந்த ட்ராக்டர் வடிவமைக்கப்பட்டது. அந்த ட்ராக்டருக்கு ஃபோர்ட்சன் என்று பெயர். முதல் உலகப்போரின்போது ராணுவத்துக்கு ஆள் தேவைப்பட்டதால் விவசாயிகள்கூட தங்கள் வேலைகளை விடுத்து ராணுவத்தில் சேரவேண்டியிருந்தது. பண்ணைகளில் வேலை செய்ய ஆட்கள் அதிகமில்லை. எனவே ட்ராக்டர்களைப் பயன்படுத்த எண்ணினர்.

பிரிட்டிஷ் அரசாங்கம் 8,000 ட்ராக்டர்களுக்கு ஆர்டர் கொடுத்தது. 1918-ம் ஆண்டு அமெரிக்காவின் உள்நாட்டுப் பயன்பாட்டுக்காக ட்ராக்டர்கள் உற்பத்தி செய்யப்பட்டன. முதல் இரண்டு ட்ராக்டர்களை ஃபோர்ட் தனது நண்பர்கள் லூதர் பர்பாங்குக்கும் தாமஸ் ஆல்வா எடிசனுக்கும் பரிசாகக் கொடுத்தார். 1924-ம் ஆண்டு வாக்கில் ஒரு நாளைக்கு 750 ட்ராக்டர்கள் உற்பத்தி செய்யப்பட்டன. 1927-ம் ஆண்டில் மட்டும் 6,50,000 ட்ராக்டர்கள் உற்பத்தி செய்யப்பட்டன.

'யாரிந்த ஃபோர்ட்? அமெரிக்கர்கள் எல்லோரும் அவரைப்போல் புத்திசாலிகளா?' என்று ரஷ்யாவுக்குச் சென்றிருந்த அமெரிக்கப் பத்திரிகை நிருபர் ஒருவரைக் கேட்டாள் ஒரு ரஷ்யப் பெண்.

'ஃபோர்ட் பெரிய தொழிலதிபர். குறைந்த விலையில் கார் தயாரித்து விற்கிறார்' என்றார் நிருபர்.

‘வாடிக்கிடந்த எங்கள் பயிர்களுக்கு வாழ்வளித்ததே அவர்தான். ஃபோர்ட்சன் என்ற பெயரைக் கேள்விப்படாத ரஷ்யனே கிடையாது. அதோ பாருங்கள், ஃபோர்ட்சன் ட்ராக்டர் கல்யாணப் பார்ட்டியின் வண்டியை இழுத்துச் செல்கிறது’ என்றாள்.

அந்த ட்ராக்டரில் ஃபோர்டின் படம் ஒன்று ஒட்டப்பட்டிருந்தது. நிருபருக்கு ஆச்சரியம். கம்யூனிஸ்ட் ரஷ்யாவில் தொழிலதிபர்களைப் பற்றிப் பேசவே முடியாது. ஆனால் ஃபோர்ட் மட்டும் விதிவிலக்கு.

அங்கே ஃபோர்ட்சன் ட்ராக்டர் வயலில் மட்டுமன்றி சாலைகளிலும் பயன்பட்டது.

ஃபோர்ட் எழுதிய புத்தகங்கள் ‘என் வாழ்க்கையும் பணியும்’, ‘இன்றும் நாளையும்’ இரண்டும் ரஷ்ய மொழியில் மொழிபெயர்க்கப்பட்டு பரபரப்பாக விற்பனையாயின. ரஷ்யப் புரட்சி நடந்த பத்தாண்டுகளில் ஃபோர்டின் ட்ராக்டர் புரட்சி நடைபெற்றுக் கொண்டிருந்தது. ஃபோர்ட்சன் ட்ராக்டரை ஃபோர்ட்சோனிஷ்கோ (Fordzonishko) - என்னருமை ஃபோர்ட்சன் - என்று ரஷ்யர்கள் பாசத்துடன் அழைத்தார்கள்.

●

சில ஆண்டுகள் கழித்து 1928-ல் அமெரிக்காவில் ஃபோர்ட்சன் ட்ராக்டர்கள் தயாரிப்பது நிறுத்தப்பட்டது. அப்பொழுது ஃபோர்ட் கார்கள் செய்வதில் மட்டுமே முனைப்புடன் இருந்தார். எனவே ட்ராக்டர் தொழிலிருந்து முற்றிலுமாக விலகிவிட்டார்.

ட்ராக்டர்களுடன் இணைக்கப்பட்ட கலப்பை பாறைகளில் மாட்டிக்கொண்டால் ட்ராக்டர் அதனை மேலும் இழுக்கும் போது ஒரேயடியாகக் கவிழ நேரிட்டது. இதனால் ஏற்படும் விபத்துகளைத் தவிர்க்க ஹாரி ஃபெர்குசன் என்பவர் ஒரு புதிய முறையைக் கண்டுபிடித்தார்.

அதன்படி, உழுவதற்கு இணைக்கும் கருவிகளை நேரடியாக ட்ராக்டருடன் ஒரு ஹைட்ராலிக் அமைப்பின் மூலம் பிணைக்க முடியும். அதன்மூலம் கருவிகளை உயர்த்தவோ தாழ்த்தவோ முடியும்.

ஃபோர்டுக்கு அந்த அமைப்பு பிடித்திருந்தது. எனவே ஃபெர்குசனுடன் இணைந்து 1938-ல் ட்ராக்டர்கள் தயாரிக்கும் ஒரு புதிய

நிறுவனத்தைத் தொடங்கினார். சந்தையில், 1942 வாக்கில் 20% விற்பனையை ஃபோர்ட்-ஃபெர்குசன் ட்ராக்டர்கள் பிடித்தன.

ஃபோர்ட், ஃபெர்குசன் உறவு வெகுநாள்கள் நீடிக்கவில்லை. சில வருடங்கள் கழித்து ஃபோர்ட் தனியாகப் பிரிந்து ட்ராக்டர்கள் விற்பனையைச் செய்ய விரும்பினார். ஃபெர்குசன் ஃபோர்ட் நிறுவனத்தின்மீது காப்புரிமைத் திருட்டு வழக்கு தொடர்ந்தார். பல வருடங்கள் நடந்த வழக்குக்குப் பிறகு ஃபோர்ட் நிறுவனம் ஃபெர்குசனுக்கு நஷ்ட ஈடு தரவேண்டி வந்தது.

14

இதை வாங்கும் நீங்கள், எந்த வண்ணத்தை வேண்டுமானாலும் தேர்ந்தெடுக்கலாம், அது கருப்பாக இருக்கும்வரை.

வில் ராஜெர்ஸ் என்ற நகைச்சுவைப் பேச்சாளர் ஒரு நிகழ்ச்சியில் சொன்னார்:

'அமெரிக்காவில் அதிகக் கட்டடங்கள் கட்டுவதற்கு வேறு எவரையும்விட ஃபோர்டே காரணகர்த்தராக இருந்தார். அவரது சாதனையால்தான் பல கார் கேராஜ்களும் பெட்ரோல் ஸ்டேஷன்களும் கட்டப் பட்டன. நவீன அமெரிக்க வாழ்க்கையில் இரண்டு பிரச்னைகள் ஃபோர்டால் உருவாயின. ஒரு பிரச்னை, இந்தக் காரை எங்கே நிறுத்திவைப்பேன் என்பது. இரண்டாவது பிரச்னை, நிறுத்திய காரை எப்படி வெளியே எடுத்துச் செல்வேன் என்பது.'

1923-க்குப் பிறகு ஃபோர்டின் மாடல் டி விற்பனை சரியத்தொடங்கியது. போட்டியாளர்களான ஜெனரல் மோட்டார்ஸ் (ஜி.எம்.) கார்கள் ஃபோர்டு கார்களைவிட அதிகம் விற்பனை யாயின. ஜி.எம். விதவிதமான வடிவமைப்பில் கார்களை வெளியிட்டது. கடனில் கார் விற்றது. குறைந்த விலையில் ப்ளைமவுத் கார்களை உற் பத்திசெய்து க்ரைஸ்லர் நிறுவனம் ஃபோர்டுக்குப் போட்டியாக விற்றது.

கடனில் பொருள்கள் கொடுப்பது என்னும் கொள்கைக்கு ஹென்றி ஃபோர்ட் எதிராக இருந்தார். ஃபோர்ட் நிறுவனத்தின் பொறுப்பாளர்கள் ஃபோர்ட் மோட்டார் நிறுவனமும் மாடல் டி-யை மாற்றிப் புதிதாகக் கார் ஒன்றை உற்பத்தி செய்யவேண்டும் எனக் கூறினர். ஃபோர்டின் செல்லக் குழந்தையான மாடல் டி-யை மாற்ற ஃபோர்ட் சம்மதிக்கவில்லை. ஃபோர்ட் நிறுவனத்தில் ஹென்றி ஃபோர்டின் மகன் எட்செல் ஃபோர்ட் தலைவராகப் பொறுப்பு வகித்தார். அவரும் தந்தையிடம் எவ்வளவோ மன்றாடிப் பார்த்தார். ஹென்றி ஃபோர்ட் மசிந்து கொடுக்க வில்லை.

40 சதவிகிதத்துக்கு மேல் சந்தையைக் கைப்பற்றியிருந்த ஃபோர்ட் நிறுவனம் 25 சதவிகிதத்துக்குக் குறைந்துவிட்டது. அதுபோதும் என்றார் ஃபோர்ட். டீலர்கள் எரிச்சலடைந்தார்கள். சிலர் வேறு நிறுவனங்களின் ஏஜெண்டுகளாக மாறிவிட்டனர். ஃபோர்ட் அதைப்பற்றியும் கவலைப்படவில்லை.

தனது மகனாக இருந்தாலும் தனது விருப்பத்துக்கு எதிராகக் குரல் எழுப்பினால் ஃபோர்ட் சகித்துக்கொள்ள மாட்டார். பேருக்குத் தான் எட்செல் தலைவர். ஆனால் எல்லாச் செயல்களிலும் ஃபோர்டின் முடிவுதான் இறுதியானது. எட்செல் தனது அதி காரத்தைப் பயன்படுத்தி ஏதாவது ஒரு கட்டடம் எழுப்ப ஒப்புதல் கொடுத்தால் அந்தக் கட்டடம் எழும்பும்வரை பார்த்துக் கொண்டிருந்துவிட்டு அதை இடித்துத் தள்ளச் சொல்லுவார் ஃபோர்ட்.

ஒரு கட்டத்தில் தனது மகனை எதிரியாகவே கருதத் தொடங்கி விட்டார் ஃபோர்ட். ஆனால் எட்செல்லோ தந்தையின் மேல் எல்லையில்லா மதிப்பு வைத்திருந்தார். எங்கே பேசினாலும் தந்தையின் திறமையைப் புகழ்ந்து பேசத் தயங்கியதில்லை. தந்தை தன் முடிவுக்கு மாற்றுக்கருத்து சொன்னாலும், ‘அது அவரது நிறுவனம். அவர் என்னவேண்டுமானாலும் செய்ய அவருக்கு உரிமை இருக்கிறது’ என்றுதான் சொல்லுவார். ஆனால் யாருக்கும் தெரியாமல் உள்ளுக்குள் புழுங்கிக்கொண்டிருப்பார். ‘என் தந்தை என்னை ஏன் இப்படிப் பாடுபடுத்துகிறார்’ என்று மிகவும் நெருங்கிய நண்பர்களிடம் எட்செல் சொன்னதும் உண்டு.

‘ஃபோர்ட், ஹைலண்ட் பார்க்கின் முஸோலினி’ என்று நியூ யார்க் டைம்ஸ் எழுதியது.

'ஃபோர்ட் எதிர்ப்பையோ அல்லது தனக்கு ஒருவர் எடுத்துச் சொல்வதையோ பொறுத்துகொள்ள மாட்டார். எதற்கும் விட்டுக் கொடுக்கமாட்டார். இந்தத் தன்மையினால் அவரது செய்கை முற்றிலும் சரியாகவோ அல்லது முற்றிலும் தவறாகவோதான் இருக்கும்' என்றது இன்னொரு பத்திரிகை. 'ஒரு ஜனநாயகவாதி எதேச்சாதிகாரி ஆகிறார்' என்றது மற்றொரு பத்திரிகை.

ஃபோர்ட் தனது எதேச்சாதிகாரத்தை மற்றவர்களைவிடத் தனது மகனிடம் அதிகம் காட்டினார். ஃபோர்ட் கிராமத்து மண்ணில் பிறந்து அந்தப் பழக்கவழக்கங்களில் ஊறியவர். எனவே மிகப் பெரிய பணக்காரரான பிற்பாடுகூடப் பெரிய பெரிய பார்ட்டி களுக்கெல்லாம் போவதில்லை. அவர் குடிப்பதில்லை, புகைப் பதில்லை. கலை ஆர்வம் அதிகம் கிடையாது. கலைக்காக நான் ஒரு சென்ட் கூடச் செலவுசெய்ய மாட்டேன் என்று ஒரு பேட்டி யில் சொல்லியிருந்தார்.

ஆனால் எட்செல் அவ்வப்போது பார்ட்டிகளில் கலந்துகொள்வ துண்டு. எட்செலுக்கு சில பணக்கார நண்பர்களுண்டு. அவர் களோடு இசைக் கச்சேரி, நடனம் போன்றவற்றுக்குப் போவ துண்டு. தர்ம சிந்தனையுள்ள எட்செல் தர்ம காரியங்களுக்கு நன்கொடை கொடுப்பதுண்டு. ஃபோர்ட் தர்மம் என்ற பெயரில் நன்கொடை கொடுப்பதை வெறுப்பவர். எனவே தனது மகனின் போக்கு ஃபோர்டுக்குப் பிடிக்கவில்லை.

நிர்வாகத்தைப் பொருத்தமட்டில் கூட்டு முடிவை எட்செல் ஆதரித்தார். மாற்றங்கள் தேவை என்றார். எல்லோருடனும் அன்பாகப் பழகினார். மன்னிக்கும் குணம் அதிகமிருந்தது. ஆனால் தன் மகன் தன்னைப்போலக் கடுமையாக இருக்க வேண்டும் என்று ஃபோர்ட் விரும்பினார். அது பலனளிக்காமல் போகவே மகனைக் கடுமையாக நடத்துவதே அவருக்கு இயல்பாகப் போயிற்று.

தன்னை எதிர்த்துப் போர்க்கொடி தூக்குவதன்மூலம் எட்சென் கடினமான தன்மையைப் பெறவேண்டும் என்று ஃபோர்ட் எதிர்பார்த்தார். ஆனால் தந்தையின்மேல் மிகுந்த மரியாதை கொண்ட எட்செல் பணிந்தே போனார். அந்தப் போக்கு ஃபோர்டுக்குப் பிடிக்கவில்லை.

ஆனால் மகன் சுயமாக முடிவெடுக்கவேண்டும் என்று எதிர் பார்த்த ஃபோர்ட், கடைசியில் எட்செல் சுயமாக முடிவெடுத்த

போது தன்னைக் கேட்காமல் எப்படி முடிவெடுக்கலாம் என்று கொதித்தார். மகனின் செயல்களைக் கண்காணிக்க ஒற்றர்களைக்கூட நியமித்தார். மகனுடன் யாரேனும் நெருக்கமாக இருந்தால் அவரையும் தனது எதிரியாகப் பாவித்தார்.

ஃபோர்டின் கொடுமை தாங்காமல் வெளியேற நினைத்த சிலர், எட்செல் பின்னால் முழுப்பொறுப்பேற்பார், மிகவும் அன்பான அவருடன் பணியாற்றலாம் என்று நினைத்து நிறுவனத்தை விட்டு விலகாமல் இருந்தனர். ஃபோர்டுக்கு மிக நெருக்கமான சோரென்ஸன் சொன்னார்: ‘ஃபோர்டின் மிகப்பெரிய சாதனை அமெரிக்காவின் போக்கையே மாற்றி உலகைக் கார்களில் சுற்ற விட்டதுதான். அவரின் மிகப்பெரிய தோல்வி தனது மகனைக் கொடுமைப்படுத்தியதுதான்.’

திருமணத்துக்குப் பிறகு எட்செல் தனியாக வீடுகட்டி வாழ்ந்தார். அவருக்கு நான்கு குழந்தைகள். ஹென்றி ஃபோர்ட் II, பென்சன், வில்லியம் என்ற மகன்கள், ஜோசஃபைன் என்ற மகள். எட்செலின் மனைவிக்கும் கலைகளில் ஈடுபாடு இருந்ததால் இருவரும் பல பொருட்காட்சிகளுக்கும் கலைக்கூடங்களுக்கும் நன்கொடை அளித்தார்கள்.

நிர்வாக அலுவலகம் கட்டுவதற்காக ஹைலண்ட் பார்க்கில் ஓரிடத்தைத் தேர்ந்தெடுத்துக் கட்டடம் கட்ட அனுமதி அளித்தார் எட்செல். அங்கே பள்ளம் தோண்டினார்கள். அதை வந்து பார்த்த ஹென்றி ஃபோர்ட் அங்கே யார் கட்டடம் கட்டச் சொன்னது என்று கேட்டார். வேலையாள்கள், எட்செலின் உத்தரவின் பேரில் தோண்டுவதாகச் சொன்னார்கள். ஃபோர்ட் உடனே அந்த வேலையை நிறுத்தச் சொல்லி உத்தரவிட்டார். அந்த இடத்தில் கட்டடம் எதுவும் வேண்டாம் என்று சொல்லிவிட்டார். தோண்டிய இடத்தை மூட ஏற்பாடு செய்கிறேன் என்று எட்செல் சொன்னபோது அது அப்படியே இருக்கட்டும் என்று ஃபோர்ட் சொல்லிவிட்டார்.

மழை பெய்தபோது அந்த வழியே ஊழியர்கள் நடந்துசெல்லச் சிரமப்பட்டனர். தான்தான் அங்கே எல்லாமும் என்பதை நிலைநிறுத்த ஃபோர்ட் தன் மகனையும் மட்டந்தட்டினார். மகனின் மனம் நோவதைப் பற்றிக்கூட அவர் கவலைப்படவில்லை.

சோரென்ஸன் மூலம் எட்செலுக்குச் செய்தி சொல்லி, புதிதாக எதையாவது செய்யச் சொல்லுவார். அவர் சொன்னதைச்

செய்யவில்லை என்றால் திட்டுவார். சொன்னதைச் செய்தால் அது தேவை இல்லை என்று சொல்லிக் கைவிடச் சொல்வார். அவரின் இந்தத் தன்முனைப்பு எட்செலைப் பாடுபடுத்தியது. எட்செலின் உடல்நிலை பாதிக்கப்பட்டது.

தன்னுடைய மறுபதிப்பாக எட்செல் இருக்கவேண்டும் என்று ஃபோர்ட் நினைத்தார். தான் தன் தந்தையை எதிர்த்து அவரை விட்டு விலகி வந்ததைப்போலத் தன் மகனும் தன்னை எதிர்த்து விலகவேண்டும் என்று தன் நண்பர் ஒருவரிடம் ஃபோர்ட் கூறினார். தன் தந்தை தன்னைக் கொடுமைப்படுத்தியதாகப் பல இடங்களில் ஃபோர்ட் சொல்லியிருக்கிறார். ஆனால் அதைப் போலவே - அதையும் விடக் கடுமையாக - தன் மகனிடம் தான் நடந்துகொள்வதைக் கவனிக்க அவர் தவறிவிட்டார்.

ஃபோர்ட் தன்னை நடுத்தர வர்க்கத்தைச் சேர்ந்தவராக நினைத் தார். ஆனால் தன் மகன் மேல்வர்க்கத்துச் சீமானாக நடந்து கொள்வது அவருக்குப் பிடிக்கவில்லை. எனவே அவர்களது உறவு ஒரு வகுப்புவாதப் போராட்டமாக முகிழ்த்தது.

எட்செலின் மனைவியின் சகோதரர் எர்னஸ்ட் கான்ஸ்லர், ஃபோர்ட் மோட்டார் கம்பெனியில் பணியாற்றி வந்தார். அவர் மிகச் சிறந்த வழக்கறிஞர். ஃபோர்ட், மாடல் டி-யை விட மாட்டேன் என்று அடம் பிடிப்பது அவருக்குப் பிடிக்கவில்லை. எனவே ஃபோர்டுக்கு ஒரு நீண்ட கடிதம் எழுதினார். மிகவும் பணிவாகவும் அடக்கத்துடனும் தொடங்கப்பட்ட அந்தக் கடிதம் உடனடியாக ஃபோர்ட் நிறுவனம் மாடல் டி-யை மாற்றி வேறொரு புதிய காரை வடிவமைக்கவேண்டும் என்று வற்புறுத் தியது. அதற்கான காரணங்களைப் பட்டியலிட்டுக் காட்டியது.

தன் மகனை மேல்தட்டு நிலைக்கு இழுக்கிறான் கான்ஸ்லர் என்ற கோபம் ஏற்கெனவே ஃபோர்டுக்கு உண்டு. எனவே கான்ஸ்லர் எழுதிய கடிதம் அடங்கிக் கிடந்த எரிமலையை நெருப்பு கக்க வைத்தது. நிர்வாகக் கூட்டங்களில் கான்ஸ்லரை எவ்வளவு முடியுமோ அவ்வளவு அவமானப்படுத்தினார் ஃபோர்ட். தனக்கு வேண்டியவர்கள் மூலம் வெளியிலேயும் அவரைப்பற்றி அவதூறுகளைப் பரப்பினார். தாங்க முடியாத கான்ஸ்லர் அந்த நிறுவனத்திலிருந்து விலகினார்.

எல்லா விஷயத்திலும் தந்தையின் பேச்சுக்கு மறுவார்த்தை பேசாத எட்செல், புதுக் கார் வடிவமைப்பு விஷயத்தில் மட்டும்

விட்டுக்கொடுப்பதாக இல்லை. வாய்ப்பு கிடைக்கிறபோதெல் லாம் புதுக் காரின் வடிவமைப்பைப் பற்றிப் பேசினார். ஒரு கூட்டத்தில் எட்செல் அப்படி வற்புறுத்தியபோது ஃபோர்ட் கடுங்கோபமுற்று வெளியேறினார்.

சோரென்ஸனை அழைத்து 'எட்செலை உடனே கலிஃபோர்னி யாவுக்குப் போகச்சொல்லுங்கள். அவன் அங்கேயே வெகு காலம் தங்கட்டும். அவனது சம்பளக் காசோலையை அங்கேயே மாதாமாதம் அனுப்பிவிடுவதாகச் சொல்லுங்கள். அவனை எப்பொழுது பார்க்க வேண்டும் என்று தோன்றுகிறதோ அப்பொழுது இங்கே அழைக்கிறேன்' என்றார். சோரென்ஸன் எவ்வளவுதான் கடுமையான ஆசாமியாக இருந்தாலும் எட் செலிடம் உண்மையான பாசம் வைத்திருந்தார். எனவே தந்தை சொன்னதை அவரிடம் சொல்லவில்லை. ஃபோர்டும் அதைப் பற்றிப் பிறகு பேசவில்லை.

கடைசியில் வேறுவழியின்றி புதிய கார் வடிவமைக்க ஃபோர்ட் ஒப்புக்கொண்டார். லாரென்ஸ் ஷெல்ட்ரிக் என்பவர் தலைமை யில் ஒரு குழு அமைக்கப்பட்டது. அதிலும் ஒவ்வொரு கட்டத்திலும் ஃபோர்ட் தலையிட்டார். மீண்டும் எட்செலுக்கும் ஃபோர்டுக்கும் தகராறு. பழைய முறைகளைப் பயன்படுத்திப் புதுக்காரை உருவாக்கவேண்டும் என்பது ஃபோர்டின் கருத்து. கூடவே கூடாது. மாறிவரும் காலத்துக்கேற்ப புதுவகையில் புதிய முறைகளைப் பயன்படுத்தி உருவாக்கவேண்டும் என்பது எட்செலின் கருத்து.

காரின் வெளித்தோற்றத்தைப் பொருத்தமட்டில் எட்செலின் தீர்மானமே வென்றது. வெளிப்படையாக ஃபோர்ட் எதிர்த் தாலும் உள்ளுக்குள் மகனின் திறமையை வியந்தார். புதுக்கார் வடிவமைப்பில் எட்செல் புதிய மாற்றங்களைக் கொணர்வதில் தீவிரமாக இருந்தார். தந்தைக்கும் மகனுக்கும் அடிக்கடி சண்டை நடக்கும். மக்களுக்கு என்ன கொடுக்கவேண்டும் என்பது தனக்குத் தெரியும் என்பார் ஃபோர்ட். என்ன கொடுக்கவேண்டும் என்று நாம் தீர்மானிப்பதைவிட அவர்கள் விரும்புவதைக் கொடுக்கவேண்டும் என்பதுதான் முக்கியம் என்பார் எட்செல்.

ஃபோர்ட் புதுக் கார் உருவாக்குவதில் முதலில் ஆர்வம் காட்ட வில்லை. ஆனால் படிப்படியாக அவரது ஆர்வம் அதிகமாகி மாடல் டி வடிவாகியபோது காட்டிய ஆர்வத்தை இதிலும்

காட்டத்தொடங்கினார். மாதிரிக்காகத் தயாரிக்கப்பட்ட காரைத் தானே கரடு முரடான பகுதிகளில் ஓட்டிப்பார்த்தார். மாடல் டி-யின் உச்சகட்ட வேகம் 45 மைல்தான். ஆனால் புதிய கார் 65 மைல் வேகத்தை எட்டியது. மிக அழகான, எடை குறைந்த வேகமாகப் போகும் வசதியான கார் உருவாயிற்று. அதற்கு மாடல் ஏ என்று பெயர் சூட்டினார்கள்.

ஃபோர்டிடம் பழைய உற்சாகம் தொற்றிக்கொண்டது. புதுக் கார் வெளியீட்டைப் பயன்படுத்தி, தான் இழந்து கொண்டிருக்கும் மதிப்பை மீண்டும் பெற முனைந்தார் அவர். எனவே மாடல் ஏ பற்றிக் கொஞ்சம் கொஞ்சமாகத் தகவல் வெளியிட்டார். விரைவில் வந்துவிடும் என்றும் அறிவிப்பு செய்தார். 'புதிய கார் அழகானது, வேகமானது, திடமானது, மாற்றம் செய்யத்தக்கது, வசதியானது, எளிமையாகக் கட்டுப்படுவது' என்றெல்லாம் அதன் குணாதிசயங்களைப் பற்றிச் செய்திகள் வெளியிட்டாரே தவிர அது எப்படியிருக்கும் என்று சொல்லவில்லை.

மாடல் ஏ-யை உற்பத்தி செய்வதற்காகப் புதிய கருவிகளை உருவாக்க வேண்டியிருந்தது. மாடல் டி-க்காகச் செய்யப்பட்ட அசெம்ப்ளி லைனை முற்றிலும் மாற்றவேண்டியிருந்தது. கற்பனையாகப் படங்கள் பத்திரிகைகளில் வெளியாயின. 'அதைச் சோதனை செய்யும்போது பார்த்தேன்' என்று எவராவது பத்திரிகைக்கு ஒரு படத்தை அனுப்புவார். அது வெளியாகும். உடனே எட்செல் மறுப்பு எழுதுவார். விளம்பரத்துக்கென்று ஒரு சென்ட் கூட செலவு செய்யாமல் விளம்பரம் அதிகமாகிக் கொண்டே வந்தது.

ஃபோர்ட் கம்பெனி தொடங்கிய நாள் முதல் 1927 மே, 26 வரை உற்பத்தி செய்யப்பட்ட மாடல் டி கார்களின் எண்ணிக்கை ஒரு கோடியே ஐம்பது லட்சம். இந்த எண்ணிக்கையை முன்னிட்டு அந்த நாளை மிகச் சிறப்பாகக் கொண்டாடினர். அதன்பிறகு மாடல் டி உற்பத்தி நிறுத்தப்பட்டது.

புதிய காரை உற்பத்திசெய்ய அசெம்ப்ளி லைனை மாற்றுவதற்காகத் தொழிற்சாலை மூடப்பட்டது. ஆயிரக்கணக்கான ஊழியர்கள் தாற்காலிகமாக வீட்டுக்கு அனுப்பப்பட்டனர். அசெம்ப்ளி லைன் மாற்றத்துக்காக 250 மில்லியன் டாலர் செலவிடப்பட்டது.

தொழிற்சாலையை மூடிய நாள் முதல் மாடல் ஏ உற்பத்தியாகி வெளிவரும் நாள்வரை ஃபோர்ட், தான் விளம்பரத் தந்திரத்தில் புலி என்பதை நிரூபித்துக்கொண்டிருந்தார். வேண்டுமென்றே செய்திகளைக் கசியவிடுவதும் மறுப்பதுமாகத் தினமும் மாடல் ஏ-யைப் பற்றிப் பத்திரிகைகள் செய்திகளைக் கக்கிக்கொண்டு இருந்தன.

ஃபோர்ட் ஒரு பேட்டியில் புதிய கார் தனது முழு முயற்சியால் உருவானதென்றும் தனது திறமை முழுதையும் தான் அதில் காட்டியிருப்பதாகவும் சொன்னார். ஒவ்வொரு பேட்டியிலும் தன்னை முன்னிறுத்திக்கொண்டார்.

மாடல் ஏ பத்திரிகைகளுக்கு நல்ல தீனி கொடுத்துக்கொண்டிருந்தது. புதிய மாடல் உருவாவதைத் தான் எவ்வளவு எதிர்த்தோம் என்பது உள்ளுக்குள் தெரிந்தாலும் தன்னைப்பற்றி வந்த செய்திகளை ரசித்தார் ஃபோர்ட்.

1927-ம் ஆண்டு டிசம்பர் மாதம் மாடல் ஏ விற்பனைக்குத் தயாரானதும் அமெரிக்காவிலிருந்து வெளிவந்த எல்லா ஆங்கிலப் பத்திரிகைகளிலும் ஐந்து நாள்கள் தொடர்ந்து முழுப்பக்க விளம்பரங்கள் வெளிவந்தன. மொத்தம் 2,000 விளம்பரங்கள். இந்த விளம்பரத்தை அப்படியே படியெடுத்து சில பத்திரிகைகள் முழுப்பக்கச் செய்தியாக முதல் பக்கத்திலேயே வெளியிட்டன. நியூ யார்க் நகரத்தில் முதல் மாடல் ஏ கார் அறிமுகப்படுத்தப்பட்டது. பிறகு அமெரிக்காவின் எல்லா ஷோ ரூம்களிலும் வைக்கப்பட்டது.

அறிமுக நாளில் டெட்ராய்ட் கன்வென்ஷன் ஹாலில் வைக்கப்பட்டிருந்த மாடல் ஏ-யை ஒரு லட்சம் பேர் கண்டு களித்தார்கள். அது காட்சிக்கு வைக்கப்பட்ட 36 மணி நேரத்தில் பத்து மில்லியனுக்கும் மேற்பட்டவர்கள் அதைப் பார்த்தார்கள். பல இடங்களில் மக்களைக் கட்டுப்படுத்த போலீஸ் வரவழைக்கப்பட்டது.

மாடல் டி-யை வெளியிட்ட போது 'இதை வாங்கும் நீங்கள், எந்த வண்ணத்தை வேண்டுமானாலும் தேர்ந்தெடுக்கலாம், அது கருப்பாக இருக்கும்வரை' என்றார் ஃபோர்ட். ஆனால் மாடல் டி-யைப் போலல்லாது மாடல் ஏ பல்வேறு வண்ணங்களில் உற்பத்தி செய்யப்பட்டது. குறைந்த எடை, 40 குதிரை சக்தி, 65 மைல் வேகம், அழகிய தோற்றம், பாதுகாப்புக் கண்ணாடி,

ஹைட்ராலிக் ஷாக் அப்ஸார்பர், ஆட்டோமேட்டிக் ஸ்டார்ட்டர், விண்ட்ஷீல்ட் வைப்பர், நிக்கல் பாகங்கள், டேஷ்லைட், திருட்டைத்தடுக்கும் பூட்டு, அதிக இடம், எல்லாவற்றுக்கும் மேலாக அடிப்படை வசதிகளுடன் 375 டாலர் விலை, கூடுதல் வசதிகளுடன் 570 டாலர் விலை.

ஃபோர்ட் நிறுவனத்தின் புகழை மறுபடி தூக்கி நிறுத்தியது மாடல் ஏ. அதற்கு மூல காரணமாக இருந்தவர் எட்செல் ஃபோர்ட். மகனுக்குச் சேர வேண்டிய பெருமையையும் தானே பறித்துக்கொண்டார் ஹென்றி ஃபோர்ட்.

15

மனிதன் தோண்டத்தோண்டச் சுரக்கும் ஒரு கிணறு. தோண்டினால் நீர் பெருகும். இறைத்தால் நீர் கிடைக்கும். அப்படியே போட்டால் பாசிதான் படரும்.

'ஈவ், நான் ஒரு முடிவெடுத்திருக்கிறேன்' என்றார் ஃபோர்ட்.

'என்ன முடிவு?'

'உன்னை பற்றித்தான்'

'என்னைத் திருமணம் செய்துகொள்ளப் போகிறீர்களா?'

'அதெப்படி முடியும்? உனக்குத்தான் தெரியுமே...' என்று இழுத்தார் ஃபோர்ட்.

'தெரியும். நீங்கள் குடிக்க மாட்டீர்கள், புகைக்க மாட்டீர்கள். ஆனால் பெண்கள் விஷயத்தில் மட்டும் ஒரு மாதிரி என்று தெரிந்தால் உங்கள் மதிப்பு என்னாகிறது?'

'அது சரி, நான் ஒரு ஏற்பாடு செய்திருக்கிறேன் என்று சொன்னேனே, என்னவென்று நீ கேட்கவில்லையே?'

'சொல்லுங்கள்.'

‘என்னிடம் கார் டிரைவராக இருக்கிறானே டாலிங்கர். அவன் உன்னைத் திருமணம் செய்துகொள்ளச் சம்மதித்துவிட்டான். உனக்கும் ஒரு பாதுகாப்பு வேண்டாமா? உனக்கு ஒரு குழந்தை பிறந்தது என்று வைத்துக்கொள். அதற்கு ஒரு தகப்பனைக் காட்ட வேண்டாமா?’

‘நீங்கள் சொன்னால் சரி’ என்றாள் எவாஞ்சலின்.

1909-ம் ஆண்டு எவாஞ்சலின், ஃபோர்ட் மோட்டார் கம்பெனியில் சேர்ந்தாள். சுருக்கெழுத்தாளராகச் சேர்ந்த அவள் மூன்று ஆண்டுகளில் அந்தத் துறையின் தலைவி ஆனாள். அப்பொழுது தான் ஃபோர்டைச் சந்தித்தாள். அவருடைய சிறப்பு உதவியாளரானாள். அவளுடைய சிரிப்பும் தைரியமாகப் பேசும் பண்பும் விளையாட்டில் அவள் கொண்டிருந்த ஆர்வமும் ஃபோர்டைக் கவர்ந்தது. மனத்துக்குப் பட்டதை ஒளிவுமறைவின்றிப் பேசிவிடுவாள். தான் எது சொன்னாலும் தாளம் போடும் பெரிய மனிதர்களுக்கிடையே தன்னையே தட்டிக் கேட்கும் துணிச்சல் கொண்ட பெண் அவரைக் கவர்ந்தாள்.

அவர்கள் இருவருக்கும் தொடர்பு ஏற்பட்டது. ஆனால் அந்தத் தொடர்பு வெளியே தெரியக் கூடாது என்று ஃபோர்ட் நினைத்தார்.

அதனால்தான் தன்னிடம் டிரைவராக வேலை செய்த டாலிங்கருக்கும் எவாஞ்சலினுக்கும் ஃபோர்ட் திருமணம் செய்து வைத்தார். அவர்களுக்கென்று 300 ஏக்கரில் ஒரு பண்ணை, 300 மாடுகள், மிஷிகனில் ஒரு கோடைக்கால மாளிகை,

தனது வீட்டுக்குச் சமீபத்தில் ஒரு பண்ணை வீடு ஆகியவற்றைக் கொடுத்தார். எவாஞ்சலின் பைலட் லைசன்ஸ் வைத்திருந்ததால் ஒரு கடல் விமானம் கொடுத்தார். இவை தவிர டாலிங்கர் எஸ்டேட் என்ற பெயரிலே ரூஜ் நதியை ஒட்டியிருந்த தனது வீட்டுக்கருகிலேயே 150 ஏக்கர் நிலம் கொடுத்தார். டாலிங்கரைத் தனது பண்ணைகளுக்குக் காண்காணிப்பாளராக நியமித்தார்.

இவ்வளவும் செய்ததற்குக் காரணம் டாலிங்கர் - எவாஞ்சலின் திருமணத்துக்குப் பிறகும் ஃபோர்ட் எவாஞ்சலினுடன் வைத்திருந்த உறவைத் தொடர்வதற்குத்தான் என்று மக்கள் பேசிக் கொண்டார்கள். எவாஞ்சலினுக்கு ஓர் ஆண் குழந்தை பிறந்தது.

அந்தக் குழந்தை ஃபோர்டினுடையது என்றே பேசிக் கொண்டனர்.

ஃபோர்டின் மனைவி கிளாரா விக்டோரியன் பண்பாட்டில் வளர்ந்த பெண்மணி. எனவே தனது கணவன் பிள்ளை இருவரையும் கவனிப்பதே தனது பெரும் பணியாகக் கொண்டு வாழ்ந்தார். ஃபோர்டின் தொழில் விவகாரங்களில் கிளாரா தலையிடுவதில்லை. ஆனாலும், அவசியமானால் அதில் தலையிடவும் அவர் தயங்கவில்லை.

ஃபோர்ட் யூனியன் ஒப்பந்தத்தில் கையெழுத்திட மறுத்தபோது அவரை வற்புறுத்திக் கையெழுத்திட வைத்தது கிளாராதான். ஃபோர்ட் ஜனாதிபதித் தேர்தலில் நிற்கவேண்டும் என்று ஆசைப் பட்டபோது அப்படி அவர் நின்றால் அவரைவிட்டு விலகிப் போய்விடுவதாக கிளாரா அறிவித்தார். அதனால் ஃபோர்ட் போட்டியிடவில்லை.

'என் மனைவியிடம் நான் என்றும் சண்டை போட்டதில்லை. அப்படிச் சண்டை உருவாகும் நிலை வந்தால் நான் வெளியே போய்விடுவேன்' என்றார் ஃபோர்ட்.

ஹென்றி ஃபோர்ட் புகைபிடிக்கும் பழக்கத்துக்கு எதிரானவர். மக்களுக்குத் தீங்கு விளைக்கும் பழக்கங்களைத் தடுப்பதில் முன்னணியில் இருந்தவர்.

சிகரெட் புகைக்கும் பழக்கத்தைக் கண்டித்து 'சின்ன வெள்ளைக் கொடுமைக்காரனுக்கு எதிராக' என்ற கையேடு அச்சடித்து இலவசமாக அளித்தார். அதில் தாமஸ் ஆல்வா எடிசன், ஆசிரியர்கள், மருத்துவர்கள், விளையாட்டு வீரர்கள், சமூக ஊழியர்கள் ஆகியோரிடமிருந்து சான்றுகள் இடம்பெற்றன. தானும் கட்டுரை எழுதினார்.

ஃபோர்ட் மோட்டார் கம்பெனியின் முகவர்களின் கடைகளில் புகைபிடிக்கத் தடை விதிக்கப்பட்டது. சுருட்டு புகைக்கும் பழக்கமுள்ள எடிசன் சிகரெட்டில் சுற்றப்பட்டிருக்கும் தாளிலுள்ள நச்சுப்பொருள் மூளையில் உள்ள செல்களைக் குணப்படுத்த முடியாதபடி சேதப்படுத்தும் என்று எழுதினார்.

ஃபோர்ட் குடிப்பழக்கத்தையும் எதிர்த்தார். தன்னுடைய மகனை அவர் வெறுத்ததற்கு அவனது குடிப்பழக்கமும் ஒரு காரணம்.

மதுவினால் எந்த நன்மையும் இல்லை என்பது அவரது கருத்து. எனவேதான் தனது தொழிற்சாலையில் சோஷியாலஜிகல் துறை ஒன்றை நிறுவி தனது ஊழியர்கள் சிகரெட் மற்றும் குடிப் பழக்கத்திலிருந்து விடுபடவேண்டும் என்று பாடுபட்டார். அவர் மனிதனின் உரிமைக்கு எதிராகச் செயல்படுகிறார் என்று குற்றம் எழுந்தபோது குடிப்பவன்தான் தனது உரிமைக்கும் மற்றவர்கள் சுதந்தரத்துக்கும் எதிரியாக இருக்கிறான் என்றார்.

●

இயற்கை அழகை ரசிப்பவர் ஃபோர்ட். பறவைகள், மலர்கள், செடிகள், கொடிகள், நதிகளின் ஓட்டம், மேகம், மழை, இடி, மின்னல் எல்லாம் அவருக்கு ரசனைப் பொருள்கள். பறவை களைக் கவனிப்பது அவரது பொழுதுபோக்கு. பெரிய தொழிலதிபராக இருந்தாலும், தனது இனிய மாலைப் பொழுது களை கேளிக்கை அரங்குகளிலோ பெரிய தொழிலதிபர்களின் கூட்டங்களிலோ கழிக்காமல் விவசாயிகளுடன் உரையாடிக் கழித்தார். நதிக்கரையோரம் அதன் சலசலச் சத்தத்தையும் பறவைகளின் இனிய கானத்தையும் ரசித்தபடி, தன் மனைவி யுடனோ, எவாஞ்சலினுடனோ, நண்பர்களுடனோ நடந்து செல்வது அவருக்குப் பிடிக்கும்.

அவரது நண்பர் பார்த்தெல் ஃபோர்டுக்கு ஆர்லண்டோ ஸ்மித் என்பவர் எழுதிய 'பெரிய வினாக்களைப் பற்றி ஒரு சிறிய பார்வை' என்ற ஒரு புத்தகத்தைக் கொடுத்தார். அதில் மனித னின் தோற்றம், மதம், மறுபிறவி ஆகியவை பற்றி விவரமாக எழுதப்பட்டிருந்தது. அதைப் ஒருமுறைக்கு இருமுறை படித் தார் ஃபோர்ட். மீண்டும் மீண்டும் படித்தார். மறுபிறவியில் அவருக்கு நம்பிக்கை ஏற்பட்டது. அதைப் பற்றித் தீவிரமாக ஆராயத் தொடங்கினார்.

அவர் சார்ந்திருந்த கிறித்துவ மதம் மறுபிறவிக் கொள்கையை ஒப்புக்கொள்ளவில்லை. இளம் வயதில் அவரது தாய் அவருக்கு மத போதனைகள் செய்தார். ஃபோர்ட் சர்ச்சுக்குப் போவார். பைபிள் படிப்பார். என்றாலும் அவர் மனத்தில் மத உணர்வு களுக்கு அதிகமாக இடம் கொடுக்கவில்லை.

1910-ம் ஆண்டு வாக்கிலேயே அவரது நம்பிக்கையில் மாற்றம் ஏற்பட்டது. மறுபிறவி பற்றி அடிக்கடி பேசத்தொடங்கினார்.

‘முற்பிறவியின் வாசனை கொஞ்சம் கொஞ்சம் மனிதனுக்கு இருக்கத்தான் செய்கிறது. ஒவ்வொரு மனிதனிடமும் எது புதிதென்று சொல்கிறோமோ அது புதிதல்ல. மனித மனம் என்ற வாய்க்கால் மூலம் ஏற்கெனவே இருந்தவற்றில் வரப்போவ தெல்லாம் வந்து கலந்துகொள்கின்றன’ என்றார்.

‘ஒரு மனிதன் இறக்கும்போது அவனது ஆன்மா ஒரு சிறு குழந்தையிடம் போய்ப் பிறக்கிறது. அதனால்தான் சிலர் பிறக்கும்போதே திறமைசாலிகளாகவும் புத்திமான்களாகவும் பிறக்கிறார்கள்’ என்றார் ஃபோர்ட்.

‘எல்லா மனிதர்களும் சமம் என்று சொல்வதைப்போல முட்டாள் தனமோ, மனித குலத்துக்குத் தீங்கு விளைவிப்பதோ வேறொன் றும் இல்லை. எல்லா மனிதர்களும் நிச்சயமாகச் சமமில்லை. எல்லோரும் சமம் என்னும் ஜனநாயகக் கொள்கை முன்னேற் றத்தைத் தடைசெய்யும். அதிக ஆற்றலுள்ள மக்கள் குறைவாக இருக்கிறார்கள். குறைந்த திறமையுள்ளவர்கள் நிறைந்த திறமை யுள்ளவர்களை இழுத்துக் கீழே தள்ளிவிட முடியும். அப்படிச் செய்வதன் மூலம் அவர்கள் தங்களைத் தாங்களே கீழே தள்ளிக்கொள்கிறார்கள். அதிக ஆற்றல் பெற்றவன் சமுதாயத் தலைமை ஏற்று, குறைந்த ஆற்றல் பெற்றவர்கள் வசதியாக வாழ வழிசெய்யவேண்டும்’ என்றார் ஃபோர்ட்.

‘நீ இங்கே ஏன் பிறந்தாய் தெரியுமா? ஒரு புதிய அனுபவத்தைப் பெறவேண்டும் என்று நீ ஆணையிடப்பட்டிருக்கிறாய். நீ அந்த அனுபவத்தைப் பெற்றதும் இறந்து போகிறாய். வேறொரு பிறவி எடுக்கிறாய். இப்படி அனுபவங்களின் தொகுதியாக நீ வளர்ந்து கொண்டிருக்கிறாய். இதுதான் உயிரின் ஊர்வலம்’ என்றார் அவர்.

‘மாபெரும் சக்தி ஒன்று இருக்கிறது. அதுதான் மூளைக்கு அலைகளை அனுப்புகிறது. அதுதான் நமக்குச் செய்திகளைத் தருகிறது. அதை நீ எப்படி வேண்டுமானாலும் அழைத்துக்கொள். படைப்பின் பரிணாமம், உலக மனம், அறிவுத் தொகுப்பு அல்லது கடவுள் என்று எப்படிவேண்டுமானாலும் இருக்கட்டும். தெய்வீக சக்தி எங்கும் இருக்கிறது. நீ பொருள் என்பதும் ஆன்மா என்பதும் அதுதான். அது ஒன்றுதான், அதுதான் எல்லாமும்.’

‘காற்றைப் பார்க்க முடியாது, மின்சாரத்தைப் பார்க்க முடியாது, ஆன்மாவையும் பார்க்க முடியாது. அவை எல்லாம் மாயையல்ல.

நிஜம். காற்றை எடை போட முடியும். மின்சாரத்தை அளக்க முடியும். வருங்காலத்தில் ஆன்மாவை அளப்பதும் சாத்தியமே! எல்லாவற்றிலும் அடிநாதமாக ஓர் ஒற்றுமை இயங்கிக் கொண்டிருக்கிறது. பொருளும் மனமும் ஒன்றுதான். அவை ஒரே பொருளின் வெவ்வேறு பரிமாணங்கள். ஒவ்வொருவரும் ஒருவகையில் ஒரு சிற்றண்டம். 'தான்' என்பது அதன் மையம். அந்தத் 'தானை' உருவாக்குவது 'நான்'. அந்த நான் அனந்த கோடிக் காரணிகளால் உருவாக்கம் பெறுகிறது. அது நாம் கண்ணால் பார்க்கும் வெளியில் மட்டுமல்ல, நம் கண்கள் காண முடியா இடங்களிலும் இயங்குகிறது.'

'உயிரினங்கள் மற்ற அண்டங்களிலும் இருக்கின்றன. மனங்களுக் கிடையே எண்ணங்களைப் பரிமாறிக்கொள்ள முடியும். எண்ணங் கள் என்பவை மிகச் சிறிய உயிர்களின் தொகுதி. எப்பொழுதும் நம்மைச் சுற்றிக்கொண்டே இருக்கின்றன. அதைச் சிலரால் கிரகித்துக்கொள்ள முடியும். என்னுள்ளும் வெளியிலும் கண்ணுக்குத் தெரியாத சக்திகளால் நான் தள்ளப்படுகிறேன். நாம் என்ன செய்யவேண்டும் என்பது முன்பே தீர்மானிக்கப்பட்டு விடுகிறது போலும். நம் வாழ்க்கையின் ராஜ பாட்டையை நமது கட்டுப்பாட்டில் இல்லாத சக்திகள்தாம் நிர்ணயிக்கின்றன.'

இவை ஃபோர்டின் சில கருத்துகள்.

அதே நேரம் ஃபோர்ட் தினமும் பைபிள் படிப்பதை வழக்கமாகக் கொண்டிருந்தார்.

'பைபிளைப்பற்றி நீங்கள் என்ன நினைக்கிறீர்கள்' என்று ஃபோர்டிடம் கேட்டார் ஒரு நண்பர்.

'அது அனுபவங்களின் பதிவு. நாம் பல ஒலிதட்டுகளைக் கேட்கிறோம். பைபிளைப் படித்தால் நம்மைப் போலவே பலரும் அப்படிப் பல ஒலித்தட்டுகளைக் கேட்டிருக்கிறார்கள் என்பது தெரிகிறது. எனவேதான் சொல்லுகிறேன் அது அனுபவங்களின் தொகுதி. நானும் ஜனாதிபதி உட்ரோ வில்சனும் தினமும் ஒரு அத்தியாயமாவது பைபிளைப் படிப்ப தாகச் சபதம் ஏற்றிருக்கிறோம். இயன்றவரை அதைக் காப்பாற்றி வருகிறேன்' என்று பதில் அளித்தார் ஃபோர்ட்.

எதையும் நம்பிக்கையோடு பார்க்கிற கொள்கையை ஃபோர்ட் கடைப்பிடித்தார்.

‘இயலாதவை இல்லை என்ற எண்ணத்தோடு செயல்பட வேண்டும். என் வாழ்க்கையில் நான் அதைரியப்பட்டதே கிடை யாது. பலர் தாம் தோல்வி அடைந்தே தீருவோம் என நம்பு கிறார்கள். அவர்கள் தோல்வியைத் தழுவுகிறார்கள். வெற்றி பெற்றே தீருவோம் என்று வெறி கொண்டு செயல்படுபவர்களில் பெரும்பாலோர் வெற்றிபெறுகிறார்கள். என்னிடம் யாராவது இன்றைய நாள் எப்படி இருக்கிறது என்று கேட்டால் இன்றுதான் என் வாழ்க்கையிலே மிகச் சிறந்த நாள் என்று சொல்லுவேன். துயர்களுக்கு நான் தோள் கொடுப்பதில்லை. கெட்டவற்றை மறந்துவிடுகிறேன்.’

‘இளமையாக இருப்பதற்கு இதுதான் நேரம் என நினைக்க வேண்டும். அச்சம்தான் மனிதனுக்கு எதிரி. மனத்தை ஆழ்த்து. மற்றவர்கள் உன்னால் கவரப்படுவார்கள். பணியில் ஒருமுகப் பட்டு இயங்கு. அந்தப்பணியை வெற்றிகரமாக நிறைவேற்றத் தேவையான அனைத்தையும் கற்பனை செய். செயலைக் கற் பனை செய். கண்முன் நிறுத்திப்பார். அது அதனை விளை விக்கும். மனிதன் தோண்டத் தோண்டச் சுரக்கும் ஒரு கிணறு. தோண்டினால் நீர் பெருகும். இறைத்தால் நீர் கிடைக்கும். அப்படியே போட்டால் பாசிதான் படரும்.’

ஆன்மிகத்தைப் பொருளாதாரத்தோடும் இணைத்தார் ஃபோர்டு. சிக்கனமாயிருப்பது என்பது ஒரு தார்மீகப் பண்பாகக் கருதப் பட்டு வந்தது. ஃபோர்ட் அதை ஒப்புக்கொள்ளவில்லை. அவர் சொன்னார்:

‘அந்தக்காலத்திலே வயல்வெளிகள் கரடு முரடாக இருந்தன. அதிக உழைப்பு, குறைந்த வருமானம் என்ற நிலை இருந்தது. எனவே மக்கள் சிக்கனமாகச் செலவு செய்யும் அவசியம் இருந் தது. இப்பொழுது நிலைமை மாறிவிட்டது. சிறந்த சிக்கனம் எது தெரியுமா? அதிக வருமானம்தான் சிறந்த சிக்கனம். வரு மானத்தைப் பெருக்கவேண்டும். அதற்கென்ன செய்வது. உன் னுடைய ஆக்கசக்தியை அதிகரித்துக் கொள்ளவேண்டும். அதற் கென்ன செய்வது? உன்னை நீ அதற்கு உரியவனாக ஆக்கிக் கொள்ள வேண்டும். உன்மேல் முதலீடு செய். செலவழி. நேற்று இருந்ததைவிட இன்னமும் ஒருபடி மேலே இருப்பதற்காகச் செலவு செய். புத்திசாலித்தனமாகச் செலவு செய்வதற்காக அதிகமாக வருமானத்தைப் பெருக்கிக்கொள்.’

‘வேலை முடிந்ததா? உடனே தூங்கிவிடாதே. ஒரு மாநாடு கூட்டு. நடுவில் இருக்கும் நாற்காலியில் உன்னுடைய பொது உணர்வை (Common sense) அமரச் செய். அதுதான் நடுவர். சிந்தனை செய். உன்னுடைய பல்வேறு ஆற்றல்களை விவாதத்துக்கு அழை. அவற்றின் விவாதத்துக்குப் பொது உணர்வு தீர்ப்பு சொல்லட்டும். நீ எதனை அடைய விரும்புகிறாயோ அதை அடையும் திறன் உனக்கு உண்டு என்று நம்பிச் செயலில் இறங்கு’ என்றார்.

வலிமையான மக்களால்தான் நாடு வளம்பெறும் என்று நம்பி னார் ஃபோர்ட். வலிமைக்கு அடிப்படை சத்தான உணவு. அந்த வகையில் சென்றது ஃபோர்டின் ஆய்வு. உண்ணும் உணவைப் பொருத்தே உடல் நலமும் மன நலமும் அமைகிறது என்றார் ஃபோர்ட். மனிதனுடைய நடைமுறையைக் கவனித்தே அவன் என்ன வகையான உணவு உண்கிறான் என்று சொல்லிவிடலாம் என்று நம்பினார்.

‘அதிகமாக உண்பதும் தவறானவற்றை உண்பதும்தான் நோய் களுக்குக் காரணம்.

சர்க்கரை, மாவுப்பொருள், காஃபி, டீ, அதிக அளவு கோதுமை, சிகப்பு மாமிசம் (Red Meat) ஆகியவை தீங்கு விளைவிப்பவை. வயிற்றில் அதிகமான உணவில்லாதபோது ரத்தம் வயிற்றைவிட அதிகமாக மூளையில் இருக்கிறது. அதனால் என்னால் செம்மை யாகச் சிந்திக்க முடிகிறது. பச்சைக் காய்கறிகள்தாம் சிறந்த உணவு. கேரட், வெண்ணெய், செலெரி, நன்னாரி ஆகியவை நன்று’ என்றார்.

சோயாபீன்தான் உலகத்திலேயே சிறந்த உணவுப்பொருள் என்று ஃபோர்ட் நினைத்தார். தனது பண்ணைகளில் சோயாபீன் விளைத் தார். அதைக் குறைந்த விலைக்கு ஊழியர்களுக்கு விற்றார். அவர் சிகாகோவில் நடத்திய ஃபோர்ட் கண்காட்சியில் பார்வையாளர் களுக்கு சோயா சூப், சோயா சாஸ், சோயா கலந்த ஆப்பிள் பை என சோயா தயாரிப்புகளை அளித்தார்.

தேகப்பயிற்சியிலும் ஃபோர்டுக்கு அதிக ஈடுபாடு. தினமும் ஆறு மைலாவது நடப்பார். தனது பேண்ட் பாக்கெட்டில் எப்பொழு தும் ஒரு பெடோமீட்டர் வைத்திருப்பார். இரவு படுக்கப்போகு முன் அதைப்பார்த்து, தான் அன்று எவ்வளவுதூரம் நடந்திருக் கிறோம் என்று தெரிந்து கொள்வார்.

அவர் உயரமான தோற்றமும் மெலிந்த ஆனால் வலுவான தேகமும் கொண்டவர். காரில் போய்க்கொண்டிருக்கும் பொழுதே திடீரெனக் கீழே இறங்கி ஓடத்தொடங்கிவிடுவார். கார் அவருக்குப் பின்னாலேயே செல்லும். நீண்ட தொலைவு ஓடிய பிறகு மீண்டும் காரில் ஏறிக்கொள்வார். அவருடன் அடிக்கடி ஓடும் சோரென்ஸன் 'ஃபோர்ட் ஒரு மானைப்போல வேகமாக ஓடுவார்' என்றார்.

ஃபோர்டுக்கு மல்யுத்தம் பிடிக்கும். அவரது தொழிற்சாலைக் குள்ளேயே மல்யுத்தம் தெரிந்த தொழிலாளிகளுடன் அவர் போட்டி போடுவதுண்டு.

●

வருடத்தில் சில நாள்கள் ஃபோர்டும் அவரது மிகச் சிறந்த நண்பர்கள் சிலரும் கண்காணாத இடத்துக்குச் சென்று சில தினங்கள் வாழ்ந்துவிட்டு வருவார்கள். அவருடன் ஒவ்வொரு வருடமும் செல்பவர்கள் தாமஸ் ஆல்வா எடிசன், ஹார்வி ஃபயர்ஸ்டோன், ஜான் பர்ரோ.

'நான்கு நாடோடிகள்' என்று அழைக்கப்படும் அவர்களுடன் ஒருசமயம் அமெரிக்க ஜனாதிபதி வார்ரென் ஹார்டிங்கும் கலந்து கொண்டதுண்டு. அப்படிப்பட்ட ஒரு நாடோடி வெளிப்பாட்டின் போதுதான் இந்தப் புத்தகத்தின் முன்னுரையில் நாம் குறிப்பிட் டிருக்கும் நிகழ்ச்சி நடந்தது. ஒரு விவசாயியின் காரை ஃபோர்ட் பழுதுபார்த்துக்கொடுக்க, அந்த விவசாயி மாடல் டி காரை வைத்திருப்பவர் பணக்காரராக இருக்க முடியாது என்று சொல்லி ஃபோர்டுக்கு ஒன்றரை டாலர் கூலி கொடுக்க முன்வந்தார்.

தமது கவலைகள் எல்லாம் மறந்து, பொது மக்கள் பார்வையில் இருந்து தன்னந்தனியாகக் காட்டுக்குள் நாடோடி வாழ்க்கை வாழவேண்டும் என்பதுதான் அவர்களது நோக்கமாக இருந்தது. காட்டிலே தாங்களே மிருகங்களை வேட்டையாடுவார்கள். அடுப்புக்கு வேண்டிய விறகுகளை வெட்டுவார்கள். மாலைப் போதில் நால்வரும் ஓட்டப்பந்தயம் நடத்துவதுண்டு. ஃபோர்ட்தான் வெற்றிபெறுவார்.

ஃபோர்ட் அதிகாலையிலேயே எழுந்துவிடுவார். காட்டுக்குள் நடக்கப் போய்விடுவார். எடிசனும் ஃபோர்டும் அங்குள்ள ஓடைகளைப் பார்த்து அவற்றின் வேகத்தை அளவிடுவார்கள்.

வினாடிக்கு எவ்வளவு தண்ணீர் வருகிறது என்பதைக் கணக்கிட்டு அங்கே ஓர் அணை கட்டினால் பக்கத்திலுள்ள கிராமவாசிகளுக்கு விவசாயத்துக்கும், அவர்களுக்குத் தேவையான மின்சாரம் பெறவும் பயன்படுமே எனப் பேசிக்கொள்வார்கள். அப்படிப் பார்த்த பழக்கத்தால்தான் பின்னாளில் ஃபோர்ட் அந்நதிகளின் குறுக்கே அணைகட்டி மின்சாரம் தயாரிக்கும் முயற்சியில் ஈடுபட்டார்.

நால்வரும் சுற்றியமர்ந்து நகைச்சுவைத் துணுக்குகள் சொல்வதுண்டு. அவர்களுடன் இத்தைகைய பயணத்துக்கு அடிக்கடி செல்லும் ஊழியர் ஒருவர், 'அந்தச் சமயத்தில் அவர்கள் சிறுவர்களாகவே மாறிவிடுவார்கள். அறிவியல் மேதைகளா இப்படி இருக்கிறார்கள் என்று எண்ணத்தோன்றும். அந்த அளவுக்கு ஆடுவதும் ஓடுவதும் பாடுவதும் விளையாடுவதும் சமைப்பதுமாகப் பொழுதைக் கழித்தார்கள். அந்த ஒரு வார வாழ்க்கை ஒரு வருடத்துக்கு வேண்டிய தெம்பை அவர்களுக்குக் கொடுத்தது' என்றார்.

எங்கே செல்லவேண்டும் என்று முடிவெடுப்பது எடிசனின் வேலை. செல்வதற்குக் கார்கள், கூடாரச் சாதனங்கள் எல்லாம் தயாராக இருக்கும். எடிசனின் கார் முன்னாலே செல்லும். மற்றவர்களுக்கு அவர் எங்கே அழைத்துப்போகிறார் என்பது கூடத் தெரியாது. எடிசன் அழைத்துப்போகும் காட்டுக்குள்ளே சென்று நாள்களைக் கழித்துவிட்டு வருவார்கள்.

அவர்கள் தங்கியிருந்த காட்டின் அருகே இருந்த ஒருவீட்டில் ஒரு போனோகிராப் பெட்டி இருந்தது. அது வேலை செய்யவில்லை. தனது நடைப்பயணத்தின் போது அதைப் பார்த்த ஃபோர்ட் அதைத் திறந்து பழுதுபார்த்துக் கொடுத்தார். அந்த வீட்டுப் பெண்மணியிடம் ஃபோர்ட் தன்னை அறிமுகப்படுத்திக் கொண்டபோது அவர் வியப்புற்றார்.

'நீங்கள் கார்களைத்தான் உற்பத்தி செய்கிறீர்கள் என்று நினைத்தோம். போனோகிராபையும் பழுது பார்க்கிறீர்களே! இங்கே போனோகிராப் நிறுவனத்தின் பொறியாளர்கள் இதைப் பழுதுபார்க்க முடியாது என்று சொல்லிவிட்டார்கள்' என்றாள்.

ஃபோர்டுக்கு மிக்க மகிழ்ச்சி. உடனே எடிசனிடம் சென்று 'பார்த்தீர்களா, நான் உங்கள் நிறுவனத்தின் போனோகிராபைப்

பழுதுபார்த்துவிட்டேன். உங்கள் டீலர்களால் முடியாததை நான் சாதித்துவிட்டேன்' என்றார்.

மாலைப்போதுகளில் தீயைச் சுற்றி அமர்ந்துகொண்டு இலக்கியத்தில் தாம் ரசித்தவற்றைப் பற்றியும் அரசியல் பற்றியும் அவர்கள் பேசுவதுண்டு.

பின்னாளில் இந்தப் போக்கு ஓரளவு மாறியது. விளம்பரப் பிரியரான ஃபோர்ட் யாருக்கும் தெரியாமல் புகைப்படக்காரரை அழைத்து வந்துவிடுவார். சமையல்காரர்களும் ஊழியர்களும் அழைத்துவரப்பட்டார்கள். நாடோடிக் கும்பல் கொஞ்சம் கொஞ்சமாக நாகரிகக் கும்பலாக மாறத்தொடங்கியது.

அவர்களுடைய கூடார வாழ்க்கையைப்பற்றிக் கதை கதையாகப் பத்திரிகைகளில் செய்திவரும். அதைப்படித்த மக்கள் அங்கே குழுமுவதும் உண்டு. அவர்களது கூடார வாழ்க்கையைப்பற்றி ஒளிப்படம் எடுக்கப்பட்டு சினிமாக் கொட்டகைகளில் காட்டப் பட்டது. பத்திரிகைகளில் புகைப்படங்களோடு செய்தி வந்தது.

1921-ல் அவர்கள் பயணம் நவீன வசதிகளோடு ஏற்பாடு செய்யப் பட்டது. மிகமிக வசதியுள்ள கூடாரங்கள், மின்சாரம் தயாரித்துக் கொடுக்கும் ஜெனரேட்டர்கள், கட்டில், மெத்தை, போர்வைகள், பியானோ, இசைக்கலைஞர்கள், ஜப்பான் சமையல்காரர் என அமர்க்களப்பட்டது.

இவற்றால் கூடார வாழ்க்கை அதன் உண்மையான ஈர்ப்பை இழந்தது.

16

பெரிய பிரச்னை என்று ஒன்றும் கிடையாது. எல்லாம் சின்னச் சின்னப் பிரச்னைகளின் தொகுதிதான்.

'சார்லஸ், வேண்டாம், விட்டுவிடு' என்றார் ஹென்றி ஃபோர்ட்.

'விட்டுவிடுவதற்காகவா இங்கு வந்தேன்? நீங்கள் எவ்வளவு பெரியவர்! ஒரே ஒரு முறை நீங்கள் ஜனாதிபதியைச் சந்தித்தால் போதும்' என்றார் சார்லஸ் எடிசன்.

'சார்லஸ், உன்னை என் தோளில் தூக்கி வளர்த்திருக்கிறேன். அதனால்தான் உன்னிடம் பொறுமையாகப் பேசிக்கொண்டிருக்கிறேன். ஜனாதிபதி என்னை அழைத்தால் நான் நிச்சயம் அவரைப் போய்ப் பார்க்கிறேன்.'

'நீங்கள் இப்படிப்பேசலாமா? அவர் மிகப் பெரிய நாட்டின் ஜனாதிபதி' என்றார் சார்லஸ்.

'இருக்கட்டுமே? அதனால் என்ன? அவர் என்னிடம் முதலில் பேசக்கூடாதோ?'

'நீங்கள் அவருடன் தொலைபேசியில் பேசினால் அவர் நிச்சயமாக உங்களுடன் பேசுகிறேன் என்கிறார்.'

‘சார்லஸ், நீ என்னுடைய மிகப்பெரிய நண்பரின் மகன். அவர் உயிரோடு இருந்திருந்தால் நான் செய்வதுதான் சரி என்று சொல்லியிருப்பார்.’

‘நீங்கள் ஒரே ஒரு முறை வெள்ளை மாளிகையுடன் தொடர்பு கொள்ளுங்கள் போதும். பிரச்னைகள் தீர்ந்துவிடும்.’

‘அதென்ன நியூ டீல்? சம்பளம் அதிகம் கொடுக்கவேண்டுமாம். அதை நான் எப்பொழுதோ செய்துவிட்டேன். வேலை கொடுக்க வேண்டுமாம். நான் கொடுத்த அளவுக்கா இவர்கள் கொடுத்து விடப் போகிறார்கள்? அதைத்தான் நான் ஏற்கெனவே செய்து விட்டேனே! அவர்கள் திட்டத்தில் நான் கையெழுத்து போட வேண்டுமாம். என்னை அரசு கட்டுப்படுத்துவதற்கு நான் ஏன் கையெழுத்து போடவேண்டும்?’

‘அப்படியில்லை...’

‘என்ன அப்படியில்லை? அந்த ஜெனரல் சொல்கிறபடி நான் கேட்கவேண்டுமாம். அவன் யார் என்னைக் கட்டுப்படுத்த?’

‘அவர்தான் அந்தத் திட்டத்தின் தலைவர்.’

‘வந்தார். என்னைப் பார்த்தார். இரண்டு மணி நேரம் பேசினார். கையெழுத்து போடமாட்டேன் என்று மறுத்துவிட்டேன். என்னை மிரட்டிவிட்டுப் போயிருக்கிறார். அவர்கள் எதாவது செய்தால், நான் ஒன்றும் செய்யமாட்டேன். மக்கள் பார்த்துக் கொள்வார்கள்.’

‘பொருளாதார நெருக்கடி ஏற்பட்டிருக்கும் இந்த நேரத்தில் அரசோடு நாம் ஒத்துழைக்க வேண்டாமா?’

‘நான் ஒத்துழைத்துக் கொண்டுதான் இருக்கிறேன். அதிக உற்பத்தி செய்தால்தானே அதிக வேலை வாய்ப்பை உருவாக்க முடியும். அரசுதான் விலையை நிர்ணயிக்குமாம். அரசுதான் எவ்வளவு கார்களை நான் உற்பத்தி செய்யவேண்டும் என்று சொல்லுமாம். உற்பத்தியாளர்களிடையே போட்டி இருந்தால் தானே பொருளாதாரம் சீர்படும்? அதுமட்டுமல்ல. தொழிலாளர்கள் சங்கம் அமைத்துக்கொண்டு நிர்வாகத்தோடு போராடலாமாம். அதற்குப்போய் என்னைக் கையெழுத்திடச் சொல்கிறாயா?’

‘நீங்கள் சொல்வது சரி. எல்லோரும் ஊழியர்களுக்கு நன்மை செய்ய வேண்டுமல்லவா? அதை அரசுதானே கட்டுப்படுத்த வேண்டும்? அதற்காகத்தான் கையெழுத்து கேட்கிறார்கள்.’

‘நல்லது. நீயும் அந்தத் திட்டத்ததை நிறைவேற்றும் அமைப்பில் முக்கியப்பொறுப்பில் இருக்கிறாய். நான் மேற்கொண்டு ஒன்றும் பேசுவதற்கில்லை’ என்றார் ஃபோர்ட்

‘நீங்கள் அப்படிச் சொல்லக் கூடாது. இது ஒரு பெரிய பிரச்னை. நீங்கள் ஒத்துழைக்கவேண்டும் என்று ஜனாதிபதி விரும்புகிறார்.’

‘பெரிய பிரச்னை என்று ஒன்றும் கிடையாது. எல்லாம் சின்னச் சின்னப் பிரச்னைகளின் தொகுதிதான்’ என்றார் ஃபோர்ட்.

1930-ம் ஆண்டை ஒட்டி அமெரிக்காவில், ஏன் உலகெங்கும் ஒரு பெரிய பொருளாதார வீழ்ச்சி ஏற்பட்டது. பல பெரிய நிறுவனங் கள் வீழ்ந்தன. அமெரிக்காவிலும் வேலையில்லாத் திண்டாட்டம் தலைவிரித்தாடியது. ஒரு வேளை உணவுக்குக்கூட வழியின்றி பலர் திண்டாடினார்கள். அச்சமயம் ஃப்ராங்க்லின் ரூஸ்வெல்ட் என்பவர் அமெரிக்க ஜனாதிபதியாக இருந்தார். அவர் கஷ்டப் படும் மக்களுக்கு உதவுவதற்காக 1933-ம் ஆண்டு ஒரு புதிய திட்டத்தை அறிவித்தார். அதற்கு நியூ டீல் என்று பெயர்.

அதன்படி எல்லாத் துறைகளிலும் கூட்டு முயற்சி தேவை என்றும் போட்டிகளை நிறுத்திவைத்தும் தொழில் நிறுவனங்களின் செயல்பாட்டைக் கட்டுப்படுத்தியும் அறிக்கை வெளியிடப் பட்டது. தேசிய தொழில் மீட்புச் சட்டம் (NIRA சட்டம்) என்ற சட்டம் நிறைவேற்றப்பட்டு, தேசிய மீட்புக் கழகம் (National Recovery Administration & NRA) என்ற அமைப்பு உருவாக்கப்பட்டது.

வணிக நிறுவனங்கள், ஊழியர்கள், அரசு ஆகிய மூன்றுக்கும் இடையே ஒத்துழைப்பும் போட்டியின்மையும் உருவாக வேண்டும் என்றும் 3.3 பில்லியன் டாலர் பொதுப்பணியில் செலவிடப்படுமென்றும் வணிக நிறுவனங்கள் போட்டி விதிமுறைகளுக்குட்பட்டு இயங்கவேண்டும் என்றும் சம்பளம், வேலை நேரம், ஊழியர் வசதி, பொருளின் விலை ஆகியவை NRA-வால் நிர்ணயிக்கப்படுமென்றும் தொழிலாளர்களுக்குத் தொழிற்சங்கங்கள் அமைக்க உரிமை உண்டென்றும் அப்படி அமைத்து தொழிலதிபர்களிடம் பேரம் பேசலாம் என்றும்

அறிவிக்கப்பட்டது.

ஃபோர்டைத் தவிர எல்லா ஆட்டோமொபைல் தயாரிப்பாளர் களும் இவற்றை ஏற்றுக்கொண்டனர். ஃபோர்ட் கையெழுத்திட மறுத்துவிட்டார். எந்தக் காரணங்களுக்காகச் சட்டம் இயற்றப் பட்டதோ அவற்றுக்கு எதிர்மறையான விளைவை அச்சட்டம் ஏற்படுத்தும் என்றார் ஃபோர்ட். 'கட்டுப்படுத்தப்படாத போட்டி இருந்தால்தான் அதிக உற்பத்தி செய்ய முடியும். அதனால் அதிக வேலை வாய்ப்புகள் ஏற்படும். போட்டியின்மையால் வேலை வாய்ப்புகள் குறையும்' என்றார் ஃபோர்ட்.

சம்பள உயர்வு, வேலைநேரக் குறைப்பு ஆகியவவை பல வருடங்களுக்கு முன்பே தான் செய்ததுதான். எனவே அவ்வகை யில் தன்னைக் கட்டுப்படுத்தவேண்டிய அவசியமில்லை என்றும் ஃபோர்ட் சொன்னார். NRA-வின் இயக்குனராக ஜெனரல் ஹ்யூ ஜான்சன் என்பவர் பொறுப்பேற்றிருந்தார். அவர் ஃபோர்டை ரகசியமாகச் சந்தித்துத் தன் திட்டத்தை விளக்கினார். இரண்டு மணி நேரம் பொறுமையாகக் கேட்டுக்கொண்டிருந்துவிட்டு ஃபோர்ட் சொன்னார்: 'ஜெனரல், உங்கள் திட்டம் சரியல்ல. இதனால் பல இளைஞர்கள் கஷ்டப்படப் போகிறார்கள்.'

NRA திட்டத்தின்படி அனைத்துப் பொருள்களிலும் நீலப்பருந்துச் சின்னம் பொறிக்கப்படவேண்டும். அது இருந்தால்தான் அந்தப் பொருள் அரசால் அங்கீகரிக்கப்பட்ட பொருள் என்று கருதப்படும்.

கையெழுத்திட மறுக்கும் ஃபோர்ட் தனது கார்களில் நீலப் பருந்துச் சின்னத்தைப் பொறிக்கக் கூடாது என்று அறிவித்தார் ஜெனரல் ஜான்சன்.

'என் கார்களில் நீலப்பருந்துச் சின்னம் பொறிக்கப்படமாட்டாது. 30 வருடங்களாக ஜனங்களால் அங்கீகரிக்கப்பட்டிருக்கும் காருக்கு இன்னொரு அங்கீகாரம் எதற்கு?' என்றார் ஃபோர்ட்.

'நீலப்பருந்துச் சின்னம் பொறிக்கப் படாவிட்டால் மக்கள் வாங்கமாட்டார்கள்' என்றார் ஜெனரல்.

'வாங்குவதற்குப் பணத்தட்டுப்பாடுள்ள இந்தக் காலத்திலே ஃபோர்ட் காரைவிடக் குறைவாக எந்தக் கார் கிடைக்கும்? மக்கள் ஃபோர்ட் காரைத்தான் வாங்குவர்' என்றார் ஃபோர்ட்.

அரசு நிறுவனங்களில் ஃபோர்ட் கார்களை வாங்கத் தடை விதிக்கப்பட்டது. ஃபோர்ட் அதைக்கண்டு கலங்கவில்லை.

பொருளாதார வீழ்ச்சியிலிருந்து மீள ஒரே வழி 'உழைப்பு' என்றார் ஃபோர்ட்.

'நாங்கள் உழைக்கத் தயார். வேலை எங்கே இருக்கிறது?' என்று கேட்டனர் இளைஞர்கள்.

'வேலையைத் தேடிப்போகாமல் தாங்களே வேலையை உருவாக்கிக்கொள்ளவேண்டும்' என்றார் ஃபோர்ட். 'நிலத்தில் வேலை செய்யலாம். தோட்டம் அமைக்கலாம்' எனத் தன் மனம் போனபடி ஃபோர்ட் அறிக்கை விட்டார்.

அதை வில் ரோஜர்ஸ் கேலி செய்து ஒரு பத்திரிகையில் எழுதினார்: 'நாம் தோட்டத்துக்கு எங்கே போவது என்று கவலைப்பட வேண்டாம். இனி ஃபோர்ட் தனது காரின் மேல்பாகத்தில் ஒரு சிறு தோட்டத்தையும் அமைத்து விற்பார்.'

ஃபோர்டின் உறுதியான கொள்கையைப் பலர் ஆதரித்தனர். அரசையே எதிர்க்கிறாரே எனப் பலர் எதிர்த்தனர். ஜெனரல் ஜான்சன் எந்தக் கட்டுப்பாடுமின்றி அறிக்கை விட்டுக் கொண்டிருந்தார்.

ஜான்சனின் அறிக்கைகளைக் கண்டித்து ஃபோர்ட், டைம் பத்திரிகையில் ஓர் அறிக்கை வெளியிட்டார்: 'கையெழுத்திட வேண்டும் என்பது சட்டத்தில் இல்லை. நீலப்பருந்தைப் பறக்க விடவேண்டுமென்பது சட்டத்தில் இல்லை. ஜான்சனின் தினசரி அறிக்கைகளும் சட்டத்தில் இல்லை.'

தாமஸ் ஆல்வா எடிசனின் மூத்த மகன் சார்லஸ் எடிசன் நியூ ஜெர்சியில் NRA-வில் பணிபுரிந்தார். ஜனாதிபதியும் ஃபோர்டும் சந்தித்தால் நல்லது என அவர் நினைத்தார். ஜனாதிபதி அழைப்பு அனுப்ப மறுத்தார். ஃபோர்ட் தன்னுடன் தொலைபேசி மூலம் பேசினால் சந்திக்கத் தயார் என்றார் ஜனாதிபதி. ஃபோர்ட், ஜனாதிபதியிடமிருந்து அழைப்பு வந்தால் பேசுவேன் என்றார்.

இந்த இழுபறி நீடிக்கவே, ஜனாதிபதி அழைத்தால் கூடப் போகக் கூடாது என்ற முடிவுக்கு வந்தார் ஃபோர்ட். ஃபோர்டிடம் பணிபுரிந்த கௌசன்ஸ் செனட்டராகப் பதவி வகித்துவந்தார்.

தீவிர முயற்சிக்குப் பிறகு ஜனாதிபதியை ஃபோர்டுக்கு அழைப்பு அனுப்பச் செய்தார். ஆனால் அழைப்பு வந்தும் ஃபோர்ட் ஜனாதிபதியைச் சந்திக்கவில்லை.

பல வங்கிகள் திவாலாகிக்கொண்டிருந்த நிலையில், தான் 11 மில்லியன் டாலர் தருவதாகவும் இரண்டு வங்கிகளை டெட்ராய்ட்டில் நிறுவலாம் என்றும் ஆனால் அவற்றின் நிரவாகிகளைத் தான் நியமிப்பதாகவும் ஃபோர்ட் சொன்னார். அதற்கு வங்கி அதிபர்கள் ஒப்புக்கொள்ளவில்லை. பிறகு மக்களுக்கு உதவுவதற்காகத் தானே ஒரு வங்கியை ஃபோர்ட் தொடங்கினார். அது நன்றாக இயங்கியது.

டியர்பானுக்கு அருகில் ஆப்பிரிக்க அமெரிக்கக் (கருப்பின மக்கள்) குடியிருப்பு ஒன்று இருந்தது. பொருளாதார வீழ்ச்சியால் அம்மக்கள் பெரிதும் பாதிக்கப்பட்டனர். ஃபோர்ட் அவர்களுக் காகச் சமுதாயச் சமையல் கூடம் ஏற்படுத்தி இலவசமாக உணவளித்தார். அவ்வூரிலும் பக்கத்து ஊரிலும் தெருக்களைச் சுத்தம் செய்யவும் சாலைகளைச் செப்பனிடவும் அம்மக்களைப் பணிக்கமர்த்தினார்.

அங்கு ஒரு புதிய உயர்நிலைப் பள்ளியைத் தொடங்கினார். பலசரக்குக்கடை ஒன்றை நிறுவி, மிகக் குறைந்த விலைக்குப் பொருள்களை விற்றார். கடன் கொடுத்தார். மருத்துவமனை ஒன்று கட்டி அதில் தன் தொழிற்சாலையில் பணிபுரியும் மருத்துவர்களைக் கொண்டு சிகிச்சை அளித்தார்.

இப்படி ஒவ்வொரு தொழிலதிபரும் ஒவ்வொரு கிராமத்தைத் தத்தெடுத்துச் சீர்படுத்தினால் பொருளாதார வீழ்ச்சியில் இருந்து மீளமுடியும். தனிப்பட்டவர்கள் சாதிப்பதை அரசால் சாதிக்க முடியாது என்பது அவரது கருத்து.

ஜனாதிபதி ரூஸ்வெல்ட்டைப் பற்றிப் பொது மேடைகளில் ஃபோர்ட் புகழ்ந்து பேசுவதுண்டு. ஆனால் தனிப்பட்ட நண்பர் களுடன் பேசும்போது அவரைக் குறைகூறுவார். அவர் அடிக்கடி சொல்லும் ஒரு நகைச்சுவைத் துணுக்கு:

'ஒருநாள் ஜனாதிபதி ரூஸ்வெல்ட் படகில் அமர்ந்து மீன் பிடித்துக்கொண்டிருந்தார். நிலைதடுமாறித் தண்ணீரில் விழுந்து விட்டார். பக்கத்தில் மீன் பிடித்துக்கொண்டிருந்த இரண்டு பையன்கள் நீரில் குதித்து அவரைக் காப்பாற்றினர். தன்னுயிரைக்

காப்பாற்றிய அச்சிறுவர்களுக்கு உதவ வேண்டும் என்று ரூஸ் வெல்ட் நினைத்தார். தான் அமெரிக்க ஜனாதிபதி ரூஸ்வெல்ட் என்றும் தன்னுயிரைக் காப்பாற்றியதற்காக அவர்கள் கேட்பதைத் தர விரும்புவதாகவும் சொன்னார்.

தன் தந்தைக்கு வேலையில்லை என்றான் ஒரு பையன். தான் வேலைக்கு எற்பாடு செய்வதாக ரூஸ்வெல்ட் சொன்னார்.

தனது தந்தை ஒரு வியாபரி என்றான் மற்றொருவன். 'நான் என்ன உதவி செய்யவேண்டும்?' என்று கேட்டார் ஜனாதிபதி.

அந்தப் பையன் நடுங்கிகொண்டே சொன்னான்: 'நீங்கள் என்ன வேண்டுமானாலும் செய்யுங்கள். உங்களைக் காப்பாற்றினேன் என்று தெரிந்தால் என் தந்தை என்னைக் கொன்றுவிடுவார்.'

1935-ம் அண்டு மே மாதம் *25*-ம் தேதி NIRA சட்டம் அரசியல் சட்டத்துக்கு முரணானது என்று அமெரிக்க சுப்ரீம் கோர்ட் தீர்ப்பளித்தது. NRA கலைக்கப்பட்டது.

1938-ம் ஆண்டு ஃபோர்டும் ஜனாதிபதி ரூஸ்வெல்ட்டும் சந்தித் தனர். ஜனாதிபதி அவரை மிகவும் அன்போடு வரவேற்றார்.

'ஃபோர்டைச் சந்திக்கப் போகிறாயா, அவர் மிகவும் பெரியவர் என்று என் தாய் தங்களைப் புகழ்ந்தாள்' என்றார் ரூஸ்வெல்ட். சாப்பாட்டுக்குப் பிறகு தனது புதிய திட்டங்களை ஃபோர்டுக்கு விளக்கினார். விடைபெற்றுச் செல்லும்போது ஃபோர்ட் சொன்னார்:

'மிஸ்டர் பிரசிடெண்ட், நீங்கள் ஜனாதிபதி பதவியிலிருந்து விலகும்போது உங்களுக்கு நண்பர்கள் என்று யாரும் இருக்கப் போவதில்லை. அப்பொழுது நான் உங்கள் நண்பனாக இருப்பேன்.'

17

எது சிறந்தது? கடந்த கால வரலாறை, புத்தகங்களில் படித்து மனப்பாடம் செய்து தனது வரலாற்று அறிவை வெளிப்படுத்துவதா? அல்லது அந்த நாளில் வாழ்ந்தவர்களின் பண்பாட்டையும் வாழ்க்கை முறையையும் அப்படியே மாணவர்களும் மற்றவர்களும் நேரடியாகக்கண்டு உணருமாறு செய்வதா?

'மிஸ்டர் எடிசன், உங்களுடைய மென்லோ பார்க் சோதனைச் சாலையை அப்படியே மாற்றியிருக்கிறேனா? அல்லது ஏதேனும் குறையிருக்கிறதா?' என்று கேட்டார் ஃபோர்ட்.

'ஒரே ஒரு குறையிருக்கிறது' என்றார் தாமஸ் ஆல்வா எடிசன்.

'என்ன குறையென்று சொன்னால் சரிசெய்து விடலாம்' என்றார் ஃபோர்ட்.

'அதைச் சரிசெய்தால் இப்பொழுதுள்ள அழகு கெட்டுவிடும்' என்றார் எடிசன்.

'அழகு கெடாமல் சரி செய்யமுடியுமா என்று பார்க்கலாமே?'

'சரி, சொல்கிறேன். என்னுடைய மென்லோ பார்க் சோதனைச்சாலையில் இருந்த குப்பை இதில் இல்லை' என்று சொல்லிச் சிரித்தார் எடிசன்.

சிறுவயதிலிருந்தே பழைய பொருள்களையும் கலாசாரத்தையும் பாதுகாப்பதில் ஃபோர்டுக்கு ஆர்வம் உண்டு. தான் படித்த மெக்கஃபி ரீடர்ஸ் என்ற புத்தகங்களைப் பெரும் பொருட்செலவு செய்து தொகுத்தார். தான் படிக்கிற காலத்தில் தானும் தன் நண்பனும் தங்கள் பெயர்களைச் செதுக்கிய மர பெஞ்சை விலைக்கு வாங்கிப் பாதுகாத்தார்.

சிகாகோ டிரிப்யூன் வழக்கில் தனது வரலாற்று அறிவைச் சோதிக்க வக்கீல்கள் கேள்விக்கணைகள் தொடுக்க, தான் தன் அறியாமையை வெளிப்படுத்தியபோது அவர் மனத்தில் ஓர் எண்ணம் ஓடியது.

'எது சிறந்தது? கடந்த கால வரலாற்றை, புத்தகங்களில் படித்து மனப்பாடம் செய்து தனது வரலாற்று அறிவை வெளிப்படுத்துவதா? அல்லது அந்த நாளில் வாழ்ந்தவர்களின் பண்பாட்டையும் வாழ்க்கை முறையையும் அப்படியே மாணவர்களும் மற்றவர்களும் நேரடியாகக்கண்டு உணருமாறு செய்வதா?'

இரண்டாவது வழிதான் சிறந்தது என முடிவு செய்தார். அப்படிச் செய்வதன் மூலம் மக்கள் நேரடியாக அந்தக் கலாசாரத்தைக் கண்டு உணர முடியும். வரலாற்றில் படித்துக் கற்பனை செய்வதைவிட வரலாற்றில் நனைந்து பார்ப்பது சிறந்ததுதானே!

எனவே தனது வாழ்வின் பிற்பகுதியைப் பழைய பொருள்களைச் சேகரிப்பதிலும் இடிந்து போன வரலாற்றுச் சிறப்புமிக்க கட்டடங்களை விலைக்கு வாங்கி அவற்றை அப்படியே பெயர்த்து எடுத்து வந்து தனக்குச் சொந்தமான கிரீன்ஃபீல்ட் கிராமத்தில் மீண்டும் நிறுவியும் வரலாற்றைப் புதுப்பித்தார். தனது தொழிற்சாலைகளை நிறுவ அவர் எவ்வளவு ஆர்வத்தோடு இருந்தாரோ அதனினும் அதிக ஆர்வத்தை இங்கு காண்பித்தார். பெரும் பகுதி நேரம் கிரீன்ஃபீல்ட் கிராமத்திலேயே இருந்தார். ஒவ்வொரு சிறு ஏற்பாட்டையும் தானே முன்னின்று இயக்கினார்.

அப்படி நிறுவிய கட்டடங்களில் ஒன்றுதான் எடிசனின் மென்லோ பார்க் சோதனைச் சாலை. எடிசன் மிகப்பெரிய சோதனைச்சாலை ஒன்றை நியூ ஜெர்சி வெஸ்ட் ஆரஞ்ச் பகுதியில் நிறுவிய பிறகு மென்லோ பார்க் சோதனைச் சாலை சிறிது சிறிதாகச் சிதைந்து வந்தது. எடிசன் வாழ்நாளிலேயே அதற்கு மறு உயிர் கொடுக்க, அங்கு கிடைத்த பொருள்களை எல்லாம் அள்ளிக்கொண்டு வந்து பழைய புகைப்படங்களை ஆதரவாகக்

கொண்டு மென்லோ பார்க் சோதனைச் சாலையை மீண்டும் உருவாக்கினார்.

அதைப்பார்த்த எடிசன் வியந்தார். தான் மீண்டும் பழைய காலத் துக்கே போன உணர்வு வருவதாகச் சொன்னார்.

ஃபோர்ட், தான் வாழ்ந்த வீட்டை அப்படியே எடுத்துவந்து சீரமைத்து மீண்டும் கிரீன்ஃபீல்ட் கிராமத்தில் கட்டினார். தனது நினைவில் நின்ற பொருள்கள் பல அவருக்குக் கிடைக்க வில்லை. பழைய பொருள்கள் விற்கும் கடைகளில் எல்லாம் தேடி அவற்றைப் போலவே மாதிரி கிடைத்தால் வாங்கி வந்தார். தன் வீடு இருந்த நிலத்தைத் தோண்டிப்பார்க்க ஏற்பாடு செய்தார். பல பொருள்கள் கிடைத்தன. ஏழாண்டுகள் முயற்சிக்குப் பிறகு அப்படியே தன் வீட்டை கிரீன்ஃபீல்ட் கிராமத்தில் கட்டி முடித்தார்.

கார்கள் கண்டுபிடிக்கப்படாத முந்தைய நூற்றாண்டில் மக்கள் குதிரைகளில் பயணம் செய்தனர். அவர்கள் அங்கங்கே தங்கிச் செல்லவும், களைப்படைந்த குதிரைகளுக்கு ஓய்வுகொடுக்கவும் தேவைப்பட்டால் புதிய குதிரைகளை வாங்கிச் செல்லவும் பல சாலை விடுதிச் சத்திரங்கள் இருந்தன. அவற்றில் மாசசூஸட்ஸ் அருகே சாலிஸ்பரியில் இருந்த சத்திரமும் ஒன்று. அதில் ஜெனரல் வாஷிங்டன் தங்கியிருக்கிறார். எனவே அந்தச் சத்திரத்தை ஃபோர்ட் 65,000 டாலருக்கு விலைக்கு வாங்கிப் புதுப்பித்தார். பக்கத்தில் இருப்பவர்களால் இடைஞ்சல் நேர்ந்தபோது அந்தச் சத்திரத்தைச் சுற்றியுள்ள 2,500 ஏக்கர் நிலத்தையும் விலக்கு வாங்கி எல்லாவற்றையும் அப்புறப்படுத்தினார். இந்தத் திட்டத்துக்கு மட்டும் ஃபோர்ட் 2 மில்லியன் டாலர் செலவு செய்தார்.

இந்த முயற்சியில் அவர் பெற்ற வெற்றி மேலும் மேலும் பழம் பொருள் சேகரிப்பில் அவரை ஈடுபடுத்தியது. விலையுயர்ந்த பொருள்களை அவர் தேடிப்போகவில்லை. சாதாரண மக்கள் அன்றாடம் பயன்படுத்திய, நூற்றாண்டுகள் கடந்த பழம் பொருள்களை வாங்கிச் சேகரித்தார். வில்லியம் டெய்லர் என்பவர் தலைமையில் பழம்பொருள் சேகரிப்புக்காக ஒரு தனிக்குழுவை நியமித்தார்.

ஆரம்ப காலத்தில் தான் வாங்கிய பழைய மரச்சாமான்களை வார்னிஷ் அடித்துப் புதுப்பித்தார். பழைய பொருள்களை பழமை

மாறாமல் வைத்திருப்பதுதான் சிறப்பு என அவருக்குப் புரிய வில்லை. தான் ஒருவரிடம் வாங்கிய மர டெஸ்க் ஒன்றைப் புதுப் பித்து அதைப் பெருமையோடு அவரிடம் காட்டினார் ஃபோர்ட். அந்தப் பொருளின் சொந்தக்காரர், பழைய பொருள்கள் பாது காக்கப்பட வேண்டுமே தவிர, அவற்றை வண்ணமும் வடிவமும் மாறும் படி செய்யக் கூடாது என்று விவரித்த பிறகுதான் ஃபோர்டுக்குத் தன் தவறு புரிந்தது.

ஃபோர்ட் பழைய பொருள்களை வாங்கிக் குவிக்கத் தொடங்கி னார். அவற்றைப் பாதுகாப்பாக ஒழுங்குபடுத்தி வைக்க இடம் தேவைப்பட்டது. அவருடைய ஃபேர்லேன் எஸ்டேட்டிலிருந்து இரண்டு மைல் தொலைவில் நிலம் வாங்கினார். அங்கே ஒரு கட்டடக்கலை நிபுணருடைய உதவியுடன் பிலடெல்பியாவில் இருக்கும் சுதந்தர மாளிகையைப் போல் ஒரு கட்டடத்தை எழுப்ப விரும்பினார்.

1928-ம் ஆண்டு செப்டெம்பர் 27-ம் தேதி தாமஸ் ஆல்வா எடிசனை அழைத்துவந்து மூலையிலிருந்த ஈர காங்கிரீட் கலவையில் மண்வெட்டியால் வெட்டச் சொன்னார். பிறகு எடிசனது கால் தடங்களை அதில் பதிக்கச் சொன்னார். அவருடைய பெயரை எழுதச் சொன்னார். அதன் பிறகு அந்தக் கட்டட வேலை தொடங்கியது. சேகரித்த பொருள்களை வைப்பதற்காக ஒரு பொருட்காட்சி சாலை கட்டப்பட்டது.

ஃபோர்ட் தன் வாழ்க்கையில் அவர் இயக்கிய ஸ்டீம் இன்ஜின் கள், அவருடைய கார்கள் எல்லாம் அங்கே காட்சிக்கு வைக்கப் பட்டன. மியூசியம்தான் எனது நினைவகம் என்றார் ஃபோர்ட்.

மியூசியத்தைப் போலவே அவரை ஆக்கிரமித்த இன்னொரு திட்டம் கிரீன்ஃபீல்ட் கிராமம். மியூசியத்தில் பழையகாலப் பொருள்கள் காட்சிக்கு வைக்கப்பட்டிருந்தன என்றால் கிரீன் ஃபீல்ட் கிராமத்தில் பழைய கால வாழ்க்கை வாழ்ந்து காட்டப் பட்டது. இருநூறு முந்நூறு வருடங்களுக்குமுன் மக்கள் அணிந்த மாதிரி ஆடைகளை அணிந்து கொண்டும் அந்நாளைப் போலவே அடுப்பில் சமையல் செய்துகொண்டும் அந்நாள் உணவு வகை களைச் சமைத்து உண்டும் மக்கள் வாழ்ந்து காட்டுகிறார்கள்.

முன்னாளில் பயன்படுத்தப்பட்ட ஆப்பிள் ஆலைகளில் இன்றும் சாறு பிழியப்படுகிறது. அந்நாளையக் கட்டடங்கள் பல

அப்படியே கொணரப்பட்டு அங்கே நிறுவப்பட்டுள்ளன. கிரீன் ஃபீல்ட் கிராமத்தைச் சுற்றிப் பார்க்க குதிரைவண்டிகள் இருக் கின்றன. இன்றும் கிரீன்ஃபீல்ட் கிராமம் பழைய பொலிவுடன் பராமரிக்கப்படுகிறது. உள்ளே சென்று பார்க்கக் கட்டணம் உண்டு. பொருட்காட்சி சாலையும் கிரீன்ஃபீல்ட் கிராமமும் தமது வருமானத்தில் தம்மைப் பராமரித்துக் கொள்வதற்காகக் கட்டணம் வசூலிக்கப்படுகிறது.

கிரீன்ஃபீல்ட் கிராமம் நான்கு பகுதிகளாக அமைக்கப்பட்டு உள்ளது.

1. அந்தக்காலத்தில் சாதாரண மக்களின் அன்றாட வாழ்க்கை சம்பந்தப்பட்டவை. கடைகள், விவசாய நிலங்கள், சத்திரங்கள், மரக்கடை, கொல்லன் உலை, தபால் நிலை யம் போன்றவை.
2. பெரிய மனிதர்களோடு தொடர்புடைய இடங்கள் - எடிசனின் மென்லோ பார்க் சோதனைச் சாலை, லிங்கன் வக்கீலாக விவாதித்த லோகான் கவுண்டி கோர்ட் ஹவுஸ், மெக்கஃபி வீடு, ரைட் சகோதரர்களின் சைக்கிள் கடை போன்றவை.
3. டவுன் ஹால், சர்ச்சுகள்.
4. ஃபோர்டின் வாழ்க்கையோடு தொடர்புடைய இடங்களும் பொருள்களும், சிறுவனாக இருந்தபொழுது அவர் வாழ்ந்த வீடு, குதிரை இழுக்காத முதல் வண்டியை உருவாக்கிய இடம், மேக் அவென்யூ தொழிலகம், அவர் படித்த ஸ்காட்ச் செட்டில்மெண்ட் பள்ளி போன்றவை.

ஆபிரஹாம் லிங்கன் சுடப்பட்டபொழுது அவர் அமர்ந்திருந்த நாற்காலியை விலைக்கு வாங்கி அதை கிரீன்ஃபீல்ட் கிராமத்தில் நிறுவியிருந்த லோகான் கவுண்டி கோர்ட் ஹவுஸில் வைத்திருந் தார். லிங்கனைப் போல உருவ அமைப்புக்கொண்ட நடிகர் ஒருவரை அங்கே பணிக்கு அமர்த்தியிருந்தார். அவர் அங்கே வரும் பார்வையாளரிடம் லிங்கனைப் பற்றி விவரித்துச் சொல்வார்.

ஒருநாள் முன்னிரவு நேரம் அந்த நடிகர் லிங்கன் அமர்ந்திருந்த அந்த நாற்காலியில் உட்கார்ந்து தூங்கிவிட்டார். அவருடைய தலை ஒருபக்கமாகச் சாய்ந்திருந்தது. புதிதாகச் சேர்ந்திருந்த வேலையாள் ஒருவன் லிங்கனுடைய ஆவிதான் அங்கே

அமர்ந்திருக்கிறது என்று எண்ணிப் பயந்துபோய் வேலையை விட்டுவிட்டு ஓடியே போய்விட்டான். திரும்ப வரவே இல்லை.

•

21.10.1929 அன்று எடிசன் மின்விளக்கைக் கண்டுபிடித்து 50 ஆண்டுகள் நிறைவுற்றது. அதைக் கொண்டாடும் வகையில் ஃபோர்ட் ஒரு பிரும்மாண்டமான விழாவுக்கு ஏற்பாடு செய் திருந்தார்.

ஜனாதிபதி ஹெர்பெர்ட் ஹூவர் கலந்துகொண்டு சிறப்பிக்கும் விழா டெட்ராய்ட்டில் கிரீன்ஃபீல்ட் கிராமத்தில் ஏற்பாடு செய்யப்பட்டது. முதலில் ரயில்வே ஸ்டேஷனில் எடிசன் வந்து இறங்கியதும் புகழ்பெற்ற பிரமுகர்கள் பலர் அவரை அங்கே சென்று வரவேற்றனர்.

1879-ம் ஆண்டு மின்விளக்கைக் கண்டுபிடித்த அந்த நிகழ்ச்சியை மீண்டும் உருவாக்கிக் காட்ட ஏற்பாடு செய்யப்பட்டிருந்தது. மேடம் க்யூரி, வில் ரோஜெர்ஸ், ஜனாதிபதி ஹூவர், ஜெனரல் எலெக்ட்ரிக் கம்பெனியின் தலைவர் ஓவன் யங்க், ஆர்வில் ரைட், ராக்கெஃபெல்லெர் ஜூனியர், வால்டெர் பி கிரைஸ்லர் ஆகிய பெரியோர்கள் வந்திருந்தார்கள். எடிசன் மென்லோ பார்க் சோதனைச் சாலைக்கு அழைத்துச் செல்லப்பட்டார்.

இடம் மாற்றப்பட்ட தனது சோதனைச் சாலையைப் பார்த்த எடிசனின் கண்கள் கசிந்தன. அங்கிருந்த நாற்காலியில் நீண்ட நேரம் அமர்ந்திருந்தார். பழைய தொழிற்சாலையில் இருந்த வெட்டுப்பட்ட எல்ம் மரத்தின் அடிபாகத்தைக்கூட அங்கே கொணர்ந்து பதியவைத்திருந்தார் ஃபோர்ட். அதுமட்டுமல்ல. நியூ ஜெர்சிக்கே உரித்தான களிமண் தூசியைக்கூட அந்த மரத்தைச் சுற்றிப்படர விட்டிருந்தார்.

அங்கே 1879-ம் ஆண்டு அக்டோபர் மாதம் 21-ம் தேதி அன்று செய்ததுபோலவே மின்சார பல்பை எடிசனும் அவரோடு பணிபுரிந்த ஃப்ரான்ஸிஸ் ஜெஹல்லும் எரியவிட்டுக் காட்டும் படி கேட்டுக்கொள்ளப்பட்டனர். நூற்றுக்கும் மேற்பட்ட வானொலி நிலையங்கள் அந்நிகழ்ச்சியை ஒலிபரப்பின. சிற்றலை வானொலிகள் கடல்கடந்த நாடுகளுக்கும் நிகழ்ச்சியை ஒலிபரப்பின. நிகழ்ச்சி நடைபெறும் சமயத்தில் உலகம் முழுதும் கோடிக்கணக்கான மக்கள் கேட்டுக்கொண்டிருந்தனர்.

நேர்முக வர்ணனையாளர்கள், நிகழ்ச்சியைக் கேட்டுக்கொண்டு இருந்தவர்களிடம், எடிசன் மின்விளக்கை இயக்குவதற்குமுன் தங்கள் வீட்டு விளக்குகளை அணைத்துவிடும்படியும் எடிசன் 'Let there be light' (ஒளிபரவட்டும்) என்று சொன்னதும் எல்லோரும் விளக்குகளை மீண்டும் எரியவிடும்படியும் வேண்டுகோள் விடுத்தனர்.

எடிசனும் ஜெஹலும் வெற்றிட பம்ப் அருகே சென்றார்கள்.

வானொலி அறிவிப்பாளர் சொன்னார்: 'இப்பொழுது எடிசனும் ஜெஹல்லும் வேக்குவம் பம்ப் அருகே சென்று இயக்குகிறார் கள். எடிசன் கையில் இரண்டு கம்பிகள் இருக்கின்றன. அவர் ஒன்றோடொன்று தொட்டதும் விளக்கெரியும். இதோ தொடப் போகிறார். தொட்டேவிட்டார். விளக்கு எரிகிறது. இதோ எடிசன் சொல்வதைக் கேளுங்கள்.'

எடிசன் சொன்னார்: 'எங்கும் ஒளி பரவட்டும்.'

உலகமெங்கும் விளக்குகள் எரியவிடப்பட்டன.

எடிசன் அங்கே அமர்ந்திருந்த நாற்காலியை அந்த இடத்தை விட்டு அப்புறப்படுத்தக் கூடாது என்றும் அப்படியே அதை ஆணி அடித்து அசையாமல் நிறுத்தி வைக்கவேண்டும் என்றும் ஃபோர்ட் ஆணையிட்டார். எத்தனையோ முறை அந்தத் தளத்தை மாற்றினாலும் அந்த நாற்காலி மட்டும் அதே இடத்தில் பத்திரப்படுத்தப்பட்டு இன்றும் அதே நிலையில் இருக்கிறது.

பிறகு எடிசனை இண்டிபெண்டன்ஸ் டே ஹாலுக்கு அழைத்துச் சென்றனர். ஹாலின் படிக்கட்டில் ஏறும்போது உணர்ச்சிப் பெருக்கால் எடிசன் தடுமாறி மயங்கி விழுந்துவிட்டார். அவ ருடைய மனைவி மினா அவரைத் தாங்கிப் பிடித்தார். அவரது காதில் 'சுதாரித்துக்கொள்ளுங்கள். உங்களுக்காக, உங்கள் உரையைக் கேட்பதற்காக இந்த உலகமே காத்துக்கொண்டிருக் கிறது' என்றார்.

'அமெரிக்கா இன்று உலகில் முன்னணியில் இருக்கிறதென்றால் அதற்கு எடிசன்தான் காரணம்' என்றார் ஃபோர்ட்.

எடிசன் மெதுவாகக் கண்விழித்தார். அவரைக் கைத்தாங்கலாக மேடைக்கு அழைத்துச் சென்றனர். எடிசன் ஒருவழியாகச் சுதாரித்து, தான் ஏற்கெனவே எழுதிவைத்திருந்த உரையைப்

படித்தார். முடிக்கும்போது, 'நான் உணர்ச்சிவயப் பட்டிருக் கிறேன். என்னால் பேச முடியவில்லை. ஹென்றி ஃபோர்டைப் பற்றி நான் எவ்வளவு சொன்னாலும் போதாது. ஒன்றே ஒன்று மட்டும் சொல்லுகிறேன். அதுவும் நண்பன் என்ற சொல்லின் ஆழமான பொருளைப் புரிந்து கொண்டிருப்பவர்களுக்குச் சொல்லுகிறேன். ஹென்றி ஃபோர்ட் என்னுடைய நண்பன்' என்றார்.

•

கிரீன்ஃபீல்ட் கிராமத்துக்கு எடிசன் இன்ஸ்டிட்யூட் என்று பெயர் சூட்டினார் ஃபோர்ட். அவரது தொழிற்சாலையில் தயாரிக்கப் படும் கார்களில் மாற்றம் செய்தால் முதல் கார் எடிசனுக்குத்தான் செல்லும். எடிசனின் ஆய்வுச் சாலையில் தீப்பிடித்து எரிந்து பெருத்த நஷ்டம் ஏற்பட்டபோது ஃபோர்ட் பெருமளவு உதவினார்.

எடிசன் மரணமடையும்போது அவரது கடைசி மூச்சைச் சிறு சோதனைக் குழாய்களில் பிடித்து வைக்கவேண்டும் என்று எடிசனின் மகன் சார்லஸ் எடிசனிடம் ஃபோர்ட் சொன்னார். அதன்படி சார்லஸ் எடிசன், தந்தையின் மரணத் தருவாயில் தலைமாட்டில் ஒரு மர ஸ்டாண்டில் ஏழு சோதனைக் குழாய் களை அடுக்கி வைத்தார். எடிசனின் கடைசி மூச்சு பிரிந்ததும் அம்மூச்சு அவ்வறையிலிருந்த காற்றோடு கலந்திருக்கும் அல்லவா? சோதனைக் குழாய்க்குள் இருந்த காற்றினுள்ளும் அது கலந்திருக்கும் என்பதால் அச்சோதனைக்குழாய்கள் சீல் செய்யப்பட்டு, ஒரு குழாய் ஃபோர்டிடம் கொடுக்கப்பட்டது.

தான் சாகும் வரை ஃபோர்ட் அதைத் தன்னுடனேயே வைத் திருந்தார். இப்பொழுது அந்த சோதனைக்குழாய் கிரீன்ஃபீல்ட் கிராமத்தில் உள்ளது.

தன்னை வேறு எவரும் ஆதரிக்காதபோது ஊக்குவித்தார் என்பதற்காகக் கடைசிவரை ஃபோர்ட் எடிசனிடம் நன்றி விசு வாசத்துடன் இருந்தார்.

18

நிகழ்ச்சிகளை என்னால் சமாளிக்க முடியாத போது அவையே அவற்றைச் சமாளித்துக் கொள்ளுமாறு விட்டுவிடுகிறேன்.

‘ஹாரி, நீ அப்படிச் செய்திருக்கக் கூடாது. இப்படியா தனி ஆளாகப் போவது? கலவரத்தைத் தூண்டவேண்டும் என்றே அவர்கள் வந்திருக்கும் போது நீ அப்படிப் போயிருக்கக் கூடாது’ என்றார் ஹென்றி ஃபோர்ட்.

‘உங்களுக்காக நான் உயிரையும் கொடுப்பேன்’ என்றார் ஹாரி பென்னட்.

‘அது எனக்குத் தெரியும். அதை நீ இப்படி நிரூபிக்கத் தேவையில்லை. நான் உன்னை என் மகனாகவே கருதுகிறேன். ஹாரி, நம் ஊழியர்களுக்கு என்ன வந்தது? மற்றவர்கள் கொடுப்பதைவிட அதிகச் சம்பளம் கொடுக்கிறோம். வேலை நேரமும் குறைவு. அப்படியிருக்க ஏன் யூனியன் அமைக்க வேண்டும் என்கிறார்கள்?’ என்று கேட்டார் ஃபோர்ட்.

‘NIRA சட்டத்தால் வந்த வினை. கம்யூனிஸ்டுகள் தொழிற்சங்கத் தலைவர்களாக மாறி ஆதாயம் தேடுகிறார்கள். அன்று நமது தொழிற்சாலைமுன் திரண்டு வந்தவர்களில் பெரும்பாலோர் கம்யூனிஸ்டுகள். வில்லியம் ஃபாஸ்டர் கம்யூனிஸ்ட்

தலைவர். அவர்தான் கிட்டத்தட்ட 2,500 பேரைத் திரட்டிக் கொண்டு வந்திருந்தார். நான் வெளியே வந்ததும் என்மேல் பெரிய பெரிய கற்களை எறிந்தார்கள். நான் மயங்கி விழுந்து விட்டேன். நல்ல வேளையாக என் மேல் வேறொருவர் பிணமாக விழுந்திருந்ததால் நான் பிழைத்தேன்' என்றார் ஹாரி.

'நீ நம் ஊழியர்களிடம் முரட்டுத்தனமாக நடந்துகொள்கிறாயா?'

'அப்படி நடந்துகொள்ளாவிட்டால் நம்மைத் தூக்கிச் சாப்பிட்டு விடுவார்கள்.'

'எட்செலிடம் இந்தத் துடிப்பு இல்லை. அவன் மிகவும் சாதுவாக இருக்கிறான். அதுதான் எனக்குப் பெரிய குறை. இப்பொழுது என்னால் முன்போல் கம்பெனியைப் பார்த்துக்கொள்ள முடிவ தில்லை. கிரீன்ஃபீல்ட் கிராமமும் மியூசியமும்தான் இப்பொழுது எனக்கு முக்கியம். முன்போல் நான் கம்பெனியைக் கவனித் திருந்தால் இந்தக் குழப்பங்கள் வராது' என்றார் ஃபோர்ட்.

'நீங்கள் கவலைப் படாதீர்கள். நான் கவனித்துக்கொள்கிறேன். இப்பொழுது நமது ஆள்தான் மேயர். கவர்னர் கூட நமக்கு வேண்டியவர்தான்' என்றார் பென்னட்.

ஹாரி பென்னட் டெட்ராய்ட் கிரிமினல்களோடு தொடர்பு உடையவர். கடற்படையிலிருந்து விலகி ஃபோர்ட் நிறுவனத் தில் சேர்ந்தார். அவரது அடாவடித்தனங்களை அறிந்த ஃபோர்ட் தமக்கு அப்படிப்பட்ட ஓர் ஆள் தேவை என்று எண்ணி ரூஜ் தொழிற்சாலையின் பாதுகாப்பு அதிகாரியாக ஹாரி பென்னட்டை நியமித்தார். தன்னுடைய காதுகளும் கண்களுமாக அவர் இயங்க வேண்டும் என்பது ஃபோர்டின் கட்டளை.

தொழிற்சாலையில் பணிபுரிந்த அதிகாரிகளிலிருந்து அடிமட்ட ஊழியர் வரை எல்லோரையும் அச்சுறுத்தி வைத்திருந்தார் பென்னட். துப்பாக்கி தூக்கிய வீரர்கள் எப்பொழுதும் அவரைச் சுற்றியிருப்பார்கள். 2,000 பேருக்குமேல் டெட்ராய்ட் ரவுடிகளை அவர் வேலையில் வைத்திருந்தார். ஆட்களை நிய மிக்கவும் விலக்கவும் அவருக்கு அதிகாரம் கொடுக்கப் பட்டிருந்தது.

ஹாரி தான் எழுதிய புத்தகத்தில் (தே நெவெர் கால்ட் ஹிம் ஹென்றி) தான் ஹென்றி ஃபோர்ட் சொல்வதை அப்படியே

செய்யவேண்டும் என்றும் அவருடைய வார்த்தைக்குள் புகுந்து அதை ஆராயக்கூடாதென்பதும் தனக்கு ஹென்றி ஃபோர்ட் இட்ட ஆணை என்கிறார். அவரைத் தேர்ந்தெடுத்தபோது கூட வாயிலுக்குள் நுழைந்தவுடன் ஒரு பலமான ஆளைவைத்து அடித்து எப்படிச் சமாளிக்கிறார் என்பதைக் கண்டபின்புதான் தேர்வு செய்தார்கள் என்கிறார். ஃபோர்டைப்பற்றி மற்றவர்கள் என்ன பேசுகிறார்கள் என்பதை ஒற்றறிந்து ஃபோர்டிடம் சொல்லும் பொறுப்பு பென்னட்டுக்குக் கொடுக்கப்பட்டதாம்.

பென்னட்டின் உத்தரவுகள் மிகக் கடுமையாக இருந்தன. தொழிலாளர்கள் வேலை செய்யும்போது ஒருவரோடொருவர் பேசக் கூடாது. அடுத்தவனைப் பார்த்துப் புன்னகை செய்தான் என்று ஓர் ஊழியரை வேலையிலிருந்து விலக்கினார். கையில் வழிந்த எண்ணெயை ஒரு தாளெடுத்துத் துடைத்தார் என்பதற் காக ஓர் ஊழியர் பதவி நீக்கம் செய்யப்பட்டார். மாற்று ஆள் வரும் வரை இயற்கை அழைப்புகளுக்குச் செல்லக்கூட ஊழியர் களுக்கு அனுமதியில்லை. நிர்ணயிக்கப்பட்ட உற்பத்தி அளவோ அதிகம். எப்பொழுதும் ஃபோர்மென்கள் 'இன்னம் வேகமாகப் போ' என்று கத்திக்கொண்டே இருப்பார்கள்.

தனது ஒற்றர்கள் மூலம் ஊழியர்களைக் கண்காணித்து வந்த பென்னட் கொடுங்கோலாட்சி புரிந்துகொண்டிருந்தார். சம்பளம் வாங்குவதற்கு வரிசையில் நிற்கும்போதுகூட அவர்கள் கொடுமைப்படுத்தப்பட்டனர்.

வேலைக் கடுமையை விட பென்னெட்டின் ஆட்கள் என்ன செய்வார்களோ என்ற பயம் ஃபோர்ட் மோட்டார் கம்பெனி ஊழியர்களை வருத்தியது. எனவே தொழிலாளர் சங்கம் ஒன்று அமைக்க வேண்டும் என்று நினைத்தனர்.

'தொழிற்சங்கம் அமைக்கப்பட்டால் ஊதியம், வேலை நேரம் ஆகியவற்றை நிர்ணயிப்பதில் அந்தச் சங்கமும் பங்கெடுக்கும். அப்படிப் பங்கெடுத்து நிர்ணயிக்கும்போது கார்களின் விலையைக் குறைக்க முடியாமல் போய்விடும். அதனால் பொதுமக்கள் பாதிக்கப்படுவார்கள். காரின் விலையைக் குறைத்துக்கொண்டே இருக்க வேண்டும் என்ற தனது லட்சி யம் நிறைவேறாமல் போய்விடும். எனவே தொழிற்சங்கங் களைத் தனது தொழிற்சாலையில் அனுமதிக்க முடியாது' என்றார் ஃபோர்ட்.

‘அது சரி, நீங்களே நேரடியாகச் செயல்படாமல் இப்படி பென்னட்டை ஆடவிட்டுப் பார்க்கிறீர்களே’ என்று கேட்டார் ஒரு நண்பர்.

‘நிகழ்ச்சிகளை என்னால் சமாளிக்க முடியாதபோது அவையே அவற்றைச் சமாளித்துக் கொள்ளுமாறு விட்டுவிடுகிறேன்’ என்றார் ஃபோர்ட்.

மற்ற எல்லாத் தொழிலதிபர்களும் யூனியனை அனுமதிக்கும் போது ஃபோர்ட் மட்டும் மறுப்பதா எனத் தொழிற்சங்கத் தலைவர்கள் கொதித்தெழுந்தார்கள். அதன் விளைவுதான் 1932-ம் ஆண்டு மார்ச் மாதம் 7-ம் தேதி நடந்த அந்த ஆர்ப்பாட்டம். போராளிகள் அத்துமீறி நடந்து கொண்டார்கள். கற்கள் வீசப் பட்டன. அப்பொழுதுதான் பென்னட் வெளியே வந்தார். அவரும் தாக்கப்பட்டுத் தன் நினைவின்றிக் கீழே விழுந்தார். காவலர்கள் வந்து நிலைமையைக் கட்டுப்படுத்தினர். நான்கு பேர் இறந்துவிட்டனர். முப்பது பேருக்குக் காயம்.

ஃபோர்டின் அராஜகம் என்று பத்திரிகைகளும் ஃபோர்டின் எதிரிகளும் கண்டனக் குரல் எழுப்பினர்

1935-ல் National Labor Relations Act என்ற சட்டம் இயற்றப்பட்டது. இதை உருவாக்கிய ராபர்ட் வேக்னர் என்ற செனேட்டர் பெயரால் இது வேக்னர் சட்டம் என்று அழைக்கப்பட்டது. இந்தச் சட்டம் தொழிற்சாலைகள் தொழிலாளர்களுக்கு எதிராக நடந்துகொள்வதைத் தடுத்தது. தொழிலாளர்கள் தொழிற்சங்கம் அமைக்கவும் ஒன்றுசேர்ந்து கூலிக்கான பேச்சுவார்த்தையில் ஈடுபடவும் (Collective bargaining) இந்தச் சட்டம் உரிமை கொடுத்தது.

இதைத் தொடர்ந்து யுனைடட் ஆட்டோ வொர்க்கர்ஸ் (UAW) என்ற பெயரில் ஒரு தொழிற்சங்கம் உருவானது. அப்பொழுதைய பெரிய கார் கம்பெனிகளான ஃபோர்ட் மோட்டார் கம்பெனி, ஜெனரல் மோட்டார்ஸ், க்ரைஸ்லர் ஆகியவற்றுக்கு எதிராக இந்த யூனியன் வேலை நிறுத்தப் போராட்டங்களில் ஈடுபட்டது. *1936, 1937*-ம் ஆண்டுகளில் ஜெனரல் மோட்டார்ஸ், க்ரைஸ்லர் இருவரும் தொழிற்சங்கங்கள் அமைக்க அனுமதி கொடுத்தனர். ஆனால் ஃபோர்ட் யூனியனுக்கு எதிராகவே இருந்தார்.

1937-ம் அண்டு மே மாதம் *26*-ம் நாள் யுனைடட் ஆட்டோ

வொர்க்கர்ஸ் அமைப்பின் தலைவர் வால்டர் ரூதர், அந்த அமைப்பின் டெட்ராய்ட் கிளை அமைப்பாளர் ரிச்சர்ட் ஃப்ராங் கென்ஸ்டீன் ஆகியோர் பல சங்க ஊழியர்களுடன் ரூஜ் தொழிற் சாலையை நோக்கி வந்தனர். 'யூனியனிஸம், நாட் ஃபோர் டிஸம்' என்ற துண்டுச்சீட்டை ஊழியர்களுக்கு விநியோகம் செய்யும் நோக்கத்துடன் சென்றனர்.

அவர்களோடு புகைப்படக்காரர்கள், பத்திரிகை நிருபர்கள் ஆகியோரும் சென்றனர். தொழிற்சாலை ஆரம்பத்திலேயே பென்னட்டின் அடியாள்கள் அவர்களைத் தடுத்து நிறுத்தினர். 'இது ஃபோர்டின் இடம். இங்கே அத்து மீறி நுழையக் கூடாது' என்றனர்.

வந்தவர்கள் என்ன செய்வது என்று திகைத்து நின்றபோது, அடியாள்களில் இருவர் ஃப்ராங்கென்ஸ்டீனின் சட்டையைப் பிடித்து இழுத்துத் தாக்கி கீழே தள்ளி மிதித்தனர். முகத்தில் குத்தினர். காலால் எட்டி உதைத்தனர். தப்பி ஓட முயன்ற ரூதரையும் பிடித்து அடித்தனர். புகைப்படக்காரர்கள் இந் நிகழ்ச்சியைப் படம் பிடித்தனர். அவர்களையும் தாக்கி அவர் களது கேமராவிலிருந்த படச்சுருளை உருவி எறிந்தனர். ஒரே ஒரு புகைப்படக்காரர் தப்பிச் சென்றார். தொழிற்சாலைக்குள்ளே யூனியனுக்கு ஆதரவாகப் பேசிய 15 பேர் அடித்து நொறுக்கப் பட்டனர். பிரசுரங்களைக் கொடுக்க வந்த பெண்கள்கூட கடுமையாகத் தாக்கப்பட்டனர்.

மறுநாள் புகைப்படத்துடன் இந்த நிகழ்ச்சியைப் பற்றிய செய்திகள் பத்திரிகைகளில் வெளிவந்து பெரும் பரபரப்பை ஏற்படுத்தியது. யுனைடெட் ஆட்டோ வொர்க்கர்ஸ் யூனியனுக்கு மக்களிடையே ஆதரவு திரண்டது. அந்த நிகழ்ச்சி 'தி பேட்டில் ஆஃப் தி ஓவர்பாஸ்' என்று அழைக்கப்பட்டது.

நேஷனல் லேபர் ரிலேஷன்ஸ் போர்ட் (NLRB) விசாரணை நடத்தியது. ஃபோர்ட் நிறுவனம் தவறு செய்துள்ளது என்றும் வேக்னர் சட்டத்துக்கு எதிராக நடந்துகொண்டுள்ளது என்றும் தீர்ப்பு கொடுத்தது.

யூனியனை ஆதரித்ததற்காக வெளியேற்றப்பட்ட இரண்டு டஜன் ஊழியர்களைத் திரும்பவும் வேலைக்கு எடுத்துக்கொள்ள வேண்டும் என்று சுப்ரீம் கோர்ட் ஃபோர்ட் மோட்டார்

கம்பெனிக்கு உத்தரவிட்டது. பல ஊர்களிலும் இருந்த ஃபோர்ட் நிறுவனங்களில் வேலை நிறுத்தம் ஏற்பட்டது. ரூஜ் தொழிற்சாலைக்குப் பணிக்குச் செல்லும் ஊழியர்களை வெளியிலிருந்து தொழிற்சங்க ஊழியர்கள் தாக்கினர். பென்னட்டும் ஃபோர்டும் சளைக்காமல் அவர்களைத் திருப்பித் தாக்க ஏற்பாடு செய்தனர்.

இவ்வாறு அடுத்த நான்கு ஆண்டுகள் தொடர்ந்து பிரச்னை நடந்தது.

கடைசியில் எட்செலும் மிஷிகன் மாநில ஆளுநரும் தலையிட்டு NLRB-யின் மேற்பார்வையில் ஃபோர்ட் ஊழியர்களிடையே யூனியன் வேண்டுமா வேண்டாமா என்று ஒரு தேர்தல் நடத்தலாம் என முடிவு செய்தனர். UAW-CIO யூனியன் கூட்டமைப்பில் சேர 70 சதவிகித ஊழியர்கள் வாக்களித்தனர். என்றாலும் ஃபோர்ட் யூனியனோடு ஒப்பந்தம் செய்து கொள்ள மறுத்துவிட்டார். கையெழுத்திட்டுத்தான் ஆகவேண்டும் என்றால் ஃபோர்ட் மோட்டார் கம்பெனியை மூடிவிடுவதாகப் பயமுறுத்தினார்.

ஆனால் வீட்டுக்குச் சென்றதும் அவரது மனைவி கிளாரா அவரை நிர்ப்பந்தித்தார். ஒப்பந்தத்தில் கையெழுத்திடவில்லை என்றால் அவரைவிட்டு விலகிப் போய்விடுவதாக அச்சுறுத்தினார். ஃபோர்டுக்கு வேறு வழியில்லை. எனவே ஊழியர்களே எதிர்பார்க்காத அளவுக்குச் சலுகைகள் கொடுத்து ஒப்பந்தத்தில் கையெழுத்திட்டார்.

வேறு எந்தப் போட்டி நிறுவனம் கொடுக்கும் அதிகபட்சச் சம்பளத்துக்கு இணையாகத் தாமும் சம்பளம் கொடுப்பதாகச் சொன்னார். யூனியனுக்கு ஊழியர்கள் தரவேண்டிய பணத்தை அவர்களது சம்பளத்தில் பிடித்தம் செய்து யூனியனிடம் கொடுப்பதாக வாக்களித்தார். எதிர்பார்த்ததற்கும் அதிகமாகப் பெற்ற மகிழ்ச்சியில் யூனியன் சமரச ஒப்பந்தம் செய்து கொண்டது.

இப்படியாக 1941-ல் ஃபோர்ட் மோட்டார் கம்பெனியிலும் தொழிற்சங்கம் ஏற்படுத்தப்பட்டது.

19

எதுவாக விருப்பமோ அதற்குப் படிக்க வேண்டும். எதையோ படித்து வேறு எது வாகவோ ஆகக் கூடாது.

'தம்பி, இந்த மழை மிக அழகாக இருக்கிற தல்லவா' என்று கேட்டார் அந்தப் பெரியவர். அவர் வைக்கோல் குல்லாவும் மழைக்கோட்டும் அணிந் திருந்தார்.

'நான் இந்த ராட்சஸனுடன் அல்லாடிக்கொண் டிருக்கிறேன். நீங்கள் மழையைப் பற்றிப் பேசு கிறீர்கள்' என்று அங்கலாய்த்துக்கொண்டார் அந்த விவசாயி.

'இது ஃபோர்ட்சன் ட்ராக்டர்தானே! இதிலென்ன கோளாறு' என்று கேட்டார் அந்த வயதான மனிதர்.

'வருகிறபோது நன்றாகத்தான் இருந்தது. இந்த மழையால் பாதை வழுக்கியதாலே பள்ளத்தில் இறங்கிவிட்டது. அதை மேலே எடுக்கமுடிய வில்லை. ஓட மறுக்கிறது.'

'மழை நீர் உள்ளே போயிருக்கும். துடைத்துப் பார்த்தீர்களா?'

'எல்லாம் பார்த்தாயிற்று. அந்த ஃபோர்ட் வந்தால்தான் சரியாகும் போலிருக்கிறது'

சிரித்தார் அந்தப் பெரிய மனிதர்.

'ஃபோர்ட் என்ன மந்திரக்கோலா வைத்திருக்கிறார், சரி செய் வதற்கு?'

'அவர் தயாரித்ததுதானே! அவர் எல்லாவற்றையும் சரிசெய்து விடுவாராமே! இங்கே பேசிக்கொள்கிறார்கள்.'

'எங்கே...'

'இங்கே பெரிய எஸ்டேட் வாங்கிப் போட்டிருக்கிறாரே. நான் அங்கேதான் வேலைசெய்கிறேன்.'

'உங்கள் பெயர்?'

'வான் டைங்கன்.'

'ஃபோர்ட்தான் வரவேண்டுமா என்ன? நாம் கூடத்தான் சரிசெய்யலாம். நான் என்னவென்று பார்க்கட்டுமா?'

'முடியுமா?'

'பார்க்கலாமே!' என்று சொல்லிகொண்டே அந்தப் பெரியவர் ஃபோர்ட்சன் ட்ராக்டர் அருகில் சென்றார். கீழே குனிந்து பார்த்தார். அப்படியே அந்த ஈரத்தில் கீழே படுத்தார்.

'ஃடூல் பாக்ஸிலிருந்து ஸ்பேனர் செட்டை எடுக்கிறீர்களா?'

'அதெல்லாம் மெக்கானிக்குக்குத்தான் தெரியும். எனக்கு அது எங்கே இருக்கிறது என்று தெரியாது. ஓட்ட மட்டும்தான் தெரியும். இதுவரை தொந்தரவில்லாமல் ஓடிக்கொண்டிருந்தது' என்றார் டைங்கன்.

அந்தப் பெரியவர் எழுந்து கருவிகள் வைக்கப்பட்டிருக்கும் இடத்திலிருந்து ஸ்பேனரை எடுத்து மீண்டும் கீழே படுத்து ஏதோ செய்தார். பிறகு எழுந்து வெளியிலே வந்து இப்பொழுது ஓட்டிப் பாருங்கள்' என்றார்.

விவசாயி வண்டியை இயக்க அது ஒரு சிறு அதிர்ச்சியுடன் ஓடத்தொடங்கியது.

'அய்யா மிகவும் நன்றி. உங்கள் உடையெல்லாம் மண்ணாகி விட்டதே' என்றார் டைங்கன்.

'பரவாயில்லை, இப்பொழுது நீங்கள் எங்கே போகிறீர்கள்?'

'ஃபோர்ட் பண்ணைக்குத்தான்.'

'நானும் அந்தப் பக்கம் ரிச்மாண்ட் ஹில்லுக்குப் போக வேண்டும். உங்களுடன் ட்ராக்டரில் வரலாமா?' என்று கேட்டார் பெரியவர்.

'தாராளமாக வரலாம்.'

மறுநாள் அந்தப்பண்ணையில் வேலை செய்து கொண்டிருந்த டைங்கன், முன் தினம் தான் சந்தித்த அந்தப் பெரியவர் பண்ணை யின் நிர்வாகியோடு பேசிக்கொண்டிருப்பதைப் பார்த்தார். அவர் தன்னைச் சுட்டிக்காடி ஏதோ பேசுவதாகத் தெரிந்தது. பக்கத் திலிருந்த சக ஊழியரிடம் அந்த மனிதர் யாரென்று கேட்டார். அவர்தான் பண்ணையின் சொந்தக்காரர் ஹென்றி ஃபோர்ட் என்றார் அவர்.

'அவ்வளவுதான். இனி நமக்கு இங்கு வேலையில்லை' என்று நினைத்தார் டைங்கன். ஆனால், அப்படி ஒன்றும் நடக்கவில்லை.

கோடி கோடியாகச் சம்பாதித்தாலும் ஹென்றி ஃபோர்ட் அப்பணம் முழுவதையும் தன் வாரிசுகளுக்கு விட்டுப்போக வேண்டுமென்றோ அல்லது பல்வேறு லாபகரமான தொழில் களில் முதலீடு செய்து பொருளீட்ட வேண்டுமென்றோ எண்ண வில்லை. தன்னிடம் ஒப்படைக்கப்பட்ட செல்வத்துக்குத் தான் ஒரு தர்மகர்த்தா என நினைத்த காரணத்தால் தான் சம்பாதித்த பணத்தில் பெரும் பகுதியை மக்களின் நலனுக்காகச் செல விடவேண்டுமென்று விரும்பினார்.

கல்வியைப் பற்றி அவர் தீர்மானமாக சில கருத்துகளைக் கொண் டிருந்தார். அவரைப் பொருத்தமட்டில் மனத்துக்கு மட்டுமல்ல, கரத்துக்கும் கல்வி உண்டு. 'எதுவாக விருப்பமோ அதற்குப் படிக்கவேண்டும். எதையோ படித்து வேறு எதுவாகவோ ஆகக் கூடாது' என்றார் ஃபோர்ட்.

'சிறந்த படிப்பு என்பது கல்லூரிகளில் இல்லை. அனுபவக் கல்வி வறுமையை ஓட்டும், வளமையைக் கூட்டும்' என்பது அவரது கருத்து. வெறும் வாயளவில் சொல்லிப்போகாமல் அவற்றைச் செயல்படுத்துவதிலும் முனைந்தார் ஃபோர்ட்.

அவரது ஹைலண்ட் பார்க் தொழிற்சாலை வளாகத்தில் 'ஹென்றி ஃபோர்ட் டிரேட் ஸ்கூல்' என்ற ஒன்றைத் தொடங்கினார். அதற்கு ஃப்ரெடெரிக் சியர்ல் என்பவர் முதல்வராக நியமிக்கப் பட்டார். அந்தப் பள்ளியில் வரலாறு, ஆங்கிலம், ரசாயனம் ஆகியவை கற்றுக்கொடுக்கப்பட்டன. இவற்றோடு தொழிற் கல்வியும் கற்றுக்கொடுக்கப்பட்டது. கருவிகள் செய்தல், அச்சு அமைத்தல் ஆகியவற்றிலும் பயிற்சி கொடுக்கப்பட்டது. அருகில் இருக்கும் தொழிற்சாலையில் அவர்கள் பயிற்சி பெற்றார்கள்.

பயிற்சியின் போது அவர்கள் செய்த பணிக்காக அவர்களுக்குச் சம்பளம் கொடுக்கப்பட்டது. அங்கே படிப்பை முடித்த மாணவர்கள் பலர் அந்தத் தொழிற்சாலையிலேயே வேலைக்கு அமர்ந்தனர். அப்பள்ளி மாணவர்களுக்கு வேலை கொடுக்கப் பலர் போட்டி போட்டனர். மாணவர்களின் சேர்க்கை ஆயிரக் கணக்கில் போகவே அப்பள்ளியின் மேம்பாட்டுக்காக ஃபோர்ட் அதிகப் பணம் ஒதுக்கினார். அந்தப் பள்ளியின் வளர்ச்சியில் அதிக ஆர்வம் காட்டினார். அந்தப் பள்ளியில் பொதுக்கல்வியும் தொழிற்கல்வியும் இணைந்து தரப்பட்டதால் அதன் புகழ் எங்கும் பரவியது.

ஒருநாள் யேல் பல்கலைக்கழகத்திலிருந்து ஒரு பேராசிரியர் அப்பள்ளிக்கு வந்து முதல்வரைச் சந்தித்தார். யேல் பல்கலைக் கழகத்தில் தத்துவம் படிக்கும் மாணவர்கள் இருபது பேரை அந்தப்பள்ளிக்குச் சிறப்புப் பயிற்சிக்காக அனுப்பலாமா என்று கேட்டார்.

முதல்வர் சியர்ல் அவரை ஃபோர்டிடம் அழைத்துச் சென்றார்.

'தத்துவ மாணவர்களுக்கும் தொழிற்பயிற்சிக்கும் என்ன தொடர்பு? அவர்களை ஏன் இங்கே அனுப்ப நினைக்கிறீர்கள்?' என்று கேட்டார் ஃபோர்ட்.

'தத்துவ மாணவர்கள் மத போதகர்களாக வெளியிலே செல்லும் போது தொழிலின் மேன்மையைத் தெரிந்து கொள்ளாமல் அதைப்பற்றி இழிவாகப் பிரசங்கங்களில் பேசுகிறார்கள். அவர்கள் தொழிலின் மேன்மையை அறியவேண்டும் என்றுதான் இந்தப் பயிற்சி' என்றார் பேராசிரியர்.

'அனுப்புங்கள்' என்று ஏற்றுக்கொண்டார் ஃபோர்ட்.

1929-ம் ஆண்டு தொழிற்பள்ளி ஒன்றை கிரீன்ஃபீல்ட் கிராமத்தில் தொடங்கினார் ஃபோர்ட். அதன் பெயர் எடிசன் தொழிற்பள்ளி. படிப்படியாக ஏழு பள்ளிகள் திறக்கப்பட்டன. காலையில் இனப் பாகுபாடில்லாமல் அங்கிருந்த மார்த்தா-மேரி தேவாலயத்தில் (கிளாராவின் தாய், ஃபோர்டின் தாய் ஆகிய இருவரின் பெயர்களையும் இணைத்து மார்த்தா-மேரி சாப்பல் என்று பெயர் சூட்டப்பட்டது.) தொழுகை, தொழிற்கல்வி, ஆதாரக் கல்வி, முறை சார்ந்த கல்வி எனப் பலவகைகளிலும் பாடபோதனை நடந்தது. அங்கிருந்த தொழிற்பட்டறைகளில் மாணவர்கள் செய்முறைப் பயிற்சி பெறவேண்டும். அவர்களை வெளியே தொழிலகங்களுக்கு அழைத்துச் சென்றும் பயிற்சி தரப்பட்டது.

எடிசன் தொழிற்பள்ளிகளில் பெற்ற வெற்றியின் காரணமாக டியர்பானிலிருந்து நூறு மைல் வட்டத்துக்குள் இருக்கும் பதினைந்து பள்ளிகளுக்குத் தேவையான நிதி உதவி அளித்து எடிசன் பள்ளிக் கல்விமுறையைப் பின்பற்ற வழிவகுத்தார். இவை தவிர வேறு சில பள்ளிகளையும் மாஸசூசட்ஸ் மாநிலத் திலும் மிஷிகன் மாநிலத்தின் வடக்குப் பகுதியிலும் திறந்தார்.

அட்லாண்டாவிலிருந்து ஐம்பது மைல் வடமேற்காக ஜார்ஜியா மாநில எல்லைக்குள் மார்த்தா மெக்செஸ்னி பெர்ரி என்பவர் நடத்திவந்த மாதிரிப்பள்ளி ஃபோர்டைக் கவர்ந்தது. அங்கே தொழிற்கல்வி கற்றுக்கொடுக்கப்பட்டதோடு அங்கேயே தொழில் செய்யும் வாய்ப்பும் அளிக்கப்பட்டது. கிராமப்புறங் களைச் சேர்ந்த ஏழை மாணவர்கள் அங்கே பயின்றனர்.

1923-ம் ஆண்டு ஃபோர்டும் கிளாராவும் அந்தப் பள்ளிக்குச் சென்றனர். அங்குப் பயிலும் மாணவிகள் சமைத்த உணவு அவர் களுக்குப் பரிமாறப்பட்டது. அங்கே தச்சுக்கலை, உலோகக் கலை, தையற்கலை, சமையற்கலை, செங்கல் தயாரித்தல், கட்டடக் கலை ஆகியவை கற்றுக்கொடுக்கப்பட்டன. அங்கு இருந்த சமையற்கூடத்தைப் பார்த்த ஃபோர்ட் அதை நவீனப் படுத்தத் தாம் எல்லா உதவிகளையும் செய்வதாகச் சொன்னார்.

சொன்னதோடு நிற்காமல் புதிய அடுப்புகள் வாங்கிகொடுத்தார். சமையற்கூடத்தைப் புதுப்பித்தார். மெதுவாகத் தொடங்கிய அந்த ஆதரவு படிப்படியாக உயர்ந்தது. நவீன செங்கல் சூளை, ஃபோர்ட் அரங்கம் என அள்ளிக்கொடுத்தார். பள்ளிக் கட்டடம், வகுப்பறை கள், நூலகம், மனமகிழ் மன்றம், விளையாட்டுத் திடல்,

தொழிலகங்கள் என்று குறுகிய காலத்தில் ஐந்து மில்லியன் டாலர் அந்தப் பள்ளிக்காக மட்டுமே செலவு செய்தார்.

இன்று அந்தப் பள்ளி, கல்லூரியாக விரிவடைந்து 'பெர்ரி கல்லூரி' என்ற பெயரில் 28,000 ஏக்கர் நிலப்பரப்பில் இயங்கி வருகிறது. உலகிலேயே ஒரு தனிக் கல்லூரி இவ்வளவு பெரிய பரப்பில் இயங்குவது அங்கு மட்டும்தான். ஃபோர்ட் கட்டிக் கொடுத்த கட்டடங்கள் இன்றும் நின்று நிலவி அவர் புகழ் பாடுகின்றன.

1936-ம் ஆண்டு ஹென்றி ஃபோர்டும் அவரது மகன் எட்செல் ஃபோர்டும் சேர்ந்து ஃபோர்ட் ஃபவுண்டேஷன் என்ற பெயரில் ஓர் அறக்கட்டளையை ஏற்படுத்தினர். முதலில் ஃபோர்ட் மருத்துவமனைக்கும் எடிசன் தொழிற்கல்வி நிலையங்களுக்கும் அந்த நிறுவனம் உதவி வந்தது. 1950-க்குப்பிறகு ஹென்றி ஃபோர்ட், எட்செல் ஃபோர்ட், கிளாரா ஃபோர்ட் ஆகியோர் வைத்திருந்த ஃபோர்ட் மோட்டார் கம்பெனியின் பெரும் பான்மைப் பங்குகள் ஃபோர்ட் ஃபவுண்டேஷனுக்கு வந்தது. எனவே அதன் செயல்பாடுகளும் விரிவடைந்தன.

மனித உரிமை, சுதந்தரம், ஆராய்ச்சி, விவசாய உற்பத்தி, வறுமை ஒழிப்பு, ஜனநாயகப் பாதுகாப்பு, சர்வதேச ஒத்துழைப்பு, மனித முன்னேற்றம், அநியாய எதிர்ப்பு, கல்வி, சமுதாய மேம்பாடு ஆகியவற்றுக்குப் பெருமளவு நன்கொடை அளிக்கப்படுகிறது. அதன் தலைமையகம் நியூ யார்க்கிலிருந்து இயங்கிவருகிறது. இன்று அந்த நிறுவனத்தின் மதிப்பு பத்து பில்லியன் டாலர். அதன் கிளைகள் உலகின் பல பாகங்களிலும் இயங்கிவருகின்றன.

பாரதப் பிரதமர் ஜவாஹர்லால் நேரு கேட்டுக்கொண்டதற்கு இணங்க வெளிநாடுகளில் தொடங்கப்பட முதல் கிளை 1952-ம் ஆண்டு புது தில்லியில் நிறுவப்பட்டது. விவசாயம், காடு வளர்ப்பு, மனித வள மேம்பாடு, மத நல்லிணக்கம், கலாசாரப் பாதுகாப்பு, மனித உரிமை, கல்வி ஆகியவற்றுக்காக இதுவரை புது தில்லிக் கிளை மூலம் 3,640 நன்கொடைகள் 1,200 நிறுவனங் களுக்கு அளிக்கப்பட்டுள்ளன. இதுவரை அளிக்கப்பட்ட நன்கொடையின் மொத்த மதிப்பு 501 மில்லியன் டாலர்கள்.

ஃபோர்ட் விவசாயத்திலும் அதிக அக்கறை காட்டினார். விவ சாய ஆராய்ச்சிகளுக்காக அதிகம் செலவிட்டார். கிரீன்ஃபீல்ட்

கிராமத்தில் சோயா பயிரிட்டார். சோயாவைப்போலச் சிறந்த உணவுப்பொருள் இல்லையென்பது ஃபோர்டின் கருத்து. சோயா ஆய்வுக்கென்றே சோதனைச் சாலைகளை நிறுவினார்.

விவசாய முன்னேற்றத்துக்காக ரசாயனத்தையும் விவசாயத்தையும் இணைத்து கெமெர்ஜி (Chemergy) என்ற ஆய்வை நடத்தினார். அந்தச் சோதனைச் சாலையில் ஒவ்வொரு நாளும் ஒவ்வொரு காய்கறியைக் கொண்டுவந்து ஆய்வு மேற்கொள்ளச் சொல்வார். இறுதியில் சோயா பீன் ஆய்வு அவருக்குப் பெரும் வெற்றியைக் கொடுத்தது.

எண்ணெயை எடுத்ததுபோக எஞ்சியிருக்கும் சோயா புண்ணாக்கில் அதிக அளவில் புரோட்டீன் இருப்பதாகக் கண்டுபிடிக்கப்பட்டது. அமெரிக்க மக்களின் உணவில் உள்ள புரோட்டீன் பற்றாக்குறையை சோயா புரோட்டீன் தீர்த்துவைக்கும் என்றார் ஃபோர்ட். 8,000 ஏக்கர் பரப்பளவில் 300-க்கும் மேற்பட்ட சோயா வகைகளைப் பயிரிட்டார். பல ஆண்டுகள் ஆய்வுக்குப் பிறகு சோயா, உணவுக்கு மட்டுமின்றி தொழிலகங்களிலும் உபயோகமாகும் என்று கண்டுபிடித்தார்.

சோயா எண்ணெய், விலங்குத் தீவனம், துணி நெய்ய இழை, பிளாஸ்டிக் ஆகியவற்றை சோயாவிலிருந்து தயாரிக்க முடியும் என்று நிரூபித்தார். சோயாச் சக்கையைக் கெட்டிப்படுத்தி நாற்காலி, மேஜைகள்கூடத் தயாரிக்க முடியும் என்றார்.

1930-ம் ஆண்டு சோயா ஆய்வு உச்சகட்டத்தை அடைந்தது. சோயா எண்ணெயை மணலில் கலந்து உலோக அச்சுத் தயாரிப்பில் மேற்பூச்சாகப் பயன்படுத்தினார். ஃபோர்ட் கார்களுக்கு வண்ணம் கொடுப்பதில் எனாமல் தயாரிப்பில் மற்றெந்தப் பொருளையும் விடச் சோயா எண்ணெய் சிறப்பாகப் பயன்பட்டது.

சோயாச் சக்கையிலிருந்து பிளாஸ்டிக் தயாரிக்கப்பட்டது. அதைக்கொண்டு கார்களின் குமிழ், பெடல் கட்டை, கதவுக் கைப்பிடி, ஜன்னல் வளைவு ஆகியவற்றைத் தயாரித்தார். அவை பார்க்க அழகாகவும் உறுதியாகவும் இருந்தன. சோயா சக்கையை கனமான பிளாஸ்டிக்காகத் தயாரித்து கார் டிக்கிக் கதவு தயாரித்தனர்.

சோயா சக்கையில் 50 சதவிகிதம் புரோட்டீன் இருப்பதாகவும் அது 95 சதவிகிதம் செரிமானம் ஆகும் தன்மையுடையதென்றும்

கண்டுபிடிக்கப்பட்டது. இதனால் மாடுகளுக்கு நல்ல தீனியாகப் பயன்பட்டது. சோயா வெண்ணெய், சோயா ரொட்டி, சோயா எண்ணெய், சோயா பிஸ்கட், சோயா மாமிச மாற்று, ஐஸ் கிரீம் ஆகியவை சோயாவிலிருந்து தயாரிக்கப்பட்டன. ஆனால் அதன் சுவை அவ்வளவு நன்றாக இல்லாததால் மனிதர்கள் சாப்பிடத் தயங்கினர். எனவே அதை எப்படிச்சுவையுள்ளதாக ஆக்கலாம் என்ற ஆய்வு தொடர்ந்தது. சுவையூட்டப்பட்ட சோயா பால் தயாரிக்கப்பட்டது.

மாடல் டி எப்படி குதிரைகளின் அவசியத்தை இல்லாமல் செய்ததோ அதைப்போல சோயா, பால் மாடுகளின் அவசியத்தை இல்லாமல் செய்துவிடும் என்று கருதினார் ஃபோர்ட்.

சோயாவின் சிறப்பம்சங்களைப் பொருட்காட்சிகளில் மக்களுக்குச் செயல் முறையில் விளக்கிச் சொல்ல ஃபோர்ட் ஏற்பாடு செய்தார். *1915*-ம் ஆண்டு அமெரிக்காவின் முதல் கெமொர்ஜி மாநாட்டை கிரீன்ஃபீல்டில் நடத்தினார். *1941*-ம் ஆண்டு ஒரு நிகழ்ச்சியில் சோயா நார்களால் உருவாக்கப்பட்ட கோட், டை சகிதம் ஃபோர்ட் காட்சி கொடுத்தார்.

'இன்னமும் சில நாள்களில் முழுவதும் சோயா பிளாஸ்டிக்கில் உடல் செய்யப்பட்ட காரை உருவாக்கிக் காட்டுகிறேன்' என்றார் ஃபோர்ட். சொன்னமாதிரியே *1941*-ம் ஆண்டு ஆகஸ்ட் மாதம் முழுக்க சோயா பிளாஸ்டிக் உடலால் ஆன காரை உருவாக்கிக் காட்டினார். கார் மிக அழகாக இருந்தது.

1920-களில் ஜியார்ஜியா மாநிலத்தில் ரிச்மாண்ட் ஹில் என்ற இடத்தில் பெரிய இடத்தை வாங்கி அங்கே ஓர் அழகிய மாளிகையை ஃபோர்ட் கட்டிக்கொண்டார்.

அந்தப் பகுதியைச் சுற்றி வாழும் மக்கள் வறுமையிலும் பிணியிலும் வாடுவதைப் பார்த்தார் ஃபோர்ட். அவர்களை ஆரோக்கியமாகச் செய்யவேண்டுவது அவசியம், அதன் பிறகுதான் அவர்களுக்கு வசதியான வாழ்க்கையை ஏற்படுத்திக் கொடுக்கவேண்டும் என்று ஃபோர்ட் நினைத்தார். வருடா வருடம் அங்குள்ளவர்கள் மலேரியாவில் அவதிப்படுவதைக் கண்டார்.

அந்தப்பகுதி முழுதும் நீர் தங்கும் பகுதியாக இருந்ததால் தனது சொந்தச்செலவில் கால்வாய்கள் வெட்டி அப்பகுதியைச் சுத்தப் படுத்தி விவசாயத்துக்கு ஏற்றதாக மாற்றினார். நகராட்சி

நிர்வாகத்துக்குக் கணிசமான பண உதவி செய்து மலேரியா நோய்க்கான மாத்திரைகளை நோயாளிகளுக்குக் கொடுக்கச் செய்தார். ஒரு சிறு மருத்துவமனையைக் கட்டி இருபது நர்சு களைப் பணிக்கு அமர்த்தினார். அந்த மக்களைப் பாதித்துவந்த மலேரியா, டைஃபாய்ட், காசநோய் போன்ற நோய்களிலிருந்து மக்கள் காப்பாற்றப்பட்டனர். அந்த மருத்துவமனைக்கு வாரத் தில் ஒருநாள் இரண்டு மருத்துவர்கள் வந்து போகும்படி ஏற்பாடு செய்தார்.

படிப்பதற்குச் சரியான பள்ளி இல்லாதிருந்த அவர்களுக்காக ஃபோர்ட் ஒரு பள்ளியை நிறுவினார். மற்ற இடங்களில் செய்தது போலவே அதையும் தொழிற்பள்ளியாக அமைத்தார். ஃபோர்ட் இண்டஸ்ட்ரியல் அண்ட் டிரேட் பள்ளியில் மாணவர்கள் கற்றுக்கொண்டே மரவேலை, உலோகவேலை, வெல்டிங், அச்சிடுதல் ஆகிய வேலைகளைச் செய்து பொருள் ஈட்டினர். அந்தப் பகுதியில் இருந்த அரசுப் பள்ளிகளுக்குப் பண உதவி செய்து சோதனைச் சாலைகள், உணவகங்கள், விளையாட்டுத் திடல்கள், நெடுந்தொலைவிலிருந்து வரும் மாணவர்களுக்குப் போக்குவரத்து வசதி ஆகியவற்றை ஃபோர்ட் செய்து கொடுத்தார்.

பொதுவாகக் கற்றுக்கொடுக்கும் பாடங்களைத் தவிர அப் பள்ளிகளில் புகைப்படமெடுத்தல், கைவேலைகள், தோட்ட வேலை, பள்ளிப்பத்திரிகை வெளியிடுதல், சங்கீதம், நாடகம் ஆகியவற்றையும் கற்றுக்கொடுக்க ஃபோர்ட் ஏற்பாடு செய்தார். அவற்றைக் கற்பதற்கு ஆசிரியர்கள் அதிக முயற்சி எடுத்துக்கொள்ள வேண்டும் என்பதால் அவர்களுக்குச் சிறப்புச் சம்பளம் கொடுத்தார். அமெரிக்காவின் மற்றப்பகுதியில் ஆசிரியர்கள் பெறும் ஊதியத்தைவிட அவர்கள் அதிகம் பெற் றார்கள். பள்ளியிலிருந்து கூப்பிடு தூரத்தில் ஆசிரியர்களுக்கு வீடுகளும் பள்ளியை ஒட்டியே தலைமையாசிரியருக்கு வீடும் கட்டிக்கொடுத்தார்.

ஓர் அரசு என்னவெல்லாம் செய்ய வேண்டுமோ அவை அனைத்தும் தனியாக ஃபோர்ட் செய்தார். தபால் நிலையம், கார் பழுது பார்க்கும் நிலையம், பேக்கரி, தீயணைப்பு நிலையம் ஆகியவற்றைக் கட்டினார். தீயணைப்பு நிலையத்துக்குப் புதிதாக ஆம்புலன்ஸும் ஒரு ட்ரக்கும் அளித்தார்.

அமெரிக்காவின் தென் மாநிலங்களில் விளையும் பயிர்களை ஆராய்வதற்காக ஓர் ஆய்வுச் சாலையை நிறுவினார். சோயா பீன்ஸ், சர்க்கரைவள்ளிக் கிழங்கு, க்ளஸ்டர் பீன்ஸ் ஆகியவை பயிரிடப்பட்டன. சர்க்கரைவள்ளிக் கிழங்கிலிருந்து மாவுச்சத்து பிரித்தெடுக்கப்பட்டது. பல மூலிகைகளிலிருந்து சாராயம் பிரித் தெடுக்கப்பட்டு பெட்ரோலோடு கலந்து ரிச்மாண்ட் ஹில்லில் உள்ள கார்களுக்கும் ட்ராக்டர்களுக்கும் எரிபொருளாகப் பயன்படுத்தப்பட்டது.

மரக்கூழ், மரத்தூள், வைக்கோல் இவற்றிலிருந்து ரேயானும் ப்ளாஸ்டிக்கும் தயாரிக்கப்பட்டன. இவையெல்லாம் சிறிதளவே நடந்தன. மக்களுக்கு வேலை கொடுக்கப் போதுமானவையாக இல்லை. எனவே பொருளாதார வீழ்ச்சியிலிருந்து நாடு மீளும் வரை அந்த மக்களுக்கு ஏதாவது வேலை கொடுக்கவேண்டும் என்று நினைத்தார் ஃபோர்ட்.

அவர் வாங்கியிருக்கும் நிலப்பகுதியில் பெரும்பங்கு காடு. எனவே அங்கே பாழடைந்து கிடந்த ஒரு மர ஆலையைச் சீர் செய்து, நவீன இயந்திரங்களை நிறுவினார். அப்பகுதி மக்களுக்கு மரம் அறுக்கப் பயிற்சி கொடுத்தார். காடுகளில் இருந்து மரம் வெட்டி அளவு வாரியாக அவை பலகைகளாக அறுக்கப்பட்டன. அவர் ரிச்மாண்ட் ஹில்லில் இருந்தபோது தினமும் அந்த மர ஆலையைச் சென்று பார்ப்பார்.

அவரது பண்ணைகளிலும் மர ஆலையிலுமாக 670 பேர் வேலை செய்தனர். அதில் வீடு இல்லாத 235 பேருக்கு வீடுகட்டிக் கொடுத்து வாடகையில்லாமல் தங்கிக்கொள்ள அனுமதித்தார்.

அமெரிக்காவின் தென்பகுதி, அடிமைகளை அதிக அளவு வைத்திருந்த பகுதி. அவர்கள் அடிமைத்தனத்தை ஆதரித்து உள்நாட்டுப்போரில் ஈடுபட்டது வரலாறு. எனவே அந்தப் பகுதியில் அடிமை நீங்கிய பிறகு பல ஆப்பிரிக்க அமெரிக்கர் கள் வாழ்ந்தார்கள். அவர்கள் மிகவும் பின்தங்கிய நிலையில் வறுமையில் வாடினர். அடிமைத்தனம் நீங்கிய பின்னும் கருப்பினத்தவர்களுக்கு என்று தனிப்பள்ளிகள் இயங்கிவந்தன.

வெளியிலே எப்படியிருந்தாலும் தன்னுடைய பண்ணையிலும் மரத்தொழிற்சாலையிலும் இனப்பாகுபாடு கிடையாதென்றும்

அதற்கு ஒப்புக்கொள்பவர்கள் மட்டுமே அங்கே பணி புரியலாம் என்றும் சொன்னார். அங்கே பணிபுரிந்த 670 பேரில் 350 பேர் வெள்ளையர்கள், 320 பேர் ஆப்பிரிக்க அமெரிக்கர்கள்.

கருப்பர்களுக்கான பள்ளிகள் சிதிலமடைந்து கேட்பாரற்றுக் கிடந்தன. அவற்றைப் புதுப்பித்து ஆப்பிரிக்க அமெரிக்கரான கூப்பர் என்பவரை முதல்வராக நியமித்தார்.

20

இந்த வீட்டில் என் கிளாராவுடன் நான் வாழ்ந்த பழைய வாழ்க்கை எனக்கு மீண்டும் கிடைக்குமென்றால் என்னிடம் இருக்கும் எல்லாப் பணத்தையும் அதற்கு ஈடாகக் கொடுத்துவிடத் தயார்.

‘ஐயா, பத்திரிகையாளர் பியர்சனின் வானொலிப் பேச்சைக் கேட்டீர்களா? அவன் உங்களைப்பற்றித் தவறாகப் பேசியிருக்கிறான்’ என்றார் பென்னட்.

‘அப்படி என்ன பேசினார்?’ என்று கேட்டார் ஃபோர்ட்.

‘ஹென்றி ஃபோர்டுக்கு வயதாகிவிட்டது உடல் நிலை மிகவும் மோசமாகிக் கொண்டு வருகிறது. எனவே மைய அரசு ஃபோர்ட் மோட்டார் கம்பெனியைக் கையகப்படுத்த வாய்ப்பிருக்கிறது’ என்று பேசினார்.

ஃபோர்டுக்கு இரண்டு காரணங்களால் கோபம் வந்தது.

தன்னை வயதானவன் என்று சொன்னது ஒரு காரணம்.

அப்படியே தான் தளர்வுற்றாலும் தனது நிறுவனத்தைக் கவனித்துக்கொள்ள எத்தனை பேர்

இருக்கிறார்கள்! மைய அரசு எடுத்துக்கொள்ளும் என்று சொன்னது இரண்டாவது காரணம்.

'ஹாரி, பியர்சனைத் தொலைப்பேசியில் அழைத்து நான் சவால் விட்டதாகச் சொல். நடை, சைக்கிள், கார் அல்லது ஓட்டம் எதுவானாலும் அவனுடன் போட்டியிடத் தயார். யார் வெற்றி பெறுகிறார்கள் என்று பார்க்கலாம்' என்றார் ஃபோர்ட்.

'அப்படியொரு போட்டி நடந்தால் அதற்கான செலவு முழுதும் நாங்கள் ஏற்கிறோம்' என்றது டெட்ராய்ட் சிறு வியாபாரிகள் சங்கம். பியர்சன் முதலில் சவாலை ஏற்றுக்கொண்டார். என்ன வகையான போட்டி என்று ஃபோர்டே தீர்மானிக்கட்டும் என்று சொன்னார்.

பின்னர் 'ஃபோர்டோடு போட்டிபோட்டு வெற்றிபெற்றால் ஒரு கிழவனோடு போட்டி போட்டுப் பெறும் வெற்றியால் என்ன பெருமை என்று பேசுவார்கள். தோற்றால் ஒரு கிழவனிடம் தோற்றுவிட்டானே என்று ஏசுவார்கள்' என்பதால் போட்டியில் பங்கெடுக்காமல் ஃபோர்டைப் பாராட்டிவிட்டு விலகிவிட்டார் பியர்சன்.

ஃபோர்ட் சவால் விட்டாலும் உண்மையில் அவரது உடல்நலம் குன்றித்தான் இருந்தது. ஞாபக சக்தி குறைந்து போயிற்று. என்ன சொன்னோம் என்பதையே பல சமயங்களில் மறந்து போனார். ஒரு நடன நிகழ்ச்சியின்போது மயங்கிவிழுந்தார். மருந்து சாப்பிட மறுத்தார். டாக்டர் ஏதாவது மருந்து கொடுத்தால் அந்த மருந்து எப்படித் தயாரிக்கப்படுகிறது என்று டாக்டர் விளக்கினால்தான் அந்த மருந்தைச் சாப்பிடுவதாக அடம்பிடிப்பார்.

இது தவிர அவர் சில மருத்துவக்கொள்கைகளை வைத்திருந்தார். பாலைக் காய்ச்சிக் குடிக்காமல் கறந்தபடி குடிக்கவேண்டும் என்பார். டாக்டர்களைச் சந்தேகித்தார். எலும்பு வைத்தியரை மட்டும் நம்பினார். அவர் வந்து அடிக்கடி உடல் பிடித்து விடுவார். ஒருமுறை இசகு பிசகாகப் பிடித்துவிட்டதால் அது தண்டுவடத்தைப் பாதித்து, அங்கே ஒரு நரம்பை அழுத்தியதால் மூளையையும் பாதித்தது. டாக்டர்கள் பெரும்பாடு பட்டு அவரைக் காப்பாற்ற வேண்டியிருந்தது.

ஓர் அதிகாரியை வரும்படிச் சொல்வார். அதிகாரி வந்தால் அவரை ஏன் அழைத்தோம் என்பதையே மறந்துவிடுவார். சில

சமயங்களில் பழைய திறமையோடு செயல்படுவார். எனவே அவரது அலுவலக அதிகாரிகளுக்கு எதை விடுப்பது, எதை எடுப்பது என்று தெரியாத குழப்பம். அவரது மகன் எட்செல் அமெரிக்க அரசு கேட்டுக்கொண்டதற்கு இணங்க பிரிட்டிஷ் அரசுக்கு 6,000 ரோல்ஸ்ராய்ஸ் இன்ஜின்கள் உற்பத்தி செய்து தரும் ஒப்பந்தத்தில் கையெழுத்திட்டார். கோபமடைந்த ஃபோர்ட் அந்த ஒப்பந்தத்தை ரத்து செய்வதாகப் பத்திரிகை களுக்கு அறிக்கை கொடுத்தார். இதனால் அமெர்ந்க்க அரசு எரிச்சல் அடைந்தது.

'பாதுகாப்புக்காக அமெரிக்க அரசுக்கு எதுவேண்டுமானாலும் செய்வேன். உலகின் மற்ற எந்த நாட்டுக்கும் நான் போருக்காக உதவ மாட்டேன்' என்றார் ஃபோர்ட்.

இதற்கிடையில் இரண்டாம் உலகப்போரில் லண்டனுக்கு அருகில் இருந்த ஃபோர்ட் மோட்டார் கம்பெனியின் தொழிற் சாலையை ஜெர்மன் விமானங்கள் குண்டுவீசித் தாக்கின. உடனே ஃபோர்ட் தன் நிலையை மாற்றிக்கொண்டார். பிரிட்டிஷ் அரசு போரில் பாதிக்கப்பட்டிருக்கிறது, அதற்கும் உதவ வேண்டும் என்றார்.

அமெரிக்க அரசுக்கு போரில் பயன்படுவதற்காக ஒரு தொழிற் சாலை நிறுவி, பி 24 லிபரேட்டர் பாம்பர்கள் விமானங்களைத் தயாரித்துக் கொடுத்தார். ஜப்பான் பெர்ல் ஹார்பரில் குண்டு போட்டதும், தன் தொழிற்சாலை முழுவதையும் போருக்குத் தேவையானவற்றைத் தயாரிக்கத் திறந்து விடுவதாகச் சொன்னார்.

கலிஃபோர்னியாவில் வில்லோ ரன் என்ற இடத்தில் 50 மில்லி யன் டாலர் செலவில் மிகப்பெரிய தொழிற்சாலை அசெம்ப்ளி லைன் வசதியோடு நிறுவி லிபரேட்டர் விமானங்கள் தயாரித் தார். ஒரு மாதத்துக்கு 400 விமானங்களுக்கு மேல் தயாரிக்கப் பட்டன. 50,000 பேர் அங்கு வேலை செய்தனர்.

தேசிய அளவில் புகழ் உயர்ந்தாலும் அவரது குடும்பத்தில் தனது ஒரே மகனுடன் அவரது பிணக்கு அதிகமாகியது. தந்தையின் கொடுமை தாங்கமுடியாமல் தலைவர் பதவியிலிருந்து விலகப் போவதாகத் தனக்கு நெருக்கமானவர்களிடம் சொன்னார் எட்செல்.

எட்செலை மட்டுமன்றி எட்செலின் நண்பர்களையும் ஃபோர்ட் வெறுத்தார். சில சமயங்களில் சினம் எல்லை மீறிப்போய் எட்செலின் வீட்டுக்குப்போய் அவர் வீட்டின் பாரில் இருந்த மது பாட்டில்களை வீசி எறிந்து உடைத்ததும் உண்டு.

நாட்டின் பொருளாதார வீழ்ச்சியின் போது இருவரது போக்கு களும் வெவ்வேறு முனை நோக்கி இருந்தன. தொழிற்சங்கங் களை அங்கீகரிக்க வேண்டும் என்பது எட்செலின் விருப்பம். அதற்கு எதிராகப் போர்க்கொடி தூக்கினார் ஃபோர்ட். ஜனாதிபதி ரூஸ்வெல்ட்டோடு சுமுகமான உறவு கொண்டிருந்தார் எட்செல். ஆனால் ஃபோர்ட் ரூஸ்வெல்ட்டை வெறுத்தார்.

எல்லாவற்றுக்கும் மேலாக அடாவடி நாயகன் ஹாரி பென்னட்டைத் தனது மகன் என்று அறிவித்தார் ஃபோர்ட். எட்செலின் செயல்களுக்கெல்லாம் இடைஞ்சல் விளைவிக்கும் படி ஹாரியைத் தூண்டினார்.

மூன்று மாதங்களுக்கு முன் கம்பெனியில் சேர்ந்த தன் பேரன்கள் ஹென்றி ஃபோர்ட் II, பென்சன் இருவரையும் கம்பெனியில் இருந்தும் டியர்பானிலிருந்தும் வெளியேற்றுங்கள் என்று சோரென்ஸனிடம் கூறினார். அவர்களை வெளியேற்றினால் தானும் கம்பெனியிலிருந்து விலகிவிடுவதாக சோரென்ஸன் கூறவே ஃபோர்ட் அடங்கினார்.

தந்தையின் போக்கால் மனம் நொந்துபோன எட்செலின் உடல் நிலை பாதிக்கப்பட்டது. அலுவலகத்திலேயே மயங்கி விழுந் தார். அவரை அவரது வீட்டுக்குத் தூக்கிச் சென்றனர். எட்செ லுக்கு வயிற்றில் கடுமையான அல்சர் இருந்தது. பிறகு அது புற்றுநோயாகத் தீவிரம் அடைந்திருப்பதாக டாக்டர்கள் சொன்னார்கள். சிகிச்சை பலனின்றி எட்செல் ஃபோர்ட் தனது 49-வது வயதில் 1943-ம் ஆண்டு மே மாதம் 26-ம் தேதி மறைந்தார்.

ஃபோர்ட் அந்த மரணத்தை எதிர்பார்க்கவில்லை. ஏற்கெனவே நலிந்திருந்த அவர் உடல்நிலை மேலும் சீர்கெட்டது. நடைப் பிணமாகவே ஆகிவிட்டார். கழிவிரக்கம் அவரை வாட்டியது.

ஒருநாள் ஹாரி பென்னட்டிடம் 'ஹாரி, நான் எட்செலிடம் கொடூரமாக நடந்துகொண்டேன் என்று நீ உண்மையிலேயே நம்புகிறாயா?' என்று கேட்டார்.

‘கொடூரம் என்று சொல்ல முடியாது, ஆனால் அநியாயம். அவரிடத்தில் நானிருந்திருந்தால் பைத்தியமாகியிருப்பேன்’ என்றார் பென்னட்.

‘அப்படி அவன் ஆக வேண்டுமென்றுதானே நான் விரும்பினேன்’ என்றார் ஃபோர்ட்.

அப்படி ஆகியிருந்தால் அவன் கனிவானவனாக இருந்திருக்க மாட்டான் என்பது ஃபோர்டின் கருத்து.

சின்ன வயசில் எட்செல் வைத்திருந்த பொருள்கள், அவனது விளையாட்டுச் சாமான்கள், கருவிகள், பின்னாளில் எட்செல் பயன்படுத்திய பட்டறை எல்லாவற்றையும் சேகரித்தார். கிரீன்ஃபீல்ட் கிராமத்தில் எட்செல் ஃபோர்ட் நினைவாக ஒரு கட்டடம் எழுப்பி அங்கே காட்சிப்பொருள்களாக வைத்தார்.

மகனின் மறைவு கிளாராவைத் தாக்கியது. கணவனுடன் பல வாரங்கள் பேசவே இல்லை. ஆனால் ஃபோர்டின் மன வேதனையை மேற்கொண்டு காண இயலாமல் சிலவாரங்கள் கழித்து அவர் மனத்தைப் பிற வழியில் திருப்பினாள்.

●

மகன் இறந்த உடனேயே ஃபோர்ட் மோட்டார் கம்பெனியின் தலைவர் பொறுப்பைத் தான் ஏற்கப்போவதாகவும் அதற்கு வேண்டிய ஏற்பாடுகளைச் செய்யும்படியும் சோரென்ஸனிடம் ஃபோர்ட் கூறினார். வேறு வழியின்றி நிர்வாகக் குழு கூடி ஃபோர்டைத் தலைவராகத் தேர்ந்தெடுத்தது.

விசித்திரமான உத்தரவுகளைக் கொடுத்து எல்லோரையும் குழப்பத்தில் ஆழ்த்தினார் ஃபோர்ட். மீண்டும் மாடல் டி காலத்துக்குப் போகவேண்டும், ஒரே வகைக் காரை மட்டும் உற்பத்தி செய்யவேண்டும் என்றெல்லாம் கூறினார். ஃபோர்டின் ஞாபக மறதியைப் பயன்படுத்திக்கொண்டு பென்னட், ஃபோர்டின் உத்தரவுகளாகத் தன் சொந்த உத்தரவுகளைக் கொடுத்துக்கொண்டிருந்தார்.

சோரென்ஸன் ஃபோர்ட் மோட்டார் கம்பெனி உற்பத்திகளைக் கவனித்துக்கொண்டார். என்றாலும் ஃபோர்டின் நடவடிக்கை எல்லை மீறிப்போனது. எட்செலின் மனைவி எலினார் தனது மகனுக்குத்தான் தலைவர் பதவி கொடுக்க வேண்டும் என்றார்.

கிளாராவும் பேரன் ஹென்றி ஃபோர்ட் II-விடம் பொறுப்பை ஒப்படைத்துவிட்டு ஃபோர்ட் ஓய்வெடுக்க வேண்டும் என்று விரும்பினார்.

பென்னட் தானே தலைவர்போல் நடந்து கொண்டார். எட்செலுக்கு நெருங்கியவர்கள் பதவியிலிருந்து தூக்கப்பட்டார்கள்.

ஹென்றி ஃபோர்ட் II அப்பொழுது கடற்படையில் ராணுவச் சேவை செய்துகொண்டிருந்தார். கம்பெனிக்கு அவர் அவசியம் என்பதைக் காரணம் காட்டி கடற்படையிலிருந்து அவரை விடுவித்துக் கொண்டுவந்தனர். கம்பெனி ஆவணங்களை எல்லாம் ஹென்றி ஃபோர்ட் II தூண்டித் துருவிப் பார்த்தார். தந்தையைப்போல் கனிவும் தாத்தாவைப்போல் உறுதியும் கொண்டவராக ஹென்றி ஃபோர்ட் II காணப்பட்டார்.

ஹென்றி ஃபோர்டின் மனநிலை நிலையில்லாமல் மாறிக் கொண்டே இருந்தது. குடும்பத்தவர்களைக்கூட அவரால் அடையாளம் காண முடியவில்லை. ஆவணங்களைப் பார்த்த ஹென்றி ஃபோர்ட் II கைக்கு ஹென்றி ஃபோர்டின் உயில் கிடைத்தது. அதில் தனது மறைவுக்குப்பின் 10 ஆண்டுகளுக்கு ஒரு நிர்வாகக் குழு கம்பெனியை நிர்வகிக்க வேண்டும் என்றும் அதன் தலைவராக ஹாரி பென்னட் இருக்கவேண்டும் என்றும் இருந்தது. நிர்வாகக் குழு உறுப்பினர்களாக பென்னட்டின் நம்பிக்கைக்கு உரியவர்களின் பெயர்கள் கொடுக்கப்பட்டிருந்தன.

இதை ஹென்றி ஃபோர்ட் II எல்லா டீலர்களுக்கும் எழுதி, கம்பெனியை விட்டு விலகும்படி எச்சரிக்கப்போவதாக மிரட்டினார். அவருக்கு வேண்டியவர்கள அவரைச் சமாதானப் படுத்தினர். கிளாராவும் எலினாரும் பதவியைப் பேரனிடம் ஒப்படைக்கும்படி ஃபோர்டிடம் வேண்டினர். ஃபோர்ட் பிடிவாதமாக மறுத்துவிட்டார்.

ஹென்றி ஃபோர்ட் II-வைத் தலைவர் ஆக்காவிட்டால் தங்கள் பங்குகளை விற்றுவிடப்போவதாக அவர்கள் மிரட்டவே, கடைசியில் ஃபோர்ட் பணிந்தார். பேரனைத் தன்னைப் பார்க்க வரும்படி அழைத்தார்.

'நான் பதவி விலகிக் கொள்கிறேன். நீ தலைவராகப் பதவி ஏற்றுக்கொள்' என்றார் ஃபோர்ட்.

‘நான் தலைவர் பதவி ஏற்கவேண்டுமென்றால் எனது அதிகாரத்தில் எந்தத் தலையீடும் இருக்கக் கூடாது. என் விருப்பம்போல் செயல்பட அனுமதிக்க வேண்டும்’ என்றார் ஹென்றி ஃபோர்ட் II.

ஃபோர்ட் எவ்வளவோ விவாதித்துப்பார்த்தார். ஹென்றி ஃபோர்ட் II அதற்கு இடம் கொடுக்கவில்லை.

‘ஹென்றி, உங்கள் உடல் நலம் சரியில்லை. இளம் ஹென்றி எந்த இடையூறும் இன்றிப் பதவி ஏற்க அனுமதிப்பதுதான் நல்லது. நம் குடும்பத்தைச் சேர்ந்தவர் உங்கள் இடத்துக்கு வருவதுதான் நல்லது’ என்றாள் கிளாரா. அதன் பிறகு ஃபோர்ட் ராஜினாமாக் கடிதத்தில் கையெழுத்திட்டார்.

1945-ம் ஆண்டு செப்டெம்பர் மாதம் 21-ம் தேதி இயக்குநர்கள் கூட்டம் நடந்தது.

ஹென்றி ஃபோர்டின் ராஜினாமாக் கடிதம் படிக்கப்பட்டது. ஹாரி பென்னட் கோபத்துடன் எழுந்து அறையைவிட்டு வெளியேற முயற்சி செய்தார். மற்றவர்கள் அவரை இருத்தி வைத்தனர். ஹென்றி ஃபோர்ட் II தலைவராகத் தேர்ந்தெடுக்கப் பட்டார்.

தலைவரானவுடன் முதல் வேலையாக பென்னட்டைத் தன் அறைக்கு வந்து தன்னைப் பார்க்கும்படி அழைத்தார் ஹென்றி ஃபோர்ட் II. பென்னட் அவரது அறைக்குச் சென்றதும் ‘கம்பெனி அதிகாரிகளை மாற்றி அமைக்கப்போகிறேன். இனி உங்களுக்கு இடம் இல்லை. உங்கள் இடத்தில் ஜான் புகாஸை நியமிக்கி றேன்’ என்றார்.

ஜான் புகாஸ் பென்னட்டின் அலுவலகத்துக்குச் சென்று அவரிடம் பேச முனைந்தபோது பென்னட் தன்னிடமிருந்த கைத் துப்பாகியை எடுத்து அவரைச் சுடப்போனார். இதை எதிர் பார்த்திருந்த புகாஸ் தன்னுடைய கைத்துப்பாக்கியைச் சரேலென எடுத்து அவரை நோக்கி நீட்டினார். பென்னட் உடனே வெளி யேறினார்.

அடுத்த நாள் தனது தாத்தாவைப் பார்த்து ஆசி பெறுவதற்காக ஹென்றி ஃபோர்ட் II அவரது இல்லத்துக்குச் சென்றார். அவரிடம் பென்னட்டைப் பதவி நீக்கம் செய்ததைப்பற்றிச் சொன்னார்.

‘பென்னட் எங்கே தொடங்கினானோ அங்கே சென்றுவிட்டான்’ என்றார் ஃபோர்ட்.

•

அதன் பிறகு ஃபோர்ட், கம்பெனி விவகாரங்களில் தலையிட வில்லை. எப்பொழுதாவது கிரீன்ஃபீல்ட் கிராமத்துக்குப் போவார். ஒரு முறை தான் ஆரம்ப காலத்தில் வாழ்ந்த வீட்டுக்கு அருகே காரில் சென்று கொண்டிருக்கும்போது வண்டியை நிறுத்தச் சொன்னார். தனது டிரைவரிடம் ‘இப்பொழுது என்னிடம் நிறையப் பணம் இருக்கிறது. இந்த வீட்டில் என் கிளாராவுடன் நான் வாழ்ந்த பழைய வாழ்க்கை எனக்கு மீண்டும் கிடைக்குமென்றால் என்னிடம் இருக்கும் எல்லாப் பணத்தையும் அதற்கு ஈடாகக் கொடுத்துவிடத் தயார்’ என்றார்.

அவருடைய நினைவு முழுமையாகச் செயலிழக்கும் முன்பு தனது எண்ணங்களைப் பதிவு செய்து வைத்துவிடவேண்டும் என்று தனது உதவியாளர் ஜான் தாம்ப்சன் என்பவரிடம் தனக்குத் தோன்றியதையெல்லாம் சிறிது சிறிதாகச் சொல்லிவந்தார். ‘வருங்காலத்துக்கான சிந்தனைகள்’ (Thoughts for the Future) என்ற தலைப்பில் அவை 32 பக்கப் புத்தகமாகத் தொகுக்கப்பெற்றது.

•

1947-ம் ஆண்டு ஏப்ரல் மாதம் 6-ம் தேதி, ஞாயிற்றுக்கிழமை.

மழை தொடர்ந்து பெய்துகொண்டே இருந்தது. டியர்பார்ன் வீதிகள் வெள்ளக்காடாயின. காற்றுச் சுழன்று அடித்தது. மின் கம்பங்களும் மரங்களும் கீழே சாய்ந்தன. மின்சாரம் தடை பட்டது. மெழுகுவர்த்திகள் வீடுகளுக்கு வெளிச்சம் தந்தன.

மழையும் குளிர்ந்த காற்றும் ஃபோர்டுக்குச் சற்றுத் தெம்பைத் தந்தன. நினைவு சற்றே தெளிந்திருந்தது. மனைவியிடம் சிரிக்கச் சிரிக்கப் பேசினார். பழைய உற்சாகத்தோடு அவர் திகழ்வதைப் பார்த்துக் கிளாரா மகிழ்ந்தாள். வெளியே எப்படி இருக்கிறது பார்க்கவேண்டும் என்று சொல்லித் தனது டிரைவரைக் காரை எடுக்கச் சொன்னார். காலை உணவை ருசித்துச் சாப்பிட்டார். பிறகு கிரீன்ஃபீல்ட் கிராமத்துக்குப் போனார். அங்கிருந்து ரூஜ் தொழிற்சாலையை நோக்கிக் கார் சென்றது. தொழிற்சாலையின் அருகே இருந்த படகுத்துறைக்குச் சென்றார். அங்கே அவரது

படகுகள் இரண்டு தண்ணீரில் மிதந்துகொண்டிருந்தன. ஹென்றி ஃபோர்ட், பென்சன் ஃபோர்ட் என்று அப்படகுகளுக்குப் பெயர்.

திரும்பி வரும் போது ஜாய் ரோடில் உள்ள இடுகாடு வழியாகக் கார் வந்தது. அங்குச் சற்று நிற்கச் சொன்னார். அங்கே புதை யுண்டவர்களின் சமாதியில் எழுதப்பட்டிருக்கும் எழுத்துகளைப் படித்தார். தன் டிரைவரிடம் 'நான் இறந்த பிறகு இங்கேதான் புதைக்கப் படுவேன்' என்றார்.

கார் வீட்டுக்குத் திரும்பியது. அங்குள்ள பவர் ஹவுஸுக்குக் காரைச் செலுத்தச் சொன்னார். அங்கிருந்த பொறியாளர் சார்லஸ் ஊரெஸ்ஸிடம் ஜெனரேட்டரின் நிலைமை பற்றிப் பேசினார். அப்பொழுது விளக்குகள் சற்றே மினுமினுத்தன. ஃபோர்ட் சற்றே சிரித்துக்கொண்டு, 'கிளாராவிடம் சென்று நான் ஜென ரேட்டரைச் சரிசெய்தேன் என்று சொல்லப்போகிறேன்' என்றார். அவர் சொல்லிக்கொண்டிருக்கும் போதே விளக்குகள் அணைந் தன. மின்சாரம் மீண்டும் வர இரண்டு நாள்கள் ஆகலாம் என்றார் ஊரெஸ்.

விறகுகளை எரித்து மாளிகை வெப்பமூட்டப்பட்டது. இரவுச் சாப்பாட்டை முடித்துக்கொண்டு ஃபோர்ட் அங்கிருந்தவர் களுடன் கை குலுக்கினார். கணப்புக்கு அருகில் சென்று ஃபோர்டும் கிளாராவும் அமர்ந்தனர். கிளாரா ஒரு புத்தகத்தை எடுத்து ஃபோர்டுக்குப் படித்துக் காண்பித்தார். 'ஹென்றி, மின்னொளியில் படித்துப் பழக்கப்பட்டதால் மெழுகுவர்த்தி ஒளியில் படிப்பது கஷ்டமாக இருக்கிறது' என்றார் கிளாரா.

'சரி, வா, நமது அறைக்குப் போகலாம்' என்றார் ஹென்றி. ஒரு கப் பால் சாப்பிட்டார். பிறகு மெதுவாகக் கட்டிலின் மேல் ஏற முயற்சி செய்தபோது இருமல் வந்தது. தொடர்ந்து இருமினார். பிறகு அது சரியாயிற்று. நன்கு உறங்கினார். இரண்டு மணி நேரம் கழித்து எழுந்தார். மூச்சுத் திணறியது. தலை வலித்தது. தொண்டை உலர்ந்துபோனது.

அவர் நிலைமையைப் பார்த்த கிளாரா வேலைக்காரியிடம் டிரைவர் ரங்கினை அழைத்துவரச் சொன்னார். ஒரே ஒரு டெலிஃபோன் மட்டும் வேலை செய்தது. டாக்டருக்குச் செய்தி பறந்தது. கிளாரா, ஹென்றி ஃபோர்டின் தலையை எடுத்துத் தன் மடியில் வைத்துக்கொண்டு சிறிது சிறிதாகத் தண்ணீர் ஊட்டிக்

கொண்டிருந்தாள். டாக்டர் வருவதற்குள் 11.40-க்கு ஃபோர்டின் உயிர் பிரிந்தது.

அவருக்குப் பிடித்தமான கிரின்ஃபீல்ட் கிராமத்தில் இரண்டு நாள்கள் மக்கள் பார்வைக்கு வைக்கப்பட்டுப் பின்னர் சகல மரியாதைகளுடன், கட்டுங்கடாதபடி மக்கள் வெள்ளம் திரண் டிருக்க அவரது உடல் ஜாய் ரோட் இடுகாட்டில் அடக்கம் செய்யப்பட்டது.

பிற்சேர்க்கை

உதவிய நூல்கள்:

1. The People's Tycoon - Henry Ford and the American Century, Steven Watts
2. My Life and Work, Henry Ford
3. We never called him Henry, Harry Bennet

www.ingramcontent.com/pod-product-compliance
Lightning Source LLC
LaVergne TN
LVHW100322181026
850499LV00039B/942
* 9 7 8 8 1 8 3 6 8 2 4 2 8 *